# Jafar's
# VOCABULARY BUILDING
# PRACTICE MANUAL
## (VOLUME -2)

(Published by Notion Press, Chennai.)

**First Edition:** May 2024
**Second Edition:** June 2024
**Third Edition:** July 2024
**Fourth Edition:** August 2024
**Fifth Edition:** September 2024

Printed in India

## Note:

This book serves as the study material for an online vocabulary building course provided by the **'Jafar's English'** learning app. It is the initial volume of a comprehensive series, totaling four volumes, which form the study materials for this three-month course. For additional details regarding the course, please reach out to us at **9037990442.**

# Jafar's
# VOCABULARY BUILDING
# PRACTICE MANUAL
## (VOLUME -2)

By

## JAFAR SADIK
**(M.A. English,
PG Diploma in Journalism,
MSc Psychology, B.Ed.)**

Distributed by:

## BRISTU Publications

## CONTENTS:

| 84 | Intimidate | 100 |
|---|---|---|
| 85 | Tantamount | 101 |
| 86 | Suburb | 103 |
| 87 | Illicit | 105 |
| 88 | Sleuth | 106 |
| 89 | Ramification | 108 |
| 90 | Nepotism | 109 |
| 91 | Mudslinging | 110 |
| 92 | Propaganda | 116 |
| 93 | Blatant | 117 |
| 94 | Sanction | 119 |
| 95 | Tenure | 121 |
| 96 | Lucrative | 122 |
| 97 | Evacuate | 123 |
| 98 | Allocate | 125 |
| 99 | Machismo | 126 |
| 100 | Miraculous | 128 |

# 51. Why Kerala plans to <u>cull</u> 'dangerous' stray dogs (India Today)

"എന്തുകൊണ്ടാണ് കേരളം അപകടകാരികളായ തെരുവ് നായ്ക്കളെ കൊല്ലാൻ പദ്ധതിയിടുന്നത്."

**Cull**: In this context, the word "cull" means to reduce the population of stray dogs by selective removal, which often involves euthanizing or killing the animals. The aim is to manage and control the population of stray dogs, particularly those that are considered dangerous, to prevent harm to the public.

- ☐ **Cull**
- ☐ **Slaughter**
- ☐ **Manslaughter**
- ☐ **Butcher**
- ☐ **Massacre**
- ☐ **Annihilate**
- ☐ **Eradicate**
- ☐ **Eliminate**
- ☐ **Decimate**
- ☐ **Wipe out**
- ☐ **Assassination**
- ☐ **Homicide**
- ☐ **Genocide**
- ☐ **Uproot**
- ☐ **Chop Off**
- ☐ **Undermine**
- ☐ **Behead**
- ☐ **Abetment**

## Cull (v)

🔊 /kʌl/ (kuhl): Means to selectively remove or reduce the population of animals, often by

killing - കൊല്ലുക, എണ്ണം കുറയ്ക്കുന്നതിനായി കൊന്നുകളയുക.

✦43 pigs culled after African swine fever detected in Idukki (The Hindu)
ഇടുക്കിയിൽ ആഫ്രിക്കൻ പന്നിപ്പനി കണ്ടെത്തിയതിനെ തുടർന്ന് 43 പന്നികളെ കൊന്നു.

✦Kerala: Bird flu outbreak in Kottayam, thousands of ducks culled (The Economic Times)
കേരളം: കോട്ടയത്ത് പക്ഷിപ്പനി പടർന്നു, ആയിരക്കണക്കിന് താറാവുകളെ കൊന്നൊടുക്കി.

## Slaughter (v/n)

🔊 /ˈslɔːtər/ (SLAW-ter): To kill animals for food or, more generally, to kill in a violent and brutal manner - കശാപ്പ് ചെയ്യുക, കൂട്ടക്കൊലനടത്തുക, കശാപ്പ്

✦UP Bajrang Dal leader among 4 arrested for slaughtering cows (The Indian Express).
പശുവിനെ കശാപ്പ് ചെയ്തതിന് യുപി ബജ്റംഗ്ദൽ നേതാവ് ഉൾപ്പെടെ 4 പേർ അറസ്റ്റിൽ.

## Manslaughter (n)

🔊 /ˈmænslɔːtə(r)/ (man-slaw-ter): Manslaughter is the unlawful killing of someone without premeditation or intent, often considered less severe than murder - നരഹത്യ

✦Manslaughter Case in Delhi Court (The Indian Express).
നരഹത്യക്കേസ് ഡൽഹി കോടതിയിൽ.

## Butcher (v/n)

🔊 /ˈbʊtʃər/ (BOO-chur): A person who slaughters animals and prepares their meat for sale/ To kill or cut up animals for food/ To carry out a task clumsily or messily, often implying a brutal or careless approach - കശാപ്പ് ചെയ്യുക, കശാപ്പുകാരൻ.

✦Butcher, accomplices skinned Bangladesh MP's body, minced flesh (India Today)

കശാപ്പുകാരനും കൂട്ടാളികളും ബംഗ്ലാദേശ് എംപിയുടെ ശരീരത്തിന്റെ തൊലിയുരിഞ്ഞ് മാംസം അരിഞ്ഞു.

## Massacre (n/v)

🔊 /'mæsəkə(r)/ (MAS-uh-kuh(r)):  Refers to a brutal slaughter of people - **കൂട്ടക്കൊല, കൂട്ടക്കൊല നടത്തുക.**

✦French MP says waving flag of Palestine was protest at 'massacre' in Gaza (The Indian Express)
ഫലസ്തീന്റെ പതാക വീശിയത് ഗാസയിലെ കൂട്ടക്കൊലയിൽ പ്രതിഷേധമായാണെന്ന് ഫ്രഞ്ച് എംപി.

## Annihilate (v/n)

🔊 /ə'naɪəˌleɪt/ (uh-NY-uh-layt):  Means to completely destroy or obliterate - **നിശ്ശേഷം നശിപ്പിക്കുക, ഇല്ലാതാക്കുക, ഉന്മൂലനം ചെയ്യുക, ഉന്മൂലനം.**

✦Sanatana Dharma's eradication will annihilate Rajasthan's culture: PM Modi in election rally (The Hindu).
സനാതന ധർമ്മത്തിന്റെ ഉന്മൂലനം രാജസ്ഥാന്റെ സംസ് കാരത്തെ ഇല്ലാതാക്കും: തിരഞ്ഞെടുപ്പ് റാലിയിൽ പ്രധാനമന്ത്രി മോദി.

## Eradicate (v)

🔊 /ɪ'rædɪˌkeɪt/ (ih-RAD-i-kayt):  Means to completely eliminate or destroy something, especially a problem, disease, or pest - **ഉന്മൂലനം ചെയ്യുക, വേരോടെ പിഴുതുകളയുക, തുടച്ചുനീക്കുക.**

✦"Will Eradicate Maoism from India": Amit Shah To NDTV (NDTV).
ഇന്ത്യയിൽ നിന്ന് മാവോയിസം തുടച്ചുനീക്കും: അമിത് ഷാ എൻഡിടിവിയോട്.

## Eliminate (v)

🔊 /ɪ'lɪmɪˌneɪt/ (ih-LIM-uh-nayt):  Means to completely remove or get rid of something, often by killing or destroying it - **ഇല്ലാതാക്കുക.**

✦India progresses towards eliminating vertical transmission* of HIV but is not there yet (Aidsmap)
Vertical transmission - the passing of a virus from a mother to her child.
എച്ച്. ഐ. വി. യുടെ ലംബമായ സംക്രമണം ഇല്ലാതാക്കുന്നതിലേക്ക് ഇന്ത്യ പുരോഗമിക്കുന്നു, പക്ഷേ ഇതുവരെ ഉണ്ടായിട്ടില്ല.

## Decimate (v)

🔊 /'desɪˌmeɪt/ (DESS-uh-mayt):  Means to destroy or kill a large portion or proportion of something, typically referring to a population or group - **ഇല്ലാതാക്കുക, കൊല്ലുക.**

✦Narendra Modi, BJP want to decimate Dravidian movement, says Vaiko (The Hindu).
ദ്രാവിഡ പ്രസ്ഥാനത്തെ ഇല്ലാതാക്കാനാണ് നരേന്ദ്രമോദിയും ബിജെപിയും ആഗ്രഹിക്കുന്നതെന്നും വൈകോ പറഞ്ഞു.

## Wipe out (v)

🔊 /waɪp aʊt/ (wyyp out): Means to completely destroy or eliminate something. It can refer to the complete removal or annihilation of something, often in a sudden or decisive manner - **തുടച്ചുനീക്കുക.**

✦Wipe out Congress in Lok Sabha polls, PM Modi replies to Rahul Gandhi's 'India will burn if BJP wins' remark. (Times of India)
ലോക്സഭാ തെരഞ്ഞെടുപ്പിൽ കോൺഗ്രസിനെ തുടച്ചുനീക്കുക, ബിജെപി ജയിച്ചാൽ ഇന്ത്യ കത്തുമെന്ന രാഹുൽ ഗാന്ധിയുടെ പരാമർശത്തിന് മറുപടിയുമായി പ്രധാനമന്ത്രി മോദി.

## Assassination (n)

🔊 /əˌsæsɪ'neɪʃn/ (uh-sas-uh-NAY-shun):  Refers to the act of murdering a prominent or important person, usually for political or ideological reasons - **കൊലപാതകം.**

✦Rajiv Gandhi assassination case ex-convict Santhan's body flown to Sri Lanka (The Hindu).
രാജീവ് ഗാന്ധി വധക്കേസിലെ മുൻ പ്രതി ശാന്തന്റെ മൃതദേഹം ശ്രീലങ്കയിലേക്ക് കൊണ്ടുപോയി.

## Homicide (n)

🔊 /'hɒmɪsaɪd/ (HOM-uh-syd):  Refers to the act of killing another person, whether intentionally or unintentionally - **നരഹത്യ.**

✦Army vet extradited from Ukraine on homicide, robbery charges (USA Today)

നരഹത്യ, കവർച്ച എന്നീ കുറ്റങ്ങൾ ചുമത്തി ഉക്രെയ്നിൽ നിന്ന് കരസേനാ മൃഗഡോക്ടറെ കൈമാറി.

## Genocide (n)

🔊 /ˈdʒɛnəˌsaɪd/ *(JEN-uh-syd):* Refers to the deliberate and systematic extermination of a national, racial, political, or cultural group - **വംശഹത്യ, കൂട്ടക്കൊല.**

✦'Genocide' in Gaza, not war: Sitaram Yechury at solidarity protest (The Hindu).
ഗാസയിലെത് 'വംശഹത്യ', യുദ്ധമല്ല: ഐക്യദാർഢ്യ പ്രതിഷേധത്തിൽ സീതാറാം യെച്ചൂരി.

## Uproot (v)

🔊/ˌʌpˈruːt/ *(uhp-root):* Means to remove or eradicate something completely, often by pulling it out from the source - **പിഴുതുകളയുക, ഉന്മൂലനം ചെയ്യുക.**

✦'Will uproot naxalism from India...': HM Amit Shah's big statement after Kanker encounter (Telegraph India).
'ഇന്ത്യയിൽ നിന്ന് നക്സലിസത്തെ പിഴുതെറിയും': കാങ്കർ ഏറ്റുമുട്ടലിന് ശേഷം ആഭ്യന്തരമന്ത്രി അമിത് ഷായുടെ വലിയ പ്രസ്താവന.

## Chop Off (v)

🔊/tʃɒp ɒf/ *(chop off):* To remove something by cutting it with a sharp tool - **വെട്ടിമാറ്റുക.**

✦Pregnant Woman's Limbs Chopped Off, Body Burnt Over Dowry, In-Laws Flee (NDTV).
ഗർഭിണിയായ സ്ത്രീയുടെ കൈകാലുകൾ വെട്ടിമാറ്റി, സ്ത്രീധനത്തിന്റെ പേരിൽ ശരീരം കത്തിച്ചു, ബന്ധുക്കൾ രക്ഷപ്പെട്ടു.

## Undermine (v)

🔊/ˌʌn.dərˈmaɪn/ *(uhn-der-myn):* To make something, especially somebody's confidence or authority, gradually weaker or less effective - **നശിപ്പിക്കുക, ദുർബ്ബലമാക്കുക, അടിത്തറ തോണ്ടുക, തർക്കുക, ഹനിക്കുക.**

✦Karunanidhi never allowed regionalism to undermine unity of the nation: Defence Minister (The Hindu).
രാജ്യത്തിന്റെ ഐക്യം തകർക്കാൻ കരുണാനിധി ഒരിക്കലും പ്രാദേശികവാദത്തെ അനുവദിച്ചിട്ടില്ല: പ്രതിരോധമന്ത്രി.

✦Favoritism undermines trust and morale in any organization.
പക്ഷപാതം ഏതൊരു സംഘടനയിലുമുള്ള വിശ്വാസവും മനോവീര്യവും ഹനിക്കുന്നു.

## Behead (v)

🔊/bɪˈhɛd/ *(bih-HED):* To behead means to cut off someone's head, typically as a form of execution. - **തലവെട്ടുക, തലയറുക്കുക, ശിരച്ഛേദം ചെയ്യുക.**

✦Man beheaded in Jiribam, irate mob set ablaze houses (Pothashang)
ജിരിബാമിൽ ഒരാളെ ശിരച്ഛേദം ചെയ്തു, രോഷാകുലരായ ജനക്കൂട്ടം വീടുകൾക്ക് തീയിട്ടു.

✦ 'Fake Godman': Udhayanidhi Mocks Up Seer Over 10cr Bounty to Behead Him (Times of India)
'വ്യാജനായ ആദ്ധ്യാത്മിക ഗുരു': ഉദയനിധി തന്റെ തലവെട്ടാൻ 10 കോടി പാരിതോഷികം പ്രഖ്യാപിച്ച സന്ന്യാസിയെ പരിഹസിക്കുന്നു.

## Abetment (n)

🔊 /əˈbɛtmənt/ *(uh-BET-ment):* 'Abetment' is the act of helping or encouraging someone to do something wrong or illegal. - **കുറ്റം ചെയ്യാൻ പ്രേരിപ്പിക്കൽ, Abet (v).**

✦ Delhi HC quashes summons against former DU college principal in suicide abetment case (Hindustan Times)
ജിരിബാമിൽ ഒരാളെ ശിരച്ഛേദം ചെയ്തു, രോഷാകുലരായ ആത്മഹത്യാ പ്രേരണ കേസിൽ മുൻ ഡി.യു കോളേജ് പ്രിൻസിപ്പലിനെതിരായ സമൻസ് ഡൽഹി ഹൈക്കോടതി റദ്ദാക്കി.

More words:
Extradite - കുറ്റവാളിയെ കുറ്റകൃത്യം നടന്ന രാജ്യത്തിനു കൈമാറുക.

↳ *Practice Collocations (51)*

| | |
|---|---|
| വന്യമൃഗങ്ങളെ കൊല്ലുന്നത് ഇന്ത്യൻ ധാർമ്മികതയുടെ ഭാഗമല്ല | **Cul**ling wild animals isn't part of the Indian ethos. |

| | |
|---|---|
| കുരങ്ങുകളെ കൊല്ലുന്നതിനെക്കുറിച്ച് പഠിക്കാൻ. | To learn about monkey **cull**ing. |
| ഫലസ്തീൻ കുട്ടികളെ ഇസ്രായേൽ കശാപ്പ് ചെയ്യുന്നത് അവസാനിപ്പിക്കണം | Israel's **slaughter** of Palestinian children must end. |
| നരഹത്യക്കേസ് ഡൽഹി കോടതിയിൽ. | **Manslaughter** Case in Delhi Court. |
| തമിഴ്നാട്: പാവപ്പെട്ട കർഷകന്റെ ഉടമസ്ഥതയിലുള്ള രണ്ട് ഗർഭിണികളായ പശുക്കളെ രണ്ട് പേർ മോഷ്ടിച്ച് കശാപ്പ് ചെയ്തു. | Tamil Nadu: Two men stole, and **butcher**ed two pregnant cows owned by a poor farmer. |
| കൂട്ടക്കൊലയിൽ വ്യാപകമായ ജനരോഷം. | Widespread public outrage over the **massacre**. |
| സനാതന ധർമ്മത്തിന്റെ ഉന്മൂലനം രാജസ്ഥാന്റെ സംസ് കാരത്തെ ഇല്ലാതാക്കും: തിരഞ്ഞെടുപ്പ് റാലിയിൽ പ്രധാനമന്ത്രി മോദി. | Sanatana Dharma's eradication will **annihilate** Rajasthan's culture: PM Modi in election rally. |
| കുഷ്ഠരോഗം നിർമാർജനം ചെയ്യാൻ സ്വീകരിച്ച നടപടികളെക്കുറിച്ച് 15 ദിവസത്തിനകം ഹൈക്കോടതി റിപ്പോർട്ട് തേടി. | HC seeks report on steps taken to **eradicate** leprosy within 15 days. |
| 'ഝാർഖണ്ഡിൽ നക്സ്‌ലൈറ്റ് ഭീഷണി ഇല്ലാതാക്കുന്നതിന്റെ അവസാനഘട്ടത്തിലാണ് ഞങ്ങൾ' : മുഖ്യമന്ത്രി ഹേമന്ത് സോറൻ. | 'We are in last stage of **eliminat**ing Naxalite menace in Jharkhand': CM Hemant Soren |
| 2024ലെ ലോകസഭാ തിരഞ്ഞെടുപ്പിൽ ബി.ജെ.പി.യെ ഇല്ലാതാക്കാനുള്ള കോൺഗ്രസിന്റെ പദ്ധതിയാണ് രാഹുൽ ഗാന്ധി വെളിപ്പെടുത്തിയത്. | Rahul Gandhi reveals Congress's plan to '**decimate**' BJP in Lok Sabha polls 2024. |
| രാജസ്ഥാനിൽ നിന്ന് കോൺഗ്രസിനെ തുടച്ചുനീക്കുക, തിരഞ്ഞെടുപ്പ് റാലിയിൽ മോദി പറഞ്ഞു. | **Wipe out** Congress from Rajasthan, Modi tells election rally. |
| ഇന്ദിരാഗാന്ധിയുടെ കൊലപാതകം അനുസ്മരിച്ചുകൊണ്ട്... | Recalling the **assassination** of Indira Gandhi... |
| അയാൾ നരഹത്യയ്ക്ക് ശിക്ഷിക്കപ്പെട്ടു. | He was convicted of **homicide**. |
| വംശഹത്യയെ അന്താരാഷ്ട്ര സമൂഹം അപലപിക്കുന്നത് മനുഷ്യരാശിക്കെതിരായ ഹീനമായ കുറ്റകൃത്യമായാണ്. | The international community condemns **genocide** as a heinous crime against humanity. |
| ഇന്ത്യയിൽ നിന്ന് നക്സലിസത്തെ പിഴുതെറിയും... | Will **uproot** naxalism from India... |
| ഗർഭിണിയായ സ്ത്രീയുടെ കൈകാലുകൾ വെട്ടിമാറ്റി, ... | Pregnant Woman's Limbs **Chopped Off**, ... |
| രാജ്യത്തിന്റെ ഐക്യം തകർക്കാൻ... | To **undermine** unity of the nation... |
| ജിരിബാമിൽ ഒരാളെ ശിരച്ഛേദം ചെയ്തു, രോഷാകുലരായ ജനക്കൂട്ടം വീടുകൾക്ക് തീയിട്ടു. | Man **beheaded** in Jiribam, irate mob set ablaze houses. |
| ആത്മഹത്യാ പ്രേരണ... | **Abetment** of suicide... |

↳ *Reinforce the pronunciation*

| | | | |
|---|---|---|---|
| 1 | **Cull** | /kʌl/ | kuhl |
| 2 | **Slaughter** | /ˈslɔːtər/ | SLAW-ter |
| 3 | **Manslaughter** | /ˈmænslɔːtə(r)/ | man-slaw-ter |
| 4 | **Butcher** | /ˈbʊtʃər/ | BOO-chur |
| 5 | **Massacre** | /ˈmæsəkər/ | MAS-uh-kuh(r) |
| 6 | **Annihilate** | /əˈnaɪ.ə.leɪt/ | uh-NY-uh-layt |
| 7 | **Eradicate** | /ɪˈrædɪkeɪt/ | ih-RAD-i-kayt |
| 8 | **Eliminate** | /ɪˈlɪmɪneɪt/ | ih-LIM-uh-nayt |
| 9 | **Decimate** | /ˈdɛsɪmeɪt/ | DESS-uh-mayt |
| 10 | **Wipe out** | /waɪp aʊt/ | wyyp out |
| 11 | **Assassination** | /əˌsæsɪˈneɪʃən/ | uh-sas-uh-NAY-shun |
| 12 | **Homicide** | /ˈhɒmɪsaɪd/ | HOM-uh-syd |
| 13 | **Genocide** | /ˈdʒɛnəsaɪd/ | JEN-uh-syd |
| 14 | **Uproot** | /ˌʌpˈruːt/ | uhp-root |

| 15 | Chop Off | /ʧɑp ɔf/ | chop off |
| 16 | Undermine | /ˌʌn.dərˈmaɪn/ | uhn-der-myn |
| 17 | Behead | /bɪˈhɛd/ | bih-HED |
| 18 | Abetment | /əˈbɛtmənt/ | uh-BET-ment |

# 52. Ramachandra Guha detained in Bengaluru: 'Are we a <u>totalitarian</u> regime?' (The Indian Express)

"രാമചന്ദ്ര ഗുഹ ബെംഗളൂരുവിൽ തടങ്കലിൽ: 'നമ്മൾ ഒരു ഏകാധിപത്യ ഭരണമാണോ? "

**Totalitarian:** 'Totalitarian' describes a type of government or rule where one person or a small group has complete control over everything and doesn't allow any opposition or freedom. In this context the word 'totalitarian' is used to ask if the current government is acting like one that has complete and harsh control over its people, not allowing any freedom or dissent.

□ **Totalitarian**
□ **Draconian**
□ **Brutal**
□ **Abject**
□ **Ruthless**
□ **Relentless**
□ **Despotic**
□ **Tyrannical**
□ **Dictator**
□ **Autocrat**
□ **Imperial**
□ **Arbitrary**
□ **Acrimonious**

□ **Duopoly**
□ **Monopoly**
□ **Vicious**

## Totalitarian (adj)

🔊 /toʊˌtæləˈtɛriən/ (toh-tal-uh-TAYR-ee-uhn): Describes a system of government that exercises complete control over all aspects of public and private life, often suppressing opposition and individual freedoms - ഏകാധിപത്യമായ, സർവ്വാധിപത്യമായ.

✦Totalitarian Measures Spark Debate in Parliament (Peoples Democracy)
ഏകാധിപത്യ നടപടികൾ പാർലമെന്റിൽ ചർച്ചയ്ക്ക് തുടക്കമിട്ടു.

## Draconian (adj)

🔊 /drəˈkoʊniən/ (druh-KOH-nee-uhn): Extremely strict, harsh, or severe, especially in laws or rules. - ക്രൂരമായ, നിർദ്ദയമായ.

✦The misuse of draconian laws for political gain (The New Indian Express)
രാഷ്ട്രീയ നേട്ടത്തിനായി ക്രൂരമായ നിയമങ്ങളുടെ ദുരുപയോഗം.

## Brutal (adj)

🔊/ˈbruːtəl/ (BROO-tuhl): Describes something that is extremely harsh, violent, or cruel in nature — ക്രൂരനായ, ക്രൂരമായ, മൃഗീയമായ, ഹീനമായ.

✦JDU leader brutally murdered in Bihar's Nalanda, FIR registered (India TV News)
ബിഹാറിലെ നളന്ദയിൽ ജെഡിയു നേതാവിനെ ക്രൂരമായി കൊലപ്പെടുത്തി, എഫ്ഐആർ രജിസ്റ്റർ ചെയ്തു.

## Abject (adj)

🔊 /ˈæb.dʒɛkt/ (AB-jekt): Something extremely bad, unpleasant, or degrading – ഹീനമായ, നിന്ദ്യമായ, അധമമായ, കടുത്ത, കൊടിയ.

✦BJP govt's attitude towards Kashmiri Hindus abject apathy and bias:Panun Kashmir (scoopnews)
കശ്മീരി ഹിന്ദുക്കളോടുള്ള ബി.ജെ.പി സർക്കാരിന്റെ മനോഭാവം അധമമായ ഉദാസീനതയും പക്ഷപാതവുമാണ്: പാനുൻ കശ്മീർ.

## Ruthless (adj)

🔊 /ˈruːθləs/ (ROOTH-luhs): Means showing no pity or compassion for others; merciless and cruel - ക്രൂരനായ, അലിവില്ലാത്ത, ദയയില്ലാത്ത.

✦Election Commission will be ruthless if violence takes place: CEC Rajiv Kumar (India TV News)
അക്രമം നടന്നാൽ തിരഞ്ഞെടുപ്പ് കമ്മീഷന് അലിവുണ്ടാകില്ല: മുഖ്യ തിരഞ്ഞെടുപ്പ് കമ്മിഷ്ണർ രാജീവ് കുമാർ.

## Relentless (adj)

🔊 /rɪˈlɛntləs/ (ri-LENT-luhs): Means persistent and unyielding, continuing without stopping or weakening - നിർദ്ദയമായ, ശമനമില്ലാത്ത, നിരന്തരമായ.

✦Manipur: Relentless rains wreak havoc; traffic disrupted, rivers swollen, mudslides cause chaos (The Economic Times)
മണിപ്പൂർ: നിർദ്ദയമായ (ശമനമില്ലാത്ത) മഴ നാശം വിതച്ചു; ഗതാഗതം തടസ്സപ്പെട്ടു, നദികൾ കരകവിഞ്ഞൊഴുകുന്നു, മണ്ണിടിച്ചിൽ അരാജകത്വത്തിന് കാരണമാകുന്നു.

## Despotic (adj)

/dɪˈspɒtɪk/ (dih-SPOT-ik): Means exercising power in a cruel and oppressive way; tyrannical - സ്വേച്ഛാധിപത്യമായ, സ്വേച്ഛാധിപതിയായ.

✦Former PM Manmohan Singh lashes at NDA govt, calls it "despotic regime" (ANI News)
എൻഡിഎ സർക്കാരിനെതിരെ ആഞ്ഞടിച്ച് മുൻ പ്രധാനമന്ത്രി മൻമോഹൻ സിംഗ്, ഇത് സ്വേച്ഛാധിപത്യ ഭരണമാണെന്ന് വിശേഷിപ്പിച്ചു.

## Tyrannical (adj)

🔊 /tɪˈrænɪkəl/ (tih-RAN-ih-kuhl): means exercising power in a cruel, oppressive, and unjust manner; like a tyrant - സ്വേച്ഛാധിപത്യമായ, സ്വേച്ഛാധിപതിയായ (Tyrant - സ്വേച്ഛാധിപതി).

✦Kejriwal's Arrest Takes India from the Rule of Law into the Rule of a Tyrant (The Wire).
കെജ്‌രിവാളിന്റെ അറസ്റ്റ് ഇന്ത്യയെ നിയമവാഴ്ചയിൽ നിന്ന് ഒരു സ്വേച്ഛാധിപതിയുടെ ഭരണത്തിലേക്ക് കൊണ്ടുപോയി.

## Dictator (adj)

🔊 /ˈdɪkteɪtər/ (DIK-tay-ter): Refers to a ruler who has absolute power and often exercises it oppressively or arbitrarily - സ്വേച്ഛാധിപതി.
**Dictatorship** - സേച്ഛാധിപത്യം

✦Our aim is to defeat BJP and end 'dictatorship': Arvind Kejriwal (India Today).
ബിജെപിയെ പരാജയപ്പെടുത്തി സേച്ഛാധിപത്യം അവസാനിപ്പിക്കുകയാണ് ഞങ്ങളുടെ ലക്ഷ്യം: അരവിന്ദ് കെജ്‌രിവാൾ...

## Autocrat (adj)

🔊 /ˈɔː.tə.kræt/ (AW-tuh-krat): An "autocrat" is a person who holds absolute power and authority, often ruling with complete control and without considering the opinions or rights of others - സ്വേച്ഛാധിപതി, ഏകാധിപതി.
**Autocracy** സേച്ഛാധിപത്യം.

✦Is India an Autocracy? (The Atlantic)
ഇന്ത്യ ഒരു സ്വേച്ഛാധിപത്യമാണോ?

## Imperial (adj)

🔊 /ɪmˈpɪə.ri.əl/ (im-PEER-ee-ul): Relates to or pertains to an empire or an emperor, often describing something grand, dominant, or characteristic of imperial rule or authority - സാമ്രാജ്യത്വപരമായ (Imperialism സാമ്രാജ്യത്വം).

✦Anti-Imperialism Day: CPI (Maoist) Calls for Revolutionary Spirit (The Hindu)
സാമ്രാജ്യത്വ വിരുദ്ധ ദിനം: വിപ്ലവ ആവേശത്തിനായി സി.പി.ഐ (മാവോയിസ്റ്റ്) ആഹ്വാനം ചെയ്യുന്നു.

## Arbitrary (adj)

🔊 /ˈɑːr.bɪ.trər.i/ (AHR-bi-trer-ee): Means based on individual discretion or random choice rather than any reason or system - **ഏകപക്ഷീയമായ**.

✦'Unconstitutional, arbitrary': Supreme Court junks electoral bonds 5-0 (Times of India)
'ഭരണഘടനാ വിരുദ്ധവും ഏകപക്ഷീയവും': ഇലക്ടറൽ ബോണ്ടുകൾ 5-0ന് സുപ്രീം കോടതി തള്ളി.

## Acrimonious (adj)

🗣 /ˌækrɪˈmoʊniəs/ (ak-ri-MO-nee-us): Bitter or sharp in speech, behavior, or attitude. It often describes a situation or relationship characterized by harshness or resentment - **പരുഷമായ, തിക്തമായ, ഉഗ്രമായ, കഠിനമായ, വാശിയേറിയ**.

✦Odisha awaits outcome of acrimonious fight between BJP, Congress and Biju Janata Dal (Telegraph India).
ബിജെപിയും കോൺഗ്രസും ബിജു ജനതാദളും തമ്മിലുള്ള വാശിയേറിയ പോരാട്ടത്തിന്റെ ഫലം കാത്തിരിക്കുകയാണ് ഒഡീഷ.

## Duopoly (n)

🗣 /djuːˈɒpəli/ (dyoo-OP-uh-lee): A situation in which only two companies or organizations do all the trade in a particular product or service - **രണ്ടുപേർ മാത്രമുള്ള വാണിജ്യ കുത്തക, ദ്വന്ദ്വാധി പത്യം.**

✦PhonePe, Google Pay creating a duopoly in India's UPI space? (Business Standard).
PhonePe, Google Pay എന്നിവ ഇന്ത്യയുടെ യുപിഐ സ്‌പെയ്‌സിൽ ഒരു ദ്വന്ദ്വാതിപത്യം സൃഷ്ടിക്കുന്നുണ്ടോ?.

## Monopoly (n)

🗣 /məˈnɒpəli/ (muh-NOP-uh-lee): Exclusive control of a commodity or service in a particular market, or a control that makes possible the manipulation of prices - **കുത്തക, കുത്തകാവകാശം.**

✦The end of cricket's Indian monopoly (The Economist)
ക്രിക്കറ്റിന്റെ ഇന്ത്യൻ കുത്തകയുടെ അന്ത്യം.

## Vicious (adj)

🗣 /ˈvɪʃəs/ (VISH-us): Means deliberately cruel or violent. - **ക്രൂരമായ, അധമമായ, ഹീനമായ, ദുഷിച്ച.**

✦ Jaishankar's remarks over China's Zangnan disregard common sense, a vicious attempt to win votes, say analysts (Global Times)
ചൈനയിലെ സാങ്നാനെക്കുറിച്ചുള്ള ജയശങ്കറിന്റെ പരാമർശം സാമാന്യബുദ്ധിയെ അവഗണിക്കുന്നു, വോട്ട് നേടാനുള്ള ഹീനമായ ശ്രമമാണെന്ന് വിശകലന വിദഗ്ധർ പറയുന്നു.

↳ *Practice Collocations (52)*

| | |
|---|---|
| ക്രൂരമായ നിയമങ്ങൾ | **Draconian** laws |
| ഒരു ക്രൂരനായ ഏകാധിപതി | A **brutal** dictator |
| കൊടിയ ദാരിദ്ര്യം | **abject** poverty. |
| അധമമായ ഉദാസീനതയും പക്ഷപാതവും... | **abject** apathy and bias... |
| ഒരു ക്രൂരനായ സ്വേച്ഛാധിപതി. | A **ruthless** tyrant. |
| മനുഷ്യാവകാശങ്ങൾക്കെതിരായ നിരന്തരമായ അടിച്ചമർത്തൽ. | a **relentless** crackdown on human rights. |
| അഴിമതി മൂടിവെച്ച് സ്വേച്ഛാധിപത്യ ഭരണമായി എൽഡിഎഫ് മാറുകയാണെന്ന് ചെന്നിത്തല ആരോപിച്ചു. | Chennithala accused the LDF of covering up corrupt practices and transforming into a **despotic** regime. |
| ഒരു സ്വേച്ഛാധിപത്യ രാഷ്ട്രീയ സംവിധാനം | A **tyrannical** political system |
| 'വിദ്വേഷം നിറഞ്ഞ സ്വേച്ഛാധിപതി സ്നേഹത്തെ ഭയക്കുന്നു': പ്രധാനമന്ത്രി മോദിക്കെതിരെ രൂക്ഷ വിമർശനവുമായി കോൺഗ്രസ് | '**Dictator** filled with hate gets frightened by love': congress takes potshot at PM modi |
| ഇന്ത്യയെ സ്വേച്ഛാധിപത്യമാക്കി മാറ്റാൻ മോദി എങ്ങനെയാണ് ഹിന്ദുമതത്തെ ഉപയോഗിക്കുന്നത്. | How Modi is using Hinduism to turn India into an **autocracy**. |
| സാമ്രാജ്യത്വ ശക്തി | **Imperial** power |
| ഏകപക്ഷീയമായ തീരുമാനങ്ങൾ. | **Arbitrary** decisions. |

| ദരിദ്രരായ വിദ്യാർത്ഥികൾക്ക് സൗജന്യ യാത്ര: കേരള സർക്കാരിന്റെ 'ഏകപക്ഷീയമായ' തീരുമാനം സ്വകാര്യ ബസുടമകളെ ചൊടിപ്പിച്ചു | Free travel for extremely poor students: Kerala govt's **'arbitrary'** decision irks private bus owners |
|---|---|
| പ്രകടമായി ഏകപക്ഷീയവും വ്യക്തമായും ഭരണഘടനാ വിരുദ്ധവും | Manifestly **arbitrary**, clearly unconstitutional |
| വാശിയേറിയ പോരാട്ടം... | **Acrimonious** fight... |
| ഫോൺ പേ, ഗൂഗിൾ പേ ദ്വന്ദ്വാധിപത്യം. | Phone Pay and Google Pay **duopoly**. |
| ക്രിക്കറ്റിന്റെ ഇന്ത്യൻ കുത്തകയുടെ അന്ത്യം. | The end of cricket's Indian **monopoly**. |
| ഒരു ദുഷിച്ച സംസ്കാരം. | A **vicious** culture. |

↳ *Reinforce the pronunciation*

| | | | |
|---|---|---|---|
| 1 | **Totalitarian** | /ˌtoʊtəˈlɪteəriən/ | toh-tal-uh-TAYR-ee-uhn |
| 2 | **Draconian** | /dreɪˈkoʊniən/ | druh-KOH-nee-uhn |
| 3 | **Brutal** | /ˈbruːtl̩/ | BROO-tuhl |
| 4 | **Abject** | /ˈæb.dʒekt/ | AB-jekt |
| 5 | **Ruthless** | /ˈruːθlɪs/ | ROOTH-liss |
| 6 | **Relentless** | /rɪˈlentləs/ | ri-LENT-luhs |
| 7 | **Despotic** | /dɪˈspɒtɪk/ | dih-SPOT-ik |
| 8 | **Tyrannical** | /tɪˈrænɪkəl/ | tih-RAN-ih-kuhl |
| 9 | **Dictator** | /ˈdɪkteɪtər/ | DIK-tay-ter |
| 10 | **Autocrat** | /ˈɔːtəkræt/ | AW-tuh-krat |
| 11 | **Imperial** | /ɪmˈpɪriəl/ | im-PEER-ee-uhl |
| 12 | **Arbitrary** | /ˈɑːrbɪtreri/ | AHR-bi-trer-ee |
| 13 | **Acrimonious** | /ˌækrɪˈmoʊniəs/ | ak-ri-MO-nee-us |
| 14 | **Duopoly** | /djuːˈɒpəli/ | dyoo-OP-uh-lee |
| 15 | **Monopoly** | /məˈnɒpəli/ | muh-NOP-uh-lee |
| 16 | **Vicious** | /ˈvɪʃ.əs/ | VISH-us |

# 53. Pinarayi lauds cops for quick <u>breakthrough</u> in kidnap case (The Times of India)

**Breakthrough**: A 'breakthrough' is an important discovery or progress that helps solve a problem or advance understanding.

In the context of "Pinarayi lauds cops for quick breakthrough in kidnap case": The word 'breakthrough' means that the police made an important progress or discovery quickly that helped solve the kidnapping case.

☐ Breakthrough
☐ Progress
☐ Advancement

☐ **Headway**
☐ **Betterment**
☐ **Momentum**

## Breakthrough (v)

🔊 */ˈbreɪkˌθruː/ (BRAYK-throo):* Is a significant and sudden advancement or discovery, especially one that helps to solve a problem or achieve a goal - മുന്നേറ്റം, പുരോഗതി.

✦No breakthrough in India-China military talks, all eyes now on defense ministers' meet (The Hindu)
ഇന്ത്യ-ചൈന സൈനിക ചർച്ചകളിൽ പുരോഗതിയില്ല, പ്രതിരോധ മന്ത്രിമാരുടെ യോഗത്തിലാണ് ഇനി എല്ലാവരുടെയും ശ്രദ്ധ.

## Progress (n)

🔊 */ˈprəʊgrɛs/ (PROH-gres):* Refers to forward movement or development towards a goal or improvement - പുരോഗതി.

✦Sri Lanka has made 'strong progress' on debt restructuring front: IMF (The Hindu)
കടം പുനഃക്രമീകരിക്കുന്നതിൽ ശ്രീലങ്ക 'ശക്തമായ പുരോഗതി' കൈവരിച്ചു: IMF.

## Advancement (n)

🔊 */ədˈvɑːnsmənt/ (əd-VANSS-mənt):* Means progress or promotion to a higher stage, level, or position - പുരോഗതി, അഭിവൃദ്ധി, മുന്നേറ്റം.

✦Unfavourable conditions delay advancement of Monsoon in Odisha (The Hindu)
പ്രതികൂല സാഹചര്യങ്ങൾ ഒഡീഷയിലെ മൺസൂണിന്റെ മുന്നേറ്റം വൈകിപ്പിക്കുന്നു.

## Headway (n)

🔊 */ˈhɛdˌweɪ/ (HED-way):* Means progress or forward movement towards achieving something - മുന്നേറ്റം, പുരോഗതി, അഭിവൃദ്ധി.

✦Russia appears to make headway in key Ukrainian town of Chasiv Yar (News18)
ഉക്രേനിയൻ നഗരമായ ചാസിവ് യാറിൽ റഷ്യ മുന്നേറുന്നതായി തോന്നുന്നു.

## Betterment (n)

🔊 */ˈbɛtərmənt/ (BET-er-muhnt):* Refers to the act or process of improving something or making it better - അഭിവൃദ്ധി, ഉന്നതി.

✦Naveen Patnaik reviews election defeat, instructs party workers to work for people's betterment (The News Mill)
നവീൻ പട്നായിക് തിരഞ്ഞെടുപ്പ് പരാജയം അവലോകനം ചെയ്തു, ജനങ്ങളുടെ ഉന്നമനത്തിനായി പ്രവർത്തിക്കാൻ പാർട്ടി പ്രവർത്തകർക്ക് നിർദ്ദേശം നൽകി.

## Momentum (n)

🔊 */məʊˈmɛntəm/ (moh-MEN-tuhm):* Refers to the strength or force gained by movement or progress, typically seen as an indication of the likelihood of continued success or progress - ആക്കം, വേഗം, ഊക്ക്, പുരോഗതി, മുന്നേറ്റം.

✦Needs to be examined why BJP couldn't maintain momentum in Bengal after 2021: Dilip Ghosh (The Economic Times)
2021ന് ശേഷം ബംഗാളിൽ ബിജെപിക്ക് മുന്നേറ്റം നിലനിർത്താനാകാത്തത് എന്തുകൊണ്ടാണെന്ന് പരിശോധിക്കണം: ദിലീപ് ഘോഷ്.

↳ *Practice Collocations (53)*

| | |
|---|---|
| ഇന്ത്യ ചൈന സൈനിക ചർച്ചയിൽ പുരോഗതിയില്ല. | No **breakthrough** in India-China military talks... |
| കൂടത്തായി കേസിൽ നിർണ്ണായകമായ പുരോഗതി. | Crucial **breakthrough** in Koodathai case... |
| അവന് കണക്കിൽ പുരോഗതിയുണ്ടാകുന്നുണ്ട്. | He's making good **progress** in maths... |
| സംസ്ഥാനത്ത് കാലവർഷം അഭിവൃദ്ധിപ്പെടുന്നു. | Monsoon **advances** in state... |
| ശാസ്ത്രത്തിന്റെ പുരോഗതി... | The **advancement** of science... |
| തെലങ്കാന നഴ്സിങ് വിദ്യാർത്ഥിയുടെ മരണത്തിന്റെ അന്വേഷണത്തിൽ പുരോഗതിയില്ല. | No **headway** in investigation into death of Telangana nursing student. |

| ഒഴുക്കിനെതിരെ കാര്യമായ പുരോഗതിയുണ്ടാക്കാൻ ബോട്ടിന് കഴിഞ്ഞില്ല. | The boat was unable to make much **headway** against the tide. |
|---|---|
| പുരോഗതിയിലെ പ്രതീക്ഷ... | Hope of **betterment**. |
| ബംഗാളിൽ ബിജെപിക്ക് മുന്നേറ്റം നിലനിർത്താനായില്ല. | BJP couldn't maintain **momentum** in Bengal. |

↳ *Reinforce the pronunciation*

| | | | |
|---|---|---|---|
| 1 | **Breakthrough** | /ˈbreɪkˌθruː/ | BRAYK-throo |
| 2 | **Progress** | /ˈprɑːɡrɛs/ | PROH-gres |
| 3 | **Advancement** | /ədˈvɑːnsmənt/ | əd-VANSS-mənt |
| 4 | **Headway** | /ˈhɛdˌweɪ/ | HED-way |
| 5 | **Betterment** | /ˈbɛtərmənt/ | BET-er-muhnt |
| 6 | **Momentum** | /moʊˈmɛntəm/ | moh-MEN-tuhm |

# 54. Hyderabad hotel <u>inferno</u>: Bodies of Odia couple reaches hometown, locals mourn the deaths (Sambad English)

"ഹൈദരാബാദ് ഹോട്ടൽ തീപിടുത്തം: ഒഡിയ ദമ്പതികളുടെ മൃതദേഹങ്ങൾ ജന്മനാട്ടിലെത്തി, മരണത്തിൽ നാട്ടുകാർ വിലപിച്ചു.''

**Inferno:** In this context, "inferno" refers to an intense and uncontrolled fire or a large and destructive fire that causes extensive damage or loss of life. It suggests that the fire at the Hyderabad hotel was severe and resulted in significant destruction and loss of life.

☐ **Inferno**
☐ **Blaze**
☐ **Set ablaze**
☐ **Set on fire**
☐ **Burn**
☐ **Conflagration**
☐ **Bonfire**
☐ **Smoulder**
☐ **Forest fire**
☐ **Wildfire**
☐ **Gutted**
☐ **Arson**
☐ **Flare Up**
☐ **Break out**
☐ **Erupt**
☐ **Explosion**
☐ **Blast**
☐ **Burst into flames**
☐ **Go off**
☐ **Charred to death**
☐ **Engulf**

## Inferno (n)

🔊 */ɪnˈfɜːrnoʊ/ (in-FUR-no):* Refers to an intense and highly destructive fire - അനിയന്ത്രിതമായ തീപിടുത്തം.

✦Embers of Ancient Inferno Pinpoint Worst Extinction in Earth's History (Tasnim News Agency)
ഭൂമിയുടെ ചരിത്രത്തിലെ ഏറ്റവും മോശമായ വംശനാശം, പുരാതന തീപിടുത്തത്തിന്റെ കനലുകൾ.

## Blaze (n)

🔊 */bleɪz/ (BLAYZ):* Refers to a large and fiercely burning fire - തീ, അഗ്നിജ്വാല.

✦Famous temple in India`s Kashmir gutted in fire, cause of blaze not known (WION)
ഇന്ത്യയിലെ കശ്മീരിലെ പ്രശസ്തമായ ക്ഷേത്രം തീപിടുത്തത്തിൽ കത്തിനശിച്ചു, തീപിടുത്തത്തിന്റെ കാരണം അറിവായിട്ടില്ല.

## Set ablaze (Phr)

🗣 /set ə'bleɪz/ (set uh-BLAYZ): Means to ignite something and cause it to burn intensely – തീയിടുക.

✦Man beheaded in Jiribam, irate mob set ablaze houses (Pothashang)
ജിരിബാമിൽ ഒരാളെ ശിരഛേദം ചെയ്തു, രോഷാകുലരായ ജനക്കൂട്ടം വീടുകൾക്ക് തീയിട്ടു.

## Set on fire (Phr)

🗣 /set ɒn 'faɪər/ (set on FY-er): Means to intentionally ignite something, causing it to burn - തീയിടുക.

✦Vehicles Set On Fire During Violence In Chhattisgarh's Balodabazar (NDTV)
ഛത്തീസ്ഗഢിലെ ബലോദബസാറിൽ അക്രമത്തിനിടെ വാഹനങ്ങൾക്ക് തീയിട്ടു.

## Burn (v)

🗣 /bɜːrn/ (BURN): To be damaged or destroyed by fire or heat. - കത്തിക്കുക, തീയിടുക.

✦Suspected Insurgents Attack Police Outposts, Burn Homes In Manipur's Jiribam (NDTV)
മണിപ്പൂരിലെ ജിരിബാമിൽ പോലീസ് ഔട്ട്പോസ്റ്റുകൾ ആക്രമിച്ച വിമതർ വീടുകൾ കത്തിച്ചു.

## Conflagration (n)

🗣 /kɒnflə'greɪʃən/ (kuhn-fluh-GRAY-shuhn): A large, destructive fire or a major conflict. - കൊടും തീപിടുത്തം, വിനാശകരമായ അഗ്നി, സംഘർഷം.

✦Consequences of the Manipur Conflagration (NDTV)
മണിപ്പൂർ സംഘർഷത്തിന്റെ (തീ) അനന്തരഫലങ്ങൾ.

## Bonfire (n)

🗣 /'bɒnfaɪər/ (BON-fyuh): A large outdoor fire, often for celebration or disposal of waste. - നിരുപയോഗസാധനങ്ങൾ തുറസ്സായ സ്ഥലത്തിട്ടു കത്തിക്കൽ, തുറസ്സായ സ്ഥലത്ത് കൂട്ടുന്ന തീ.

✦Sankranti revelry to begin with Bhogi bonfire today (NDTV)
ഇന്ന് ഭോഗി തീനാളത്തോടെ സംക്രാന്തി ആഘോഷങ്ങൾ ആരംഭിക്കും.

## Smoulder (v)

🗣 /'smooldər/ (SMOHL-duhr): To burn slowly with smoke but no flame. - നീറുക, പുകയുക, എരിയുക.

✦Smouldering unrest: on Wistron plant issue (NDTV)
പുകയുന്ന അശാന്തി: വിസ്ട്രോൺ പ്ലാന്റ് പ്രശ്നത്തിൽ.

## Forest fire (n)

🗣 /'fɒrɪst 'faɪər/ (FOR-ist FY-er): A large, uncontrolled fire that spreads rapidly through a forested area. - കാട്ടുതീ.

✦Cabinet secretary chairs meet to tackle forest fires, heatwave (Hindustan Times)
കാട്ടുതീയും ഉഷ്ണതരംഗവും നേരിടാൻ കാബിനറ്റ് സെക്രട്ടറി അധ്യക്ഷന്മാരുടെ യോഗം.

## Wildfire (n)

🗣 /'waɪldfaɪər/ (WYLD-fyuh): A large, uncontrolled fire that spreads quickly in forests or grasslands. - കാട്ടുതീ.

✦Sudden spike in wildfires in southern India due to heat, clear skies (Hindustan Times)
ചൂടും തെളിഞ്ഞ ആകാശവും കാരണം ദക്ഷിണേന്ത്യയിൽ കാട്ടുതീയിൽ പെട്ടെന്നുള്ള വർദ്ധനവ്.

## Gutted (adj/v)

🗣 /'gʌtɪd/ (GUT-id): Completely destroyed by fire or deeply devastated emotionally. - ചുട്ടെരിഞ്ഞ.

✦Over 50 shanties gutted in Baddi blaze; no casualties (Tribune India)
ബദ്ദി തീപിടിത്തത്തിൽ 50-ലധികം കുടിലുകൾ കത്തിനശിച്ചു; ആളപായമില്ല.

## Arson (adj/v)

🔊 /'aːrsən/ (AHR-suhn): The criminal act of deliberately setting fire to property. - തീവയ്പ്.

✦Massive violence, arson in Chhattisgarh collectorate premises in protests over religious site vandalism (Times of India)
ഛത്തീസ്ഗഢിലെ മതസ്ഥല നശീകരണത്തിനെതിരായ പ്രതിഷേധത്തിൽ കലക്ട്രേറ്റ് വളപ്പിൽ വൻ അക്രമവും തീവെയ്പും.

## Flare Up (Phr. V)

🔊 /fleər ʌp/ (FLARE up): o suddenly increase in intensity, like a fire or emotions. - ആളിക്കത്തിക്കുക, വർദ്ധിപ്പിക്കുക, പൊട്ടിപ്പുറപ്പെടുക.

✦Uneven rainfall may flare up food inflation: Experts (The Economic Times)
അസാധാരണമായ മഴ ഭക്ഷ്യക്ഷാമം വർദ്ധിപ്പിച്ചേക്കാം: വിദഗ്ദർ.

✦Israeli strikes on Gaza kill at least 25 people as tensions flare up (Business Standard)
സംഘർഷം പൊട്ടിപ്പുറപ്പെടുന്നതിനിടെ ഗാസയിൽ ഇസ്രായേൽ നടത്തിയ ആക്രമണത്തിൽ 25 പേർ കൊല്ലപ്പെട്ടു.

## Break out (Phr)

🔊 /breɪk aʊt/ (BRAYK out): To start suddenly, like a fire, war, or disease. - പൊട്ടിപ്പുറപ്പെടുക, ഉടലെടുക്കുക.

✦Political row breaks out over Kerala's disaster response in the wake of Wayanad landslide (The Hindu)
വയനാട്ടിലെ ഉരുൾപൊട്ടലിന്റെ പശ്ചാത്തലത്തിൽ കേരളത്തിന്റെ ദുരന്തനിവാരണത്തെച്ചൊല്ലി രാഷ്ട്രീയ സംഘർഷം ഉടലെടുക്കുന്നു.

## Erupt (v)

🔊 /ɪ'rʌpt/ (ih-RUPT): To explode or burst out suddenly, like a volcano, anger, or violence. - പൊട്ടിപ്പുറപ്പെടുക, പ്രവഹിപ്പിക്കുക, ഉടലെടുക്കുക.

✦Violent Clashes Erupt In Bangladesh Again, India Issues Advisory (HW News English)
ബംഗ്ലാദേശിൽ വീണ്ടും അക്രമാസക്തമായ സംഘർഷങ്ങൾ പൊട്ടിപ്പുറപ്പെടുന്നു, ഇന്ത്യ ഉപദേശം നൽകി.

## Explosion (n)

🔊 /ɪk'spləʊʒən/ (ik-PLOH-zhuhn): A sudden and violent burst or blast, often with a loud noise. - പൊട്ടിപ്പുറപ്പെടുക, പ്രവഹിപ്പിക്കുക, ഉടലെടുക്കുക (explode (v))

✦8 Killed, 60 Injured In Explosion, Fire At Chemical Factory In Thane (NDTV)
താനെയിലെ കെമിക്കൽ ഫാക്ടറിയിലുണ്ടായ സ്ഫോടനത്തിൽ 8 പേർ മരിച്ചു, 60 പേർക്ക് പരിക്കേറ്റു.

## Blast (v)

🔊 /blæst/ (BLAST): Means a powerful explosion or a strong, forceful burst of air or energy - സ്ഫോടനം, പൊട്ടിത്തെറി.

✦Blast at cafe in India's Bengaluru injures 8, authorities say (Reuters)
ബെംഗളൂരുവിലെ കഫേയിലുണ്ടായ സ്ഫോടനത്തിൽ എട്ട് പേർക്ക് പരിക്കേറ്റതായി അധികൃതർ അറിയിച്ചു.

## Burst into flames (Phr)

🔊 /bɜːrst 'ɪntuː fleɪmz/ (BURST into FLAYMZ): Means to suddenly catch fire and start burning - കത്തി നശിക്കുക.

✦Drunk Delhi officer rams SUV into bike, both vehicles burst into flames (India Today)
മദ്യലഹരിയിലായിരുന്ന ഡൽഹി ഉദ്യോഗസ്ഥൻ എസ്യുവി ബൈക്കിൽ ഇടിച്ചു, രണ്ട് വാഹനങ്ങളും കത്തിനശിച്ചു.

## Go off (Phr. V)

🔊 /gəʊ aːf/ (go AWF): Means to explode, activate, or start suddenly - പൊട്ടിത്തെറിക്കുക.

✦The bomb went off in a crowded street. (oxford)
തിരക്കേറിയ തെരുവിലാണ് ബോംബ് പൊട്ടിത്തെറിച്ചത്.

## Charred to death (Phr)

🔊 /chard tə deθ/ (CHARD tuh deth): Means burned to ashes - വെന്തുമരിച്ചു, കത്തിക്കരിഞ്ഞു.

✦ Who was Gursimran Kaur, Indian Sikh teen charred to death inside Walmart oven in Canada. (Hindustan Times)
കാനഡയിലെ വാൾമാർട്ട് ഓവനിൽ വെന്തുമരിച്ച ഇന്ത്യൻ സിഖ് കൗമാരക്കാരിയായ ഗുർസിമ്രാൻ കൗർ ആരാണ്?

# Engulf (v)

🔊 /ɪnˈɡʌlf/ (in-GULF): To engulf means to completely surround or cover something, often with a large amount of something like water, fire or smoke. - ഗ്രസിക്കുക, വിഴുങ്ങുക

✦ Assam: Massive fire engulf 3 shops in Jorhat, none injured (ANI News)

അസം: ജോർഹട്ടിൽ 3 കടകളിൽ വൻ തീപിടിത്തം (കടകളെ വൻ തീ വിഴുങ്ങി), ആർക്കും പരിക്കില്ല

↳ *Practice Collocations (54)*

| | |
|---|---|
| ഹൈദരാബാദ് ഹോട്ടൽ തീപിടുത്തം... | Hyderabad hotel **inferno**... |
| പുരാതനമായ തീപിടുത്തത്തിൻറെ കനലുകൾ.. | Embers of Ancient **Inferno**... |
| വലിയ തീപിടുത്തം ഉണ്ടായി... | Massive **Blaze** breaks out... |
| അദ്ദേഹത്തെ തീയിൽ നിന്നും രക്ഷിച്ചു. | He was rescued from **blaze**... |
| ധാരാളം വീടുകൾ തീയിട്ടു. | Several houses were **set ablaze**. |
| കമല നഗറിൽ രണ്ടു കുഞ്ഞുങ്ങളുടെ അമ്മ സ്വയം തീകൊളുത്തി... | Mother of two sets herself **ablaze** in Kamla Nagar... |
| കണ്ണൂർ റെയിൽവേ സ്റ്റേഷനിൽ ട്രയിനിന് തീയിട്ടു.1 ബോഗി കത്തിയെരിഞ്ഞു. | Train **set on fire** in Kannur railway station; 1 bogie gutted. |
| പോലീസ് തീയിട്ടു എന്ന് പൊള്ളലേറ്റ വ്യക്തി പരാതിപ്പെടുന്നു. | **Burnt** Man Claims Police Set Him on Fire. |
| ഗേൾഫ്രണ്ടുമായുള്ള പിണക്കം, തമിഴ്‌നാട്ടിൽ ഡോക്ടർ 40 ലക്ഷം രൂപവരുന്ന ആഡംബര കാർ കത്തിച്ചു. | After tiff with girlfriend, doctor **burns** Rs 40 lakh luxury car in Tamil Nadu. |
| മണിപ്പൂർ തീപിടുത്തത്തിൻറെ അനന്തരഫലങ്ങൾ... | Consequences of the Manipur **Conflagration** |
| അതിർത്തി തീപിടുത്തം... | Border **conflagration**... |
| തീ ഇപ്പോഴും എരിയുന്നു. | The **bonfire** was still smouldering... |
| മഴ കുട്ടികളിട്ട തീ കെടുത്തി... | Rain put out the children's **bonfire**... |
| എരിയുന്ന തീ... | A **smouldering** fire |
| എരിയുന്ന സിഗരറ്റ്... | A **smouldering** cigarette. |
| കൊടൈക്കനാലിൽ കാട്ടുതീ പൊട്ടിപുറപ്പെട്ടു. | **Forest fire** breaks out in Kodaikanal. |
| മനുഷ്യനിർമ്മിതമായ കാലാവസ്ഥാവ്യതിയാനത്തിൻറെ ആഘാതം ഉഷ്ണകാലത്തെ കാട്ടുതീ വർദ്ധിപ്പിക്കുന്നു. | Anthropogenic climate change impacts exacerbate summer **forest fires**... |
| കേരളത്തിൽ കാട്ടുതീ തടയാനുള്ള ശ്രമത്തിനിടയിൽ 3 ഫോറസ്റ്റ് വാച്ചർമാർ മരിച്ചു. | Three forest watchers die while attempting to prevent **wildfire** in Kerala |
| രണ്ടു കടകൾ കത്തിഎരിഞ്ഞു. | Two Shops were **Gutted** In Fire |
| പഹൽഗാമിലെ തീ അപകടത്തിൽ ഹോട്ടൽ കത്തിയെരിഞ്ഞ് വിനോദ സഞ്ചാരിമരിച്ചു. | Tourist dies as hotel **gutted** in Pahalgam fire mishap |
| ബസ് കത്തിച്ചതിന് രണ്ട് പേർക്കെതിരെ തീവെപ്പ് കേസ്. | **Arson** case against 2 for setting ablaze a bus. |
| അസാധാരണമായ മഴ ഭക്ഷ്യക്ഷാമം വർദ്ധിപ്പിച്ചേക്കാം. | Uneven rainfall may **flare up** food inflation. |
| സംഘർഷം പൊട്ടിപുറപ്പെട്ടു. | Tensions **flared up**. |
| രാഷ്ട്രീയ സംഘർഷം പൊട്ടിപുറപ്പെട്ടു. | Political row **breaks out**. |
| ബംഗ്ലാദേശിൽ വീണ്ടും അക്രമാസക്തമായ സംഘർഷങ്ങൾ പൊട്ടിപുറപ്പെടുന്നു | Violent Clashes **Erupt** In Bangladesh Again |
| സ്ഫോടനത്തിൽ 8 പേർ മരിച്ചു, 60 പേർക്ക് പരിക്കേറ്റു. | 8 Killed, 60 Injured In **Explosion** |
| ബംഗളൂരുവിലെ കഫേയിലുണ്ടായ സ്ഫോടനത്തിൽ എട്ട് പേർക്ക് പരിക്കേറ്റു... | **Blast** at cafe in India's Bengaluru injures 8... |
| രാഷ്ട്രീയ സംഘർഷം പൊട്ടിപുറപ്പെട്ടു. | Political row **breaks out**. |
| രണ്ട് വാഹനങ്ങളും കത്തിനശിച്ചു. | ... both vehicles **burst into flames**. |
| തിരക്കേറിയ തെരുവിലാണ് ബോംബ് പൊട്ടിത്തെറിച്ചത്. | The bomb **went off** in a crowded street. |
| മധ്യപ്രദേശിൽ ട്രക്കിന് തീപിടിച്ച് ഡ്രൈവറും സഹായിയും വെന്തുമരിച്ചു | Driver, his aide **charred to death** as truck catches fire in Madhya Pradesh. |
| തീ കെട്ടിടം മുഴുവൻ വിഴുങ്ങാൻ തുടങ്ങി. | The fire began to **engulf** the entire building. |

↳ *Reinforce the pronunciation*

| 1 | Inferno | /ɪnˈfɜːrnoʊ/ | in-FUR-no |
| 2 | Blaze | /bleɪz/ | BLAYZ |
| 3 | Set ablaze | /sɛt əˈbleɪz/ | set uh-BLAYZ |
| 4 | Set on fire | /sɛt ɒn ˈfaɪər/ | set on FY-er |
| 5 | Burn | /bɜːrn/ | BURN |
| 6 | Conflagration | /kɒnfləˈɡreɪʃən/ | kuhn-fluh-GRAY-shuhn |
| 7 | Bonfire | /ˈbɒnfaɪər/ | BON-fyuh |
| 8 | Smoulder | /ˈsmoʊldər/ | SMOHL-duhr |
| 9 | Forest fire | /ˈfɔrɪst ˈfaɪər/ | FOR-ist FY-er |
| 10 | Wildfire | /ˈwaɪld ˌfaɪər/ | WYLD-fyuh |
| 11 | Gutted | /ˈɡʌtɪd/ | GUT-id |
| 12 | Arson | /ˈɑːrsən/ | AHR-suhn |
| 13 | Flare Up | /flɛər ʌp/ | FLARE up |
| 14 | Break out | /breɪk aʊt/ | BRAYK out |
| 15 | Erupt | /ɪˈrʌpt/ | ih-RUPT |
| 16 | Explosion | /ɪkˈsploʊʒən/ | ik-PLOH-zhuhn |
| 17 | Blast | /blæst/ | BLAST |
| 18 | Burst into flames | /bɜːrst ˈɪntuː fleɪmz/ | BURST into FLAYMZ |
| 19 | Go off | /ɡoʊ ɑːf/ | go AWF |
| 20 | Charred to death | /chɑrd tə dɛθ/ | CHARD tuh deth |
| 21 | Engulf | /ɪnˈɡʌlf/ | in-GULF |

# 55. BJP govt will <u>plunder</u> our lithium reserves: Mehbooba (Times of India)

"ബിജെപി സർക്കാർ നമ്മുടെ ലിഥിയം ശേഖരം കൊള്ളയടിക്കും: മെഹബൂബ"

**Plunder:** In this context, "plunder" means to take or use something valuable in a way that's unfair or wrong, often for personal gain. Mehbooba is saying that the BJP government might use the lithium reserves just for their own benefit.

☐ Plunder
☐ Extort
☐ Loot
☐ Dacoit
☐ Rob
☐ Ransack
☐ Fleece
☐ Maraud
☐ Foray
☐ Sack
☐ Lift
☐ Pirate
☐ Disgorge

## Plunder (v/n)

🔊 /ˈplʌndər/ (PLUHN-duhr): To steal goods, often by force, especially during war or chaos. - കൊള്ളയടിക്കുക, കവർച്ചചെയ്യുക, പിടിച്ചുപറിക്കുക/മോഷ്ടിച്ച വസ്തുക്കൾ, കൊള്ളയടിച്ച മുതൽ.

✦'This is plunder': Opposition slams Kerala Budget. (The Hindu)
ഇത് കൊള്ളയാണ്: കേരള ബജറ്റിനെതിരെ രൂക്ഷ വിമർശനവുമായി പ്രതിപക്ഷം.

## Extort (v/n)

🔊 /ɪkˈstɔːt/ (ik-STAWT): Means to force someone to give you money or something else by threatening them - പിടിച്ചുപറിക്കുക, തട്ടിയെടുക്കുക.

✦Man arrested for trying to extort Rs 1 crore from Delhi jewellery shop owner (The Indian Express)
ഡൽഹി ജ്വല്ലറി ഉടമയിൽ നിന്ന് ഒരു കോടി രൂപ തട്ടിയെടുക്കാൻ ശ്രമിച്ചയാൾ അറസ്റ്റിൽ.

## Loot (v/n)

🔊 /luːt/ (loot): o steal goods, typically during war, riots, or chaos. - മോഷ്ടിക്കുക, കൊള്ളയടിക്കുക/ കൊള്ളയടിച്ച മുതൽ.

✦Odisha security guard thwarts bid to loot ATM cash van, injured (The Statesman).
എ.ടി.എം കാഷ് വാൻ കൊള്ളയടിക്കാനുള്ള ശ്രമം ഒഡീഷയിലെ സെക്യൂരിറ്റി ഗാർഡ് പരാജയപ്പെടുത്തി, അതിനിടയിൽ അദ്ദേഹത്തിന് പരിക്കേറ്റു.

## Dacoit (n)

🔊 /dəˈkɔɪt/ (duh-KOYT): A member of a group of armed thieves - തീവെട്ടിക്കൊള്ളക്കാരൻ, കൊള്ളക്കാർ.

✦Dacoits loot Imam Masjid in Muzaffargarh (The Indian Express)
മുസാഫർഗഡിലെ ഇമാം മസ്ജിദ് കൊള്ളക്കാർ കൊള്ളയടിച്ചു.

## Rob (v)

🔊 /rɒb/ (rahb): Means to take property unlawfully from (a person or place) by force or threat of force - കൊള്ളയടിക്കുക, കവർന്നെടുക്കുക.

✦One Lakh rupees was robbed by bike-borne assailants... (The Hindu)
ബൈക്കിൽ വന്ന അക്രമികൾ 1 ലക്ഷം രൂപ കവർന്നെടുത്തു.

## Ransack (v)

🔊 /ˈrænsæk/ (RAN-sak): To make a place untidy, causing damage, because you are looking for something - കൊള്ളയടിക്കുക, കുഴച്ചുമറിക്കുക, എല്ലായിടത്തും പരിശോധിക്കുക.

✦Sandeshkhali: Protestors ransack Trinamool leader's house in fresh violence (The Hindu)
സന്ദേശ്ഖാലി: തൃണമൂൽ നേതാവിന്റെ വീട് പ്രതിഷേധക്കാർ കൊള്ളയടിച്ചു.

## Fleece (v)

🔊 /fliːs/ (flees): To cheat or swindle someone, often by taking their money or resources. - കൊള്ളയടിക്കുക, പറ്റിക്കുക.

✦Daylight robbery: Parking operators fleece motorists in Bengaluru (The Hindu)
പകൽ കൊള്ള: ബംഗളൂരുവിൽ പാർക്കിങ് നടത്തിപ്പുകാർ വാഹനയാത്രക്കാരെ കൊള്ളയടിച്ചു.

## Maraud (v)

🔊 /məˈrɔːd/ (muh-RAWD): To roam in search of things to steal or people to attack. - ചുറ്റിനടന്ന് കൊള്ളയടിക്കുക, കവർച്ച നടത്തുക, ആക്രമിക്കുക.

✦They marauded the country...
അവർ രാജ്യം കൊള്ളയടിച്ചു.

## Foray (v)

🔊 /ˈfɔːreɪ/ (FOR-ay): A sudden attack or short invasion, especially to gather supplies or loot. - കവർച്ച നടത്തുക, കടന്നാക്രമിച്ച് കവർച്ചചെയ്യുക.

✦A foray into enemy territory...
ശത്രുരാജ്യത്തേക്കുള്ള കടന്നാക്രമണം...

## Sack (v)

🔊 /sæk/ (sak): To loot or plunder, especially after capturing a place - കൊള്ളയടിക്കുക.

✦The army sacked the city.
സൈന്യം നഗരത്തെ കൊള്ളയടിച്ചു.

## Lift (v)

🔊 */lɪft/ (lift):* Lift means to take something secretly or steal it - അപഹരിക്കുക, മോഷ്ടിക്കുക.
**Lifter (n)**

✦Bike lifter gang apprehended (Times of India)
ബൈക്ക് മോഷ്ടാക്കളുടെ സംഘം പിടിയിൽ.

✦Nellore: Bike lifter gang busted (The Hans India)
നെല്ലൂർ: ബൈക്ക് മോഷ്ടാക്കളുടെ സംഘം പിടിയിൽ.

## Pirate (v)

🔊 /ˈpaɪrɪt/ (PY-rit): A pirate is someone who attacks ships at sea to steal, or someone who illegally copies and uses or sells others' work without permission – കടൽക്കൊള്ള

നടത്തുക, കടൽകൊള്ളക്കാരൻ, പകർപ്പവകാശമില്ലാതെ പ്രസിദ്ധപ്പെടുത്തുക, സാഹിത്യ ചോരകൻ.

✦Captured Somali pirates arrive in India to face trial over ship hijacking (Al Jazeera)
കപ്പൽ തട്ടിക്കൊണ്ടു പോയതിൽ വിചാരണ നേരിടാൻ പിടിയിലായ സോമാലിയൻ കടൽക്കൊള്ളക്കാർ ഇന്ത്യയിലെത്തുന്നു.

## Disgorge (v)

🔊 /dɪsˈɡɔrdʒ/ (dis-GORGE): Means to give up or surrender, often referring to stolen goods. — മോഷ്ടിച്ചത് തിരികെ കൊടുക്കുക.

✦ The thief disgorged his plunder (Times of India)
കള്ളൻ മോഷ്ടിച്ച വസ്തുക്കൾ തിരികെ നൽകി.

↳ *Practice Collocations (55)*

| | |
|---|---|
| പൊതുഖജനാവ് കൊള്ളയടിക്കുക. | **Plunder** the public treasury. |
| ഡൽഹി ജ്വല്ലറി ഉടമയിൽ നിന്ന് ഒരു കോടി രൂപ തട്ടിയെടുക്കാൻ ശ്രമിച്ചയാൾ അറസ്റ്റിൽ. | Man arrested for trying to **extort** Rs 1 crore from Delhi jewellery shop owner. |
| മഹാവിഡ്ഢിത്തം... | Himalayan blunder... |
| സാമൂഹികദ്രോഹികൾ പണം മോഷ്ടിച്ചു. | Miscreants **looted** cash... |
| ആയുധങ്ങൾ കവർച്ചചെയ്യാനുള്ള ശ്രമം പരാജയപ്പെടുത്തി. | Foiled the bid to **loot** weapons. |
| ബൈക്കിൽ വന്ന അക്രമികൾ 1 ലക്ഷം രൂപ കവർന്നെടുത്തു. | One Lakh rupees was **rob**bed by bike-borne assailants... |
| മുൻ AIADMK എം.എൽ.എയുടെ വീട് കൊള്ളയടിക്കപ്പെട്ടു. | Ex-AIADMK MLA's house **ransacked**... |
| ഓട്ടോറിക്ഷാ ഡ്രൈവർമാർ യാത്രക്കാരെ കൊള്ളയടിക്കുന്നു... | Autorickshaw drivers **fleece** commuters... |
| അവർ രാജ്യം കൊള്ളയടിച്ചു. | They **marauded** the country... |
| ശത്രുരാജ്യത്തേക്കുള്ള കടന്നാക്രമണം... | A **foray** into enemy territory... |
| സൈന്യം നഗരത്തെ കൊള്ളയടിച്ചു. | The army **sacked** the city. |
| പുറം കടലിൽ വെച്ച്, കവർച്ചക്കാർ യാത്രക്കാരുടെ വസ്തുക്കൾ കൊള്ളയടിച്ചു. | **Plunder**ers pirated the passengers' properties on the high seas. |
| ബൈക്ക് മോഷ്ടാക്കളുടെ സംഘം പിടിയിൽ. | Bike **lifter** gang apprehended. |
| ബൈക്ക് മോഷ്ടാക്കളുടെ സംഘം പിടിയിൽ. | Bike **lifter** gang busted. |
| പിടിയിലായ സോമാലിയൻ കടൽക്കൊള്ളക്കാർ ഇന്ത്യയിലെത്തുന്നു... | Captured Somali **pirates** arrive in India... |
| കള്ളൻ മോഷ്ടിച്ച വസ്തുക്കൾ തിരികെ നൽകി. | The thief **disgorged** his plunder. |

↳ *Reinforce the pronunciation*

| | | | |
|---|---|---|---|
| 1 | **Plunder** | /ˈplʌndər/ | PLUHN-duhr |
| 2 | **Extort** | /ɪkˈstɔːt/ | ik-STAWT |
| 3 | **Loot** | /luːt/ | loot |
| 4 | **Dacoit** | /ˈdækɔɪt/ | DAK-oyt |
| 5 | **Rob** | /rɒb/ | rob |

| 6 | Ransack | /ˈrænsæk/ | RAN-sak |
| 7 | Fleece | /fliːs/ | flees |
| 8 | Maraud | /məˈrɔːd/ | muh-RAWD |
| 9 | Foray | /ˈfɒreɪ/ | FOR-ay |
| 10 | Sack | /sæk/ | sak |
| 11 | Lift | /lɪft/ | lift |
| 12 | Pirate | /ˈpaɪrɪt/ | PY-rit |
| 13 | Disgorge | /dɪsˈgɔrdʒ/ | dis-GORGE |

# 56. Monsoon likely to <u>revive</u> by next week (The Hindu)

"അടുത്ത ആഴ്ചയോടെ കാലവർഷം വീണ്ടും തുടങ്ങാൻ സാധ്യതയുണ്ട്."

**Revive:** In the context of the statement "Monsoon likely to revive by next week," the word "revive" means to recover strength, vitality, or activity after a period of decline, inactivity, or weakening. Here, it suggests that the monsoon, which might have been weak or inactive, is expected to become stronger or more active again starting from next week.

☐ Revive
☐ Resuscitate
☐ Rejuvenate
☐ Resurrect
☐ Rekindle
☐ Regenerate
☐ Recur

## Revive (v)

🔊 */rɪˈvaɪv/ (ri-VYV):* Means to bring something back to life, consciousness, or a state of vigor. It can refer to restoring health, energy, or interest in something that has diminished or ceased. - പുനർജ്ജീവിക്കുക, വീണ്ടും ബലപ്പെടുത്തുക, വീണ്ടും പ്രവർത്തനക്ഷമമാക്കുക, വീണ്ടും തുടങ്ങുക, ഉണരുക.

✦Kerala launches 'One Panchayat, One Playground' to revive sports culture (The Hindu)
കായിക സംസ്കാരം പുനരുജ്ജീവിപ്പിക്കാൻ കേരളം 'ഒരു പഞ്ചായത്ത്, ഒരു കളിസ്ഥലം' ആരംഭിക്കുന്നു.

## Resuscitate (v)

🔊 */rɪˈsʌsɪteɪt/ (ri-SUH-si-tate):* To revive someone from unconsciousness or death; to restore to life or consciousness. - പുനർജ്ജീവിപ്പിക്കുക, അബോധാവസ്ഥയിൽ നിന്ന് ഉണർത്തുക, പുനരുത്ഥാനം ചെയ്യിക്കുക.

✦Patient was resuscitated...
രോഗി അബോധാവസ്ഥയിൽ നിന്ന് ഉണർന്നു.

## Rejuvenate (v)

🔊 */rɪˈdʒuːvəneɪt/ (ri-JOO-vuh-nayt):* To make someone or something look or feel younger, fresher, or more energetic.– വീണ്ടും യൗവ്വനം ആർജ്ജിക്കുക, നവചൈതന്യം ആർജ്ജിക്കുക, നവവീര്യം വരുത്തുക, ചെറുപ്പമാക്കുക, നവീകരിക്കുക.

✦How to Rejuvenate the Indian National Congress (The Diplomat)

ഇന്ത്യൻ നാഷണൽ കോൺഗ്രസിനെ എങ്ങനെ പുനരുജ്ജീവിപ്പിക്കാം.

## Resurrect (v)

🔊 /ˌrezəˈrekt/ (rez-uh-REKT): Means to bring someone back to life after death. It can also mean to revive or bring back into use, practice, or attention something that had been forgotten, inactive, or discontinued - **പുനർജ്ജീവിപ്പിക്കുക, പുനർജീവിക്കുക, ഉയിർത്തെഴുന്നേൽക്കുക.**

✦The story of the resurrection of a river (The Week)
ഒരു പുഴയുടെ പുനർജ്ജീവനത്തിൻറെ കഥ.

## Rekindle (v)

🔊 /riːˈkɪndl/ (ree-KIN-dul): Means to relight or reignite (a fire or flame) or to revive something that has been lost, forgotten, or diminished, such as a feeling, interest, or relationship - **പുനരുദ്ദീവിപ്പിക്കുക, വീണ്ടും ജ്വലിപ്പിക്കുക, തിരികൊളുത്തുക (തുടക്കമിടുക).**

✦Maruti rekindles Gypsy's legacy with Jimny (The Hindu)
മാരുതി ജിപ്സിയുടെ പാരമ്പര്യം ജിംനികൊണ്ട് പുനർജ്ജീവിപ്പിക്കുന്നു.

✦Floating libraries help rekindle reading habit among boat passengers in Kerala (The Hindu)

കേരളത്തിലെ ബോട്ട് യാത്രക്കാർക്കിടയിൽ വായനാശീലം പുനരുജ്ജീവിപ്പിക്കാൻ ഫ്ലോട്ടിംഗ് ലൈബ്രറികൾ സഹായിക്കുന്നു.

✦Rekindle the hopes. (The Hindu)
പ്രതീക്ഷകൾക്ക് തിരികൊളുത്തുക.

## Regenerate (v)

🔊 /rɪˈdʒenəreɪt/ (ri-JEN-uh-rayt): Means to regrow or be renewed, especially after being damaged or destroyed. It can also mean to revive or reform something, making it more active, healthy, or effective - **പുനരുജ്ജീവിപ്പിക്കുക, പരിഷ്കരിക്കുക, നവീകരിക്കുക.**

✦Bamboo Forest regeneration efforts planned in Chhattisgarh (Mongabay-India)
ഛത്തീസ്ഗഡിൽ മുളങ്കാടുകളുടെ പുനരുജ്ജീവന ശ്രമങ്ങൾ ആസൂത്രണം ചെയ്തു.

## Recur (v)

🔊 /rɪˈkɜː(r)/ (ree-KUR): To happen again or a number of times — **ആവർത്തിക്കുക, വീണ്ടും സംഭവിക്കുക, ഓർമ്മയിൽവരിക.**
**(Recurrence (n)**

✦Wayanad Tragedy: 3 Scientists Explain Why Landslides Recur in Kerala (The Quint)
വയനാട് ദുരന്തം: കേരളത്തിൽ മണ്ണിടിച്ചിൽ ആവർത്തിക്കുന്നത് എന്തുകൊണ്ടെന്ന് 3 ശാസ്ത്രജ്ഞർ വിശദീകരിക്കുന്നു.

✦Fear of cancer recurrence (Times of India)
ക്യാൻസർ വീണ്ടും വരുമോ എന്ന ഭയം.

↳ *Practice Collocations (56)*

| | |
|---|---|
| കാലവർഷം അടുത്ത ആഴ്ചയോടെ പുനരാരംഭിക്കാൻ സാധ്യതയുണ്ട്. | Monsoon likely to **revive** by next week. |
| വിലയിടിയുന്ന റബ്ബർവ്യവസായത്തെ പുനർജ്ജീവിപ്പിക്കാൻ... | To **revive** the dwindling rubber industry... |
| രോഗി അബോധാവസ്ഥയിൽ നിന്ന് ഉണർന്നു. | Patient was **resuscitated**... |
| വിനോദസഞ്ചാരമേഖലയെ പുനർജ്ജീവിപ്പിക്കുക... | **Resuscitate** tourism industry... |
| സാമ്പത്തികമേഖലയെ നവീകരിക്കുക... | **Rejuvenate** the economy. |
| പുരാതനമായ നിരീക്ഷണശാലയുടെ നവീകരണം. | **Rejuvenation** of an ancient observatory. |
| ആലപ്പുഴയിലെ കുട്ടമ്പേരൂർ പുഴയുടെ നവീകരണം. | **Rejuvenation** of Kuttamperoor river in Alappuzha. |
| ഒരു പുഴയുടെ പുനർജ്ജീവനത്തിൻറെ കഥ. | The story of the **resurrect**ion of a river. |
| സന്തോഷത്തിന് തുടക്കമിടുക... | **Rekindle** the joys... |
| മാരുതി ജിപ്സിയുടെ പാരമ്പര്യം ജിംനികൊണ്ട് പുനർജ്ജീവിപ്പിക്കുന്നു. | Maruti **rekindles** Gypsy's legacy with Jimny. |
| പ്രതീക്ഷകൾക്ക് തിരികൊളുത്തുക... | **Rekindle** the hopes. |

| | |
|---|---|
| ഒരു പല്ലിയ്ക്ക് അതിൻറെ വാല് പുനർജ്ജീവിപ്പിക്കാൻ കഴിയും. | A lizard can **regenerate** its tail. |
| കെട്ടിടം നവീകരിക്കുക. | **Regenerate** the building... |
| ക്യാൻസർ വീണ്ടും വരുമോ എന്ന ഭയം. | Fear of cancer **recur**rence. |
| കേരളത്തിൽ മണ്ണിടിച്ചിൽ ആവർത്തിക്കുന്നത് എന്തുകൊണ്ടെന്ന് ശാസ്ത്രജ്ഞർ വിശദീകരിക്കുന്നു... | Scientists Explain Why Landslides **Recur** in Kerala... |
| ആവർത്തിച്ചുള്ള നവജാതശിശു മരണങ്ങൾ... | **Recurring** neonatal deaths... |

↳ *Reinforce the pronunciation*

| | | | |
|---|---|---|---|
| 1 | Revive | /rɪˈvaɪv/ | ri-VYV |
| 2 | Resuscitate | /rɪˈsʌsɪteɪt/ | ri-SUH-si-tate |
| 3 | Rejuvenate | /rɪˈdʒuːvəneɪt/ | ri-JOO-vuh-nate |
| 4 | Resurrect | /ˌrezəˈrekt/ | REZ-uh-rekt |
| 5 | Rekindle | /rɪˈkɪndl/ | ri-KIN-dl |
| 6 | Regenerate | /rɪˈdʒɛnəreɪt/ | ri- -JEN-uh-rayt |
| 7 | Recur | /rɪˈkɜː(r)/ | ree-KUR |

# 57. Four Manipuris attacked by <u>miscreants</u> in Delhi.
(The Hindu)

**"ഡൽഹിയിൽ നാല് മണിപ്പൂരികളെ അക്രമികൾ ആക്രമിച്ചു."**

**Miscreant**: In the context of the headline "Four Manipuris attacked by miscreants in Delhi," the word "miscreants" refers to individuals who are behaving badly or engaging in unlawful or malicious activities. In this context, it suggests that the attackers were unknown individuals who committed the act of attacking the four Manipuris in Delhi. "Miscreants" generally implies a negative connotation of people who are involved in wrongdoing or criminal behavior.

☐ **Miscreant**
☐ **Scoundrel**
☐ **Rogue**
☐ **Bandit**
☐ **Assailants**
☐ **Felon**
☐ **Gangster**
☐ **Pickpocket**
☐ **Mugger**
☐ **Housebreaker**
☐ **Accomplice**
☐ **Hooligan**
☐ **Goon**
☐ **Delinquents**
☐ **Thug**
☐ **Reprobate**
☐ **Errant**
☐ **Sneak into**

## Miscreant (n)

🗣 */ˈmɪskrɪnt/ (MISS-kree-uhnt):* A "miscreant" is a person who behaves badly or breaks the law; essentially, a wrongdoer or criminal - സാമൂഹികദ്രോഹി, അക്രമി, ദുർമാർഗ്ഗി.

✦Armed miscreants go berserk, vandalise vehicles; attack cop (The Times of India)
ആയുധധാരികളായ അക്രമികൾ അക്രമാസക്തരായി, വാഹനങ്ങൾ നശിപ്പിച്ചു; പോലീസിനെ ആക്രമിച്ചു.

✦Miscreants stab man to death with iron rod, injure his family members in Odisha's Koraput (Sambad English)

ഒഡീഷയിലെ കോരാപുട്ടിൽ അക്രമികൾ ഒരാളെ ഇരുമ്പ് വടി കൊണ്ട് കുത്തി കൊലപ്പെടുത്തി കുടുംബാംഗങ്ങളെ പരിക്കേൽപ്പിച്ചു.

## Scoundrel (n)

🔊 /ˈskaʊndrəl/ (SKOWN-druhl): A man who treats other people badly, especially by not being honest or moral – ആഭാസൻ, തെമ്മാടി, നീചൻ.

✦'That scoundrel deserved nothing less than this'; actor Shane Nigam responds on sentence in Aluva murder case (The Hindu)

'ആ നീചൻ ഇതിൽ കുറഞ്ഞതൊന്നും അർഹിക്കുന്നില്ല'; ആലുവ കൊലപാതകക്കേസിലെ ശിക്ഷയെക്കുറിച്ച് പ്രതികരിച്ച് നടൻ ഷെയ്ൻ നിഗം.

✦Sri Lanka: Religion as a refuge for scoundrels in cricket and politics (Business Standard)

ശ്രീലങ്ക: മതം ക്രിക്കറ്റിലേയും രാഷ്ട്രീയത്തിലേയും ആഭാസന്മാരുടെ അഭയകേന്ദ്രം.

## Rogue (n)

🔊 /roʊg/ (rohg): A dishonest or unprincipled person; a scoundrel or a rascal - പോക്കിരി, തെമ്മാടി.

**(Rogue Elephant - കൂട്ടം തെറ്റിയ ആന, ഒറ്റയാൻ, പോക്കിരി ആന).**

✦Rogue tusker 'Arikomban' chased from inhabited area in Kerala (The Hindu)

കേരളത്തിലെ ജനവാസമേഖലയിൽ നിന്ന് 'അരികൊമ്പൻ' എന്ന പോക്കിരി ആനയെ തുരത്തി.

✦Rogue elephant Arikomban captured again, this time in Tamil Nadu (The Indian Express)

കൂട്ടം തെറ്റിയ കാട്ടാനയായ അരിക്കൊമ്പനെ പിടികൂടി; ഇത്ത വണ തമിഴ്നാട്ടിൽ നിന്ന്.

## Bandit (n)

🔊 /ˈbændɪt/ (BAN-dit): A bandit is a robber or outlaw, especially one who attacks people while traveling. - പിടിച്ചുപറിക്കാരൻ.

✦Bike-borne bandits strike fear in the hearts of Bengalureans. (The Hindu)

ബൈക്ക് ധാരികളായ പിടിച്ചുപറിക്കാർ ബാംഗ്ലൂരുകാരുടെ ഹൃദയത്തിൽ ഭീതിപരത്തുന്നു.

## Assailant (n)

🔊 /əˈseɪlənt/ (uh-SAY-luhnt): An assailant is a person who attacks someone physically or verbally. - അക്രമി.

✦College student fatally assaulted by bike-borne assailants in Bengaluru. (The Hindu)

ബാംഗ്ലൂരിൽ കോളേജ് വിദ്യാർത്ഥി ബൈക്ക് ധാരികളായ അക്രമകാരികളാൽ മാരകമായി കൈയ്യേറ്റം ചെയ്യപ്പെട്ടു..

## Felon (n)

🔊 /ˈfɛlən/ (FELL-uhn): A "felon" is someone convicted of a serious crime, usually punishable by over a year in prison. - കുറ്റവാളി, മഹാപരാധി.

(felony (n) - കൊടിയ കുറ്റകൃത്യം, മഹാപാതകം, മഹാപരാധം)

✦Trump is a convicted felon. Now what? (The Indian Express)

ട്രംപ് ശിക്ഷിക്കപ്പെട്ട കുറ്റവാളിയാണ്. ഇനിയെന്ത്?

## Gangster (n)

🔊 /ˈgæŋstər/ (GANG-stuhr): A member of a criminal gang involved in illegal activities like extortion, smuggling, or violence. - ഗുണ്ടാസംഘം, കൊള്ളസംഘത്തിലെ അംഗം.

✦Underworld gangster 'Kanjipani' Imran sneaks into Tamil Nadu from Sri Lanka (The Indian Express)

അധോലോക ഗുണ്ടാസംഘം 'കഞ്ചിപാനി' ഇമ്രാൻ ശ്രീലങ്കയിൽ നിന്ന് തമിഴ്നാട്ടിലേക്ക് കടന്നു.

## Pickpocket (n)

🔊 */'pɪkˌpɒkɪt/ (PIK-pok-it):* A thief who stealthily steals money or valuables from people's pockets or bags in crowded places. - പോക്കറ്റടിക്കാരൻ.

✦Gang of five pickpockets caught in Bengaluru (The Hindu)
ബെംഗളൂരുവിൽ അഞ്ചംഗ പോക്കറ്റടി സംഘം പിടിയിൽ.

## Mugger (n)

🔊 */'mʌgər/ (MUG-er):* A criminal who attacks and robs people, usually in public places. - കവർച്ചക്കാരൻ.

✦Bengaluru police apprehend armed muggers after series of robberies and thefts (The Hindu)
തുടർച്ചയായ കവർച്ചകൾക്കും മോഷണങ്ങൾക്കും ശേഷം ആയുധധാരികളായ കവർച്ചക്കാരെ ബെംഗളൂരു പോലീസ് പിടികൂടി.

## Housebreaker (n)

🔊 */'haʊsˌbreɪkər/ (HOWS-bray-ker):* Refers to a person who breaks into a house, typically to commit theft or another crime - ഭവനഭേദകൻ.

✦Thane and Navi Mumbai serial housebreaker arrested after year-long spree (Hindustan Times)
താനെ, നവി മുംബൈ സീരിയൽ ഹൗസ്ബ്രക്കർ ഒരു വർഷത്തോളം നീണ്ടുനിന്ന തെരച്ചിലിന് ശേഷം അറസ്റ്റിൽ.

## Accomplice (n)

🔊 */əˈkʌmplɪs/ (uh-KOM-plis):* Refers to a person who helps another commit a crime or wrongdoing - കൂട്ടാളി, കൂട്ടുപ്രതി.

✦Umesh Pal murder case: Gangster Atiq Ahmed's son Asad, accomplice killed in encounter. (Tribune India)
ഉമേഷ് പാൽ വധക്കേസ്: ഗുണ്ടാസംഘം അതിഖ് അഹമ്മദിന്റെ മകൻ അസദും കൂട്ടാളിയും ഏറ്റുമുട്ടലിൽ കൊല്ലപ്പെട്ടു.

## Hooligan (n)

🔊 */'huːlɪgən/ (HOO-li-gan):* A young person who behaves in an extremely noisy and violent way in public, usually in a group   ൶ ച്ചറക്കാരനായ ചെറുപ്പക്കാരൻ, തെമ്മാടി (Hooliganism (n))

✦'Sheer display of hooliganism': TMC posts video of Adhir Ranjan Chowdhury's physical altercation with party worker (Deccan Herald)
'ശുദ്ധ തെമ്മാടിത്തരം': പാർട്ടി പ്രവർത്തകനുമായി അധിർ രഞ്ജൻ ചൗധരിയുടെ കൈയ്യാങ്കളിയുടെ വീഡിയോ തൃണമൂൽ കോൺഗ്രസ് പോസ്റ്റ് ചെയ്തു.

## Goon (n)

🔊 */guːn/ (goon):* A criminal who is paid to frighten or injure people – ഗുണ്ട.

✦Kerala cops found feasting at goon's home during raid, suspended (India Today)
റെയ്ഡിനിടെ ഗുണ്ടയുടെ വീട്ടിൽ വിരുന്നിൽ പങ്കെടുത്തതാ യി കണ്ടതിനെ തുടർന്ന് കേരള പോലീസ് ഉദ്യോഗസ്ഥരെ സസ് പെൻഡ് ചെയ്തു.

## Delinquent (n)

🔊 */dɪˈlɪŋkwənt/ (dih-LING-kwuhnt):* A young person who tends to commit crimes – കൗമാര പ്രായത്തിലുള്ള കുറ്റവാളി, ബാലകുറ്റവാളി.

**Juvenile delinquents** - കുറ്റംചെയ്യുന്ന കുട്ടികൾ - ചെ റുപ്പക്കാർ

✦Rising rate of juvenile delinquency in India a matter of concern: SC (Business Standard)
ഇന്ത്യയിൽ ബാലകുറ്റകൃത്യത്തിന്റെ നിരക്ക് വർദ്ധിക്കുന്നത് ആശങ്കാജനകമാണ്: സുപ്രീം കോടതി.

## Thug (n)

🔊 */θʌg/ (thuhg):* A violent criminal– അക്രമ സാക്തൻ, കുറ്റവാളി, ഗുണ്ടാസംഘം.

✦UK shops ransacked, burnt, PM Keir Starmer's warning to 'far-right thugs' (India Today)
യുകെയിലെ കടകൾ കൊള്ളയടിച്ചു, കത്തിച്ചു, 'തീവ്ര വലതുപക്ഷ ഗുണ്ടാസംഘങ്ങൾക്ക്' പ്രധാനമന്ത്രി കെയർ സ്റ്റാർമറുടെ മുന്നറിയിപ്പ്.

## Reprobate (n)

🔊 */'reprəbeɪt/ (REP-ruh-bayt):* A reprobate is someone who consistently engages in immoral or unethical behavior – തെമ്മാടി, നെറി കെട്ടവൻ, വഷളൻ.

✦Reprobates Arrested in Mumbai Drug Raid (The Times of India)

മുംബൈ മയക്കുമരുന്ന് റെയ്ഡിൽ പ്രതികൾ (തെമ്മാടികൾ) അറസ്റ്റിൽ.

കൃത്യവിലോപം നടത്തുന്ന അരിമില്ലുകൾക്കെതിരെ തെലുങ്കാന ഗവൺമെന്റ് നടപടിയെടുക്കുന്നു.

## Errant (adj)

🗣 /ˈɛrənt/ (AIR-uhnt): Means straying from the proper path or standards. It can describe someone who is wandering or behaving in a way that deviates from what is expected or correct — തെറ്റായി പ്രവർത്തിക്കുന്ന, കൃത്യവിലോപം നടത്തുന്ന, ഉപേക്ഷ കാണിക്കുന്ന, തെറ്റുകാണിക്കുന്ന.

✦Telangana govt turns heat on errant rice millers (Times of India)

## Sneak into (v)

🗣 /sniːk ˈɪntuː/ (sneek IN-too): Sneak into means to enter a place secretly without being noticed. — രഹസ്യമായി കയറുക, ഒളിച്ചു കയറുക, നുഴഞ്ഞു കയറുക.

✦ He tried to sneak into the movie theater without a ticket.
അയാൾ ടിക്കറ്റില്ലാതെ സിനിമാ തിയേറ്ററിലേക്ക് നുഴഞ്ഞുകയറാൻ ശ്രമിച്ചു.

↳ *Practice Collocations (57)*

| | |
|---|---|
| അസം: ബാർപേട്ടയിൽ അക്രമികൾ നെൽകൃഷി കത്തിച്ചു. | Assam: **Miscreants** burn paddy crops in Barpeta. |
| 'ആ നീചൻ ഇതിൽ കുറഞ്ഞതൊന്നും അർഹിക്കുന്നില്ല്' .... | 'That **scoundrel** deserved nothing less than this' .... |
| കേരളത്തിലെ ജനവാസമേഖലയിൽ നിന്ന് 'അരികൊമ്പൻ' എന്ന പോക്കിരി ആനയെ തുരത്തി | **Rogue** tusker 'Arikomban' chased from inhabited area in Kerala |
| ബൈക്ക് ധാരികളായ പിടിച്ചുപറിക്കാർ ബാംഗ്ലൂരുകാരുടെ ഹൃദയത്തിൽ ഭീതിപരത്തുന്നു. | Bike-borne **bandits** strike fear in the hearts of Bengalureans. |
| ബാംഗ്ലൂരിൽ കോളേജ് വിദ്യാർത്ഥി ബൈക്ക് ധാരികളായ അക്രമകാരികളാൽ മാരകമായി കൈയ്യേറ്റം ചെയ്യപ്പെട്ടു. | College student fatally assaulted by bike-borne **assailants** in Bengaluru. |
| അവൻ ശിക്ഷിക്കപ്പെട്ട കുറ്റവാളിയാണ്. | He's a convicted **felon**. |
| അധോലോക ഗുണ്ടാസംഘം 'കഞ്ഞിപാനി' ഇമ്രാൻ ശ്രീലങ്കയിൽ നിന്ന് തമിഴ്‌നാട്ടിലേക്ക് കടന്നു. | Underworld **gangster** 'Kanjipani' Imran sneaks into Tamil Nadu from Sri Lanka |
| രാഹുൽ ഗാന്ധി പ്രധാനമന്ത്രി മോദിയെയും അദാനിയെയും രാജസ്ഥാനിലെ പോക്കറ്റടിക്കാരുമായി താരതമ്യപ്പെടുത്തി. | Rahul Gandhi compares PM Modi, Adani with **pickpockets** in Rajasthan |
| ധാക്കയിൽ കോളേജ് വിദ്യാർത്ഥിയെ കവർച്ചക്കാരൻ കുത്തിക്കൊന്നു | College student stabbed to death by **mugger** in Dhaka |
| മുംബൈയിലെ പ്രധാനപ്പെട്ട ഭവനഭേദകൻ പിടിയിൽ. | Mumbai's most-wanted **housebreaker** nabbed. |
| ജയിലിൽ കഴിയുന്ന ഗുണ്ടാസംഘം ദീപക് ടിനുവിന്റെ കൂട്ടാളി വിജയ് പിസ്റ്റളുമായി പിടിയിലായി. | Jailed gangster Deepak Tinu's **accomplice** Vijay held with pistol. |
| 'ശുദ്ധ തെമ്മാടിത്തരം' | 'Sheer display of **hooliganism**' |
| റെയ്ഡിനിടെ ഗുണ്ടയുടെ വീട്ടിൽ വിരുന്നിൽ പങ്കെടുത്തതായി കണ്ടതിനെ തുടർന്ന് കേരള പോലീസ് ഉദ്യോഗസ്ഥരെ സസ്‌പെൻഡ് ചെയ്തു. | Kerala cops found feasting at **goon's** home during raid, suspended. |
| ഇന്ത്യയിൽ ബാലകുറ്റകൃത്യത്തിന്റെ നിരക്ക് വർദ്ധിക്കുന്നത് ആശങ്കാജനകമാണ്: സുപ്രീം കോടതി. | Rising rate of juvenile **delinquency** in India a matter of concern: SC |
| 'തീവ്ര വലതുപക്ഷ ഗുണ്ടാസംഘങ്ങൾക്ക്' പ്രധാനമന്ത്രി കെയർ സ്റ്റാർമറുടെ മുന്നറിയിപ്പ്... | PM Keir Starmer's warning to 'far-right **thugs**'... |
| മുംബൈ മയക്കുമരുന്ന് റെയ്ഡിൽ പ്രതികൾ (തെമ്മാടികൾ) അറസ്റ്റിൽ... | **Reprobates** Arrested in Mumbai Drug Raid... |
| കൃത്യവിലോപം നടത്തുന്ന അരിമില്ലുകൾക്കെതിരെ തെലുങ്കാന ഗവൺമെന്റ് നടപടിയെടുക്കുന്നു... | Telangana govt turns heat on **errant** rice millers... |

| അയാൾ ടിക്കറ്റില്ലാതെ സിനിമാ തിയേറ്ററിലേക്ക് നുഴഞ്ഞുകയറാൻ ശ്രമിച്ചു. | He tried to **sneak into** the movie theater without a ticket. |
|---|---|

↳ *Reinforce the pronunciation*

| 1 | Miscreant | /ˈmɪskrɪənt/ | MISS-kree-uhnt |
|---|---|---|---|
| 2 | Scoundrel | /ˈskaʊndrəl/ | SKOWN-drul |
| 3 | Rogue | /roʊg/ | rohg |
| 4 | Bandits | /ˈbændɪts/ | BAN-dits |
| 5 | Assailants | /əˈseɪlənts/ | uh-SAY-luhnts |
| 6 | Felon | /ˈfɛlən/ | FELL-uhn |
| 7 | Gangster | /ˈgæŋstər/ | GANG-stuhr |
| 8 | Pickpocket | /ˈpɪkˌpɒkɪt/ | PIK-pok-it |
| 9 | Mugger | /ˈmʌgər/ | MUG-er |
| 10 | Housebreaker | /ˈhaʊsˌbreɪkər/ | HOWS-bray-ker |
| 11 | Accomplice | /əˈkʌmplɪs/ | uh-KOM-plis |
| 12 | Hooligan | /ˈhuːlɪgən/ | HOO-li-gan): |
| 13 | Goon | /guːn/ | goon |
| 14 | Delinquents | /dɪˈlɪŋkwənt/ | dih-LING-kwuhnt |
| 15 | Thug | /θʌg/ | thuhg |
| 16 | Reprobate | /ˈreprəbeɪt/ | REP-ruh-bayt) |
| 17 | Errant | /ˈɛrənt/ | AIR-uhnt |
| 18 | Sneak into | /sniːk ˈɪntuː/ | sneek IN-too |

# 58. Nagaland braces for monsoon <u>deluge</u>: Moderate to heavy rainfall forecasted (India Today)

"നാഗാലാൻഡിൽ മൺസൂൺ പ്രളയം: മിതമായതോ കനത്തതോ ആയ മഴയുടെ പ്രവചനം."

**Deluge**: In the context of the headline "Nagaland braces for monsoon deluge: Moderate to heavy rainfall forecasted," the word "deluge" means a severe flood or a large amount of rain that causes flooding. It indicates that Nagaland is expecting a significant amount of rainfall during the monsoon season, which could potentially lead to flooding.

☐ **Deluge**
☐ **Flash flood**
☐ **Torrent**
☐ **Influx**
☐ **Cascade**
☐ **Outflow**
☐ **Inflow**
☐ **Inundation**
☐ **Outpouring**
☐ **Surge**
☐ **Undercurrent**
☐ **Torrential rain**

□ **Wash away**
□ **Sweep off**
□ **Flooding**
□ **In spate**
□ **Wade through**
□ **Cut off**

## Deluge (n)

🔊 /ˈdɛljuːdʒ/ (DEL-yooj): Means a severe flood or a large amount of something, typically water, that overwhelms an area. It can also refer to an overwhelming amount of anything, such as information or work - മഹാപ്രളയം.

✦New Zealand cancels flights as deluge from cyclone looms (The Indian Express)
ലൂം ചുഴലിക്കാറ്റിനെ തുടർന്നുള്ള പ്രളയം, ന്യൂസിലാൻ്റ് വിമാനങ്ങൾ റദ്ദാക്കി.

## Flash flood (n)

🔊 /flæʃ flʌd/ (FLASH fluhd): Means a sudden and severe flood, typically caused by heavy rain, that happens quickly and often with little warning - പെട്ടന്നുണ്ടാകുന്ന വെള്ളപ്പൊക്കം.

✦Flash floods hit north Sikkim's Pegong (India Today)
ഉത്തര സിക്കിമിലെ പെഗോങ്ങിൽ പെട്ടന്നുള്ള വെള്ളപ്പൊക്കം....

## Torrent (n)

🔊 /ˈtɔːrənt/ (TOR-uhnt): Means a strong and fast-moving stream of water or another liquid. It can also refer to a sudden, violent outpouring of something, like rain or emotions — കുത്തിയൊഴുക്ക്, മലവെള്ളം, നദീപ്രവാഹം.

✦Torrent poses threat.. (India Today)
മലവെള്ളം ഭീതി ഉയർത്തി...

## Influx (n)

🔊 /ˈɪnflʌks/ (IN-fluks): Means the arrival of a large number of people or things, typically referring to a flow into a place or system - പ്രവാഹം, തള്ളിച്ച.

✦Influx from Myanmar continues; 1,430 Myanmarese take shelter in Mizoram in past 10 days (The Economic Times)
മ്യാൻമറിൽ നിന്നുള്ള ഒഴുക്ക് തുടരുന്നു; കഴിഞ്ഞ 10 ദിവസത്തിനിടെ 1,430 മ്യാൻമറികൾ മിസോറാമിൽ അഭയം പ്രാപിച്ചു.

## Cascade (n)

🔊 /kæˈskeɪd/ (kas-KAYD): Means a small waterfall, or something that flows or falls in stages, similar to a waterfall. It can also refer to a process where something, such as information or events, passes on or continues in a series of stages or steps - അരുവി, നീർച്ചാട്ടം, വെള്ളച്ചാട്ടം, അരുവിയായി ഒഴുകുക.

✦The spectacular cascades come from the Anamudi ranges... (The Hindu)
ആനമുടിയിൽ നിന്നൊഴുകുന്ന ഗംഭീരമായ നീർച്ചാലുകൾ...

## Outflow (n)

🔊 /ˈaʊtfloʊ/ (OUT-floh): Means the movement or process of something flowing out, typically referring to the discharge or emission of liquid, gas, or even people from a particular place - പ്രവാഹം, പുറത്തേക്കുള്ള ഒഴുക്ക്.

✦Outflow of students not as worrisome as projected: CM Pinarayi (The Hindu)
വിദ്യാർത്ഥികളുടെ പ്രവാഹം എടുത്തുകാണിക്കുന്ന അത്രയും ആകുലപ്പെടുത്തുന്നതല്ല.

## Inflow (n)

🔊 /ˈɪnfloʊ/ (IN-floh): Means the act of flowing inward or into a place. It refers to the movement or process of something entering or coming into a particular area, system, or container - അന്തർപ്രവാഹം, അകത്തേക്കുള്ള പ്രവാഹം.

✦Sabarimala witnesses steady rise in pilgrim inflow (The Hindu)
ശബരിമലയിൽ തീർത്ഥാടക പ്രവാഹത്തിൽ സ്ഥിരമായ ഉയർച്ചയ്ക്ക് സാക്ഷ്യം വഹിക്കുന്നു.

## Inundation (n)

🔊 /ˌɪnʌnˈdeɪʃən/ (IN-uhn-DAY-shuhn): Refers to the act of flooding or overwhelming with a large amount of something, such as water or other substances. It implies a situation where something or somewhere is filled or covered by an excessive or overwhelming amount of material - മലവെള്ളം, വെള്ളപ്പൊക്കം.

**Inundate (v)**  വെള്ളത്തിനടിയിലാവുക

✦Several villages in Punjab inundated after water released from Pong, Bhakra dam (The New Indian Express)
പോങ്, ഭക്ര അണക്കെട്ടിൽ നിന്ന് വെള്ളം തുറന്നുവിട്ടതിനെത്തുടർന്ന് പഞ്ചാബിലെ നിരവധി ഗ്രാമങ്ങൾ വെള്ളത്തിനടിയിലായി.

## Outpouring (n)

🗣 /'aʊtˌpɔːrɪŋ/ (OUT-pawr-ing): Refers to a sudden and abundant flow or emission of something, often used metaphorically to describe emotions, support, or other intangible quantities. It signifies a rapid and overwhelming release or expression of something - ഒഴുക്ക്, വർഷം, ചൊരിയൽ, പ്രവാഹം.

✦In restive Bengal village, an outpouring of anger, grief (The New Indian Express)
പ്രക്ഷുബ്ധമായ ബംഗാൾ ഗ്രാമത്തിൽ, രോഷത്തിന്റെയും സങ്കടത്തിന്റെയും പ്രവാഹം.

## Surge (n/v)

🗣 /sɜːrdʒ/ (serj): (Noun): A sudden, powerful increase or movement. (Verb): To rise or move forward suddenly and powerfully.- തിരമാല, കടൽക്ഷോഭം, ഓളം പൊങ്ങിമറിയൽ, വർദ്ധനവ്, പെരുകൽ.

✦Housing prices surge in Hyderabad ... (The Hindu)
ഹൈദരാബാദിൽ വീടുകളുടെ വില വർദ്ധിക്കുന്നു.

## Undercurrent (n)

🗣 /'ʌndərˌkɜːrənt/ (UHN-der-kur-uhnt): Refers to a hidden or underlying influence, feeling, or trend that is not immediately apparent but affects a situation or context — അടിയൊഴുക്ക്

✦The Navy has informed that searching the Gangavali River has become impossible due to heavy undercurrents persisting after days of heavy rainfall in the region. (The Hindu)
മേഖലയിൽ ദിവസങ്ങളായി പെയ്യുന്ന കനത്ത മഴയ്ക്ക് ശേഷം ശക്തമായ അടിയൊഴുക്ക് നിലനിൽക്കുന്നതിനാൽ ഗംഗാവലി നദിയിൽ തിരച്ചിൽ അസാധ്യമായതായി നാവികസേന അറിയിച്ചു.

✦Invisible undercurrent against BJP: Kharge (Deccan Herald)
ബിജെപിക്കെതിരെ അദൃശ്യമായ അടിയൊഴുക്ക്: ഖാർഗെ.

## Torrential rain (Phr)

🗣 /təˈrɛnʃəl reɪn/ (tuh-REN-shuhl rayn): Very heavy and continuous rain. – കനത്ത മഴ.

✦IMD Issues Red Alert in South Interior Karnataka Amid Torrential Rainfall. (The Hindu)
കനത്ത മഴയെ തുടർന്ന് ദക്ഷിണ കർണാടകയിൽ ഐഎംഡി റെഡ് അലർട്ട് പുറപ്പെടുവിച്ചു.

## Wash away (v)

🗣 /wɑːʃ əˈweɪ/ (wahsh uh-WAY): Means to remove or erode something with the force of water. *For example, heavy rain can wash away dirt or debris* – ഒഴുകിപ്പോവുക, തുടച്ചുനീക്കുക.

✦Wayanad landslides cut off villages, wash away homes, leave over 100 trapped; 26 bodies recovered (The Indian Express)
വയനാട് ഉരുൾപൊട്ടലിൽ ഗ്രാമങ്ങൾ ഇല്ലാതായി, വീടുകൾ ഒലിച്ചുപോയി, നൂറിലധികം പേർ കുടുങ്ങി; 26 മൃതദേഹങ്ങൾ കണ്ടെടുത്തു.

✦Karnataka's Tungabhadra dam gate washed away, residents warned (India Today)
കർണാടകയിലെ തുംഗഭദ്ര ഡാം ഗേറ്റ് ഒലിച്ചുപോയി, പ്രദേശവാസികൾക്ക് മുന്നറിയിപ്പ് നൽകി.

## Sweep off (v)

🗣 /swiːp ɒf/ (sweep awf): Means to remove or clear something from a surface by sweeping or brushing it away. – തുടച്ചുനീക്കുക, തുടച്ചുക ളയുക.

✦Houses washed away, town partially swept off, Wayanad rattled by 3 landslides in 4 hrs (Onmanorama)
വീടുകൾ ഒലിച്ചുപോയി, നഗരം ഭാഗികമായി തുടച്ചുനീക്ക പ്പെട്ടു, 4 മണിക്കൂറിനുള്ളിൽ 3 ഉരുൾപൊട്ടലിൽ വയനാട് വിറച്ചു.

## Flooding (n)

🗣 /'flʌdɪŋ/ (FLUHD-ing): Means the overflow of water onto land – വെള്ളപ്പൊക്കം, വെള്ളം കയറൽ.

✦Measures to curtail urban flooding in India – a comprehensive overview (Times of India)

ഇന്ത്യയിലെ നഗരമേഖലയിലുള്ള വെള്ളപ്പൊക്കം കുറയ്ക്കുന്നതിനുള്ള നടപടികൾ - ഒരു സമഗ്ര അവലോകനം.

## In spate (v)

🔊 /ɪn speɪt/ (in spate): A river overflowing due to a sudden flood. – **കരകവിഞ്ഞ് ഒഴുകുക**

✦ Pinakini river* in spate in Gauribidanur taluk (Times of India)

ഗൗരിബിദാനൂർ താലൂക്കിൽ പിനാകിനി നദി കരകവിഞ്ഞൊഴുകുന്നു.

*Pinakini (Penna) is a river of southern India.

## Wade through (v)

🔊 /weɪd θru:/ (wayd throo): "Wade through" conveys the idea of navigating challenges in both contexts. In water, it means walking slowly through shallow, often muddy water, while in reading, it refers to struggling through dense or complex text. In both cases, it implies persistence in overcoming obstacles to reach a goal. – **വെള്ളത്തിലൂടെ നടക്കുക, തുഴഞ്ഞു നീങ്ങുക, എന്തിവലിഞ്ഞു നടക്കുക/ മടുപ്പുളവാക്കുന്ന കാര്യം വായിക്കുക, അലയുക.**

✦ People carry dog on cot, wade through neck-deep water in flood-hit Gujarat: 'Humanity is not dead' (Indiaspend)

വെള്ളപ്പൊക്കത്തിൽ നാശം വിതച്ച ഗുജറാത്തിൽ ആളുകൾ പട്ടിയെ കട്ടിലിൽ കയറ്റി കഴുത്തോളം വെള്ളത്തിലൂടെ നടന്നു: 'മനുഷ്യത്വം മരിച്ചിട്ടില്ല'

✦ I spent the whole day wading through the paperwork on my desk. (Oxford)

ഞാൻ ദിവസം മുഴുവൻ എന്റെ മേശപ്പുറത്തുള്ള പേപ്പർ വർക്കിലൂടെ അലഞ്ഞു.

## Cut off (Phr V)

🔊 /kʌt ɒf/ (kut off) To stop or disconnect something suddenly. – **വിച്ഛേദിക്കപ്പെടുക, തടസ്സപ്പെടുത്തുക.**

✦ The flood cut off access to the village. (The Hindu)

വെള്ളപ്പൊക്കം ഗ്രാമത്തിലേക്കുള്ള പ്രവേശനം തടസ്സപ്പെടുത്തി.

↳ *Practice Collocations (58)*

| | |
|---|---|
| നാഗാലാൻഡ് കാലവർഷത്തെ മഹാപ്രളയത്തെ നേരിടാൻ തയ്യാറാകുന്നു... | Nagaland braces for monsoon **deluge**... |
| ഉത്തര സിക്കിമിലെ പെഗോങ്ങിൽ പെട്ടന്നുള്ള വെള്ളപ്പൊക്കം... | **Flash floods** hit north Sikkim's Pegong |
| കനത്തമഴ സിക്കിമിൽ പെട്ടന്നുള്ള വെള്ളപ്പൊക്കത്തിന് കാരണമായി. | Heavy rains cause **flash flood** in North Sikkim |
| മലവെള്ളം ഭീതി ഉയർത്തി... | **Torrent** poses threat... |
| അദ്ദേഹം കോപവാക്കുകളുടെ കെട്ടഴിച്ചുവിട്ടു. | He let out a **torrent** of angry words. |
| അഭയാർത്ഥീ പ്രവാഹം... | Refugee **influx** |
| ഇന്ത്യയിൽ നിന്നുള്ള വിദ്യാർത്ഥികളുടെ പ്രവാഹം... | **Influx** of students from India |
| ആനമുടിയിൽ നിന്നൊഴുകുന്ന ഗംഭീരമായ നീർച്ചാലുകൾ... | The spectacular **cascades** come from the Anamudi ranges... |
| വിദ്യാർത്ഥികളുടെ പ്രവാഹം എടുത്തുകാണിക്കുന്ന അത്രയും ആകുലപ്പെടുത്തുന്നതല്ല; മുഖ്യമന്ത്രി പിണറായി. | **Outflow** of students not as worrisome as projected: CM Pinarayi |
| ശബരിമലയിൽ തീർത്ഥാടക പ്രവാഹത്തിൽ സ്ഥിരമായ ഉയർച്ചയ്ക്ക് സാക്ഷ്യം വഹിക്കുന്നു. | Sabarimala witnesses steady rise in pilgrim **inflow** |
| കവിഞ്ഞൊഴുകിയ പുഴ... | **Inundated** river... |
| സഹായത്തിന്റെ ചൊരിച്ചിൽ... | **Outpouring** of support... |
| മനുഷ്യത്വത്തിന്റെ ചൊരിച്ചിൽ... | **Outpouring** of humanity... |
| ഹൈദരാബാദിൽ വീടുകളുടെ വില വർദ്ധിക്കുന്നു. | Housing prices **surge** in Hyderabad ... |
| ബിജെപിക്കെതിരെ അദൃശ്യമായ അടിയൊഴുക്ക്: ഖാർഗെ. | Invisible **undercurrent** against BJP: Kharge. |

| | |
|---|---|
| കനത്ത മഴയെ തുടർന്ന് ദക്ഷിണ കർണാടകയിൽ ഐഎംഡി റെഡ് അലർട്ട് പുറപ്പെടുവിച്ചു. | IMD Issues Red Alert in South Interior Karnataka Amid **Torrential Rain**fall. |
| കർണാടകയിലെ തുംഗഭദ്ര ഡാം ഗേറ്റ് ഒലിച്ചുപോയി, പ്രദേശവാസികൾക്ക് മുന്നറിയിപ്പ് നൽകി. | Karnataka's Tungabhadra dam gate **washed away**, residents warned. |
| വീടുകൾ ഒലിച്ചുപോയി, നഗരം ഭാഗികമായി തുടച്ചുനീക്ക പ്പെട്ടു... | Houses **washed away**, town partially swept off... |
| ഇന്ത്യയിലെ നഗരമേഖലയിലുള്ള വെള്ളപ്പൊക്കം കുറയ്ക്കുന്നതിനുള്ള നടപടികൾ - ഒരു സമഗ്ര അവലോകനം. | Measures to curtail urban **flooding** in India – a comprehensive overview. |
| പ്രദേശത്ത് കഴിഞ്ഞ രണ്ട് ദിവസമായി കനത്ത മഴ പെയ്തതി നാൽ നദികൾ കരകവിഞ്ഞൊഴുകുകയാണ്. | Rivers **in spate** as the region witnessed extremely heavy rains for the last two days. |
| തൂത്തുക്കുടിയിൽ തിങ്കളാഴ്ച പെയ്ത കനത്ത മഴയുടെ ഭാഗ മായി വെള്ളം കെട്ടിക്കിടക്കുന്ന റോഡിലൂടെ ആളുകൾ തുഴ ഞ്ഞു നീങ്ങുന്നു. | People **wade through** a waterlogged road after heavy rainfall in Thoothukudi on Monday. |
| വെള്ളപ്പൊക്കം ഗ്രാമത്തിലേക്കുള്ള പ്രവേശനം തടസ്സപ്പെടുത്തി. | The flood cut off access to the village. |

↳ *Reinforce the pronunciation*

| 1 | Deluge | /ˈdɛljuːdʒ/ | DEL-yooj |
|---|---|---|---|
| 2 | Flash flood | /flæʃ flʌd/ | FLASH fluhd |
| 3 | Torrent | /ˈtɔːrənt/ | TOR-uhnt |
| 4 | Influx | /ˈɪnflʌks/ | IN-fluks |
| 5 | Cascade | /kæˈskeɪd/ | kas-KAYD |
| 6 | Outflow | /ˈaʊtfloʊ/ | OUT-floh |
| 7 | Inflow | /ˈɪnˌfloʊ/ | IN-floh |
| 8 | Inundation | /ˌɪnʌnˈdeɪʃən/ | IN-uhn-DAY-shuhn |
| 9 | Outpouring | /ˈaʊtˌpɔrɪŋ/ | OUT-pawr-ing |
| 10 | Surge | /sɜːrdʒ/ | serj |
| 11 | Undercurrent | /ˈʌndərˌkɜːrənt/ | UHN-der-kur-uhnt |
| 12 | Torrential rain | /təˈrɛnʃəl reɪn/ | tuh-REN-shuhl rayn |
| 13 | Wash away | /wɑːʃ əˈweɪ/ | wahsh uh-WAY |
| 14 | Sweep off | /swiːp ɒf/ | sweep awf |
| 15 | Flooding | /ˈflʌdɪŋ/ | FLUHD-ing) |
| 16 | In spate | /ɪn speɪt/ | in spate |
| 17 | Wade through | /weɪd θruː/ | wayd throo |
| 18 | Cut off | /kʌt ɒf/ | kut off |

# 59. Press freedom is <u>sacrosanct</u>, says Justice Sunil Thomas (The Hindu)

"മാധ്യമ സ്വാതന്ത്ര്യം പവിത്രമാണെന്ന് ജസ്റ്റിസ് സുനിൽ തോമസ്."

**Sacrosanct**: In this context, 'sacrosanct' means that press freedom is regarded as sacred, inviolable, and not to be interfered with. It implies that press freedom is considered extremely important, fundamental, and deserving of respect and protection.

☐ **Sacrosanct**
☐ **Sacred**

☐ Hallowed
☐ Consecrated
☐ Sanctified
☐ Venerated
☐ Revered

## Sacrosanct (adj)

🔊 /ˈsækrəʊ ˌsæŋkt/ (SAK-roh-sankt): Means something regarded as sacred or inviolable, not to be interfered with or violated. It implies utmost respect, often referring to principles, beliefs, or rights that are considered beyond criticism or challenge - പരമപവിത്രമായ, പൂജാർഹമായ.

✦The basic structure of the Constitution is sacrosanct (The Sunday Guardian)
ഭരണഘടനയുടെ അടിസ്ഥാന ഘടന പവിത്രമാണ്.

## Sacred (adj)

🔊 /ˈseɪkrɪd/ (SAY-krid): Refers to something that is regarded as holy, revered, or deserving of respect and protection due to its religious, spiritual, or cultural significance - വിശുദ്ധമായ.

✦'India-Bhutan ties sacred, unique... I am delighted that PM Modi is back': Tshering Tobgay (The Indian Express)
'ഇന്ത്യ-ഭൂട്ടാൻ ബന്ധം പവിത്രവും അതുല്യവുമാണ്... പ്രധാനമന്ത്രി മോദി തിരിച്ചെത്തിയതിൽ ഞാൻ സന്തുഷ്ടനാണ്': ഷെറിംഗ് ടോബ്ഗേ.

## Hallowed (adj)

🔊 /ˈhæləʊd/ (HAL-ohd): Means something that is regarded as sacred, revered, or respected, often due to its religious or historical significance. It implies sanctity and deserving of reverence- പവിത്രമായ, പരിശുദ്ധമാക്കപ്പെട്ട.

✦Grandeur restored, a hallowed hall of learning sparkles again(The Indian Express)
മഹത്ത്വം പുനഃസ്ഥാപിച്ചു, ഒരു വിശുദ്ധമായ പഠന ഹാൾ വീണ്ടും തിളങ്ങുന്നു.

## Consecrated (adj)

🔊 /ˈkɒnsɪkreɪtɪd/ (KON-si-krey-tid): Means made sacred or holy, often through a religious ceremony. It typically refers to something that has been dedicated to a divine purpose or set apart for worship. - പരിശുദ്ധമാക്കപ്പെട്ട.

Consecration (n) - അഭിഷേകം, വിശുദ്ധീകരണം, പ്രതിഷ്ഠിക്കൽ.

✦What the Ram Mandir's Consecration Means for India (The Diplomat:: Asia)
രാമക്ഷേത്രത്തിന്റെ പ്രതിഷ്ഠ ഇന്ത്യയെ സംബന്ധിച്ചിടത്തോളം എന്താണ് അർത്ഥമാക്കുന്നത്.

## Sanctified (adj)

🔊 /ˈsæŋktɪfaɪd/ (SANGK-tuh-fyd): Means to be made holy, purified, or consecrated, often through religious or spiritual processes - പവിത്രമാക്കപ്പെട്ട.

✦The Secretive Life of 'Nilgiri Pipit' in Sanctified Nilgiris Hills! (The Hindu)

പവിത്രമാക്കപ്പെട്ട നീലഗിരി കുന്നുകളിലെ 'നീലഗിരി പിപിറ്റിന്റെ' രഹസ്യ ജീവിതം!

## Venerated (adj)

🔊 /ˈvɛnəreɪtɪd/ (VEN-uh-ray-tid): Means to be highly respected, honored, or revered, often due to great admiration or reverence for someone or something - ബഹുമാനിക്കപ്പെട്ട, ആദരിക്കപ്പെട്ട, വന്ദിതനായ.

✦In India, saints have always been venerated through their qualities rather than their caste or community, says Joshi (The Hindu)
ഇന്ത്യയിൽ, സന്ന്യാസിമാർ എല്ലായ്പ്പോഴും അവരുടെ ജാതിയെക്കാളും സമുദായത്തെക്കാളും അവരുടെ ഗുണങ്ങളിലൂടെയാണ് ബഹുമാനിക്കപ്പെടുന്നത്, ജോഷി പറയുന്നു.

## Revered (adj)

🔊 /rɪˈvɪərd/ (ri-VEERD): Means to be deeply respected, admired, or esteemed, often due to qualities such as wisdom, character, or achievements- അഭിവന്ദ്യമായ, പൂജനീയമായ, ആദരണീയമായ, പവിത്രമായ.

✦Revered temple was demolished...
പവിത്രമായ ക്ഷേത്രം തകർക്കപ്പെട്ടു.

↳ *Practice Collocations (59)*

| | |
|---|---|
| ഭരണഘടനയുടെ അടിസ്ഥാന ഘടന പവിത്രമാണ്. | The basic structure of the Constitution is **sacrosanct.** |
| വിശുദ്ധ ആചാരങ്ങൾ... | **Sacred** rites... |
| ക്ഷേത്രങ്ങളിലെ പവിത്രമായ ആധ്യാത്മിക ഇടങ്ങൾ. | The **hallowed** spiritual grounds of temples. |
| ... രാമക്ഷേത്ര പ്രതിഷ്ഠയ്ക്ക് ഒരുങ്ങുന്നു. | ... Preparing for Ram Temple **consecration.** |
| പവിത്രമാക്കപ്പെട്ട നീലഗിരി കുന്നുകളിലെ 'നീലഗിരി പിപിറ്റിന്റെ' രഹസ്യ ജീവിതം! | The Secretive Life of 'Nilgiri Pipit' in **Sanctified** Nilgiris Hills! |
| സന്യാസി പിന്നീട് ഒരു വിശുദ്ധനായി ആദരിക്കപ്പെട്ടു. | The monk was **venerated** as a saint. |
| പവിത്രമായ ക്ഷേത്രം തകർക്കപ്പെട്ടു. | **Revered** temple was demolished... |

↳ *Reinforce the pronunciation*

| | | | |
|---|---|---|---|
| 1 | **Sacrosanct** | /ˈsækrəʊˌsæŋkt/ | SAK-roh-sankt |
| 2 | **Sacred** | /ˈseɪkrɪd/ | SAY-krid |
| 3 | **Hallowed** | /ˈhæloʊd/ | HAL-ohd |
| 4 | **Consecrated** | /ˈkɒnsɪkreɪtɪd/ | KON-si-krey-tid |
| 5 | **Sanctified** | /ˈsæŋktɪfaɪd/ | SANGK-tuh-fyd |
| 6 | **Venerated** | /ˈvɛnəreɪtɪd/ | VEN-uh-ray-tid |
| 7 | **Revered** | /rɪˈvɪərd/ | ri-VEERD |

# 60. 250-yr-old, dilapidated tombs of British era <u>piques</u> public interest (Hans India)

"250 വർഷം പഴക്കമുള്ള ബ്രിട്ടീഷ് കാലഘട്ടത്തിലെ ജീർണിച്ച ശവകുടീരങ്ങൾ പൊതുതാൻപര്യം ഉണർത്തുന്നു."

**Piques:** In this context, "piques" means that the dilapidated tombs of the British era have attracted or stirred up public interest. It suggests that people have become curious or intrigued about these historical structures.

☐ Pique
☐ Spur
☐ Impetus
☐ Inspire
☐ Stimulate
☐ Provoke
☐ Whet appetite
☐ Spark

## Pique (v)

🗣 */piːk/ (peek):* Means to arouse or provoke (interest, curiosity, or emotion), often by something unusual or intriguing- **ഉണർത്തുക, താൽപ്പര്യം ജനിപ്പിക്കുക, അസഹ്യപ്പെടുത്തുക.**

✦Teaser of Mohanlal's 'Malaikottai Vaaliban' piques curiosity (The New Indian Express)
കൗതുകമുണർത്തി മോഹൻലാലിന്റെ 'മലൈക്കോട്ടെ വാലിബൻ' ടീസർ.

## Spur (v)

🔊 */spɜːr/ (spur):* To encourage or motivate someone to take action or make progress. - **പ്രേരിപ്പിക്കുക, പ്രോത്സാഹിക്കുക, പ്രചോദനം ഉണ്ടാക്കുക, വളർത്തുക/ ത്വരിതപ്പെടുത്തുക.**

✦A friendly competition can spur creativity among team members.
സൗഹാർദ്ദപരമായ മത്സരം ടീം അംഗങ്ങൾക്കിടയിൽ സർഗ്ഗാത്മകത വളർത്തും.

✦ To spur economic growth…
സാമ്പത്തിക വളർച്ച ത്വരിതപ്പെടുത്താൻ…

✦China looks to spur births, aid families in fight on shrinking population (Reuters)

ജനസംഖ്യ കുറയുന്നതിനെതിരായ പോരാട്ടത്തിൽ കുടുംബങ്ങളെ സഹായിക്കാനും ജനനത്തെ പ്രോത്സാഹിപ്പിക്കാനും ചൈന ലക്ഷ്യമിടുന്നു.

*On the spur of the moment** (Idiom) - **പെട്ടന്ന്, മുൻകൂട്ടി ആലോചിക്കാതെ.** (*Please refer to Lesson 179.)*

## Impetus (n)

🔊 */ˈɪmpɪtəs/ (IM-puh-tuhs):* Refers to a driving force or stimulus that propels something forward or motivates action. In short, it means a boost or incentive that encourages progress or change. - **പ്രചോദനം, ഉണർവ്വ്, പ്രേരണ, ഉത്തേജനം.**

✦Heritage conservation gets fresh impetus in Mysuru (The Hindu)

മൈസൂരിൽ പൈതൃക സംരക്ഷണത്തിന് പുത്തൻ ഉണർവ്വ് ലഭിക്കുന്നു.

## Inspire (v)

🔊 */ɪnˈspaɪər/ (in-SPYR):* Means to fill someone with the urge or ability to do or feel something creative, uplifting, or significant - **പ്രചോദിപ്പിക്കുക.**

✦An inspiring teacher can stimulate students to succeed.
പ്രചോദകനായ അധ്യാപകന് വിദ്യാർത്ഥികളെ വിജയിക്കുന്നതിനായി ഉത്തേജിപ്പിക്കാൻ കഴിയും.

## Stimulate (v)

🔊 */ˈstɪmjəˌleɪt/ (STIM-yuh-layt):* Means to encourage or provoke a response or activity, often by exciting or arousing interest, energy, or action - **ഉത്തേജിപ്പിക്കുക.**

✦An inspiring teacher can stimulate students to succeed.
പ്രചോദകനായ അധ്യാപകന് വിദ്യാർത്ഥികളെ വിജയിക്കുന്നതിനായി ഉത്തേജിപ്പിക്കാൻ കഴിയും.

## Provoke (v)

🔊 */prəˈvoʊk/ (pruh-VOHK):* Means to incite or stimulate a reaction or emotion, typically a strong or unwelcome one - **ഇളക്കിവിടുക, ഉത്തേജിപ്പിക്കുക, പ്രകോപിപ്പിക്കുക.**

✦The decision provoked a storm of protest.
തീരുമാനം പ്രതിഷേധത്തിന്റെ കൊടുങ്കാറ്റിനെ ഇളക്കിവിട്ടു.

## Whet someone's appetite (Phr)

🔊 */wɛt ˈæpɪtaɪt/ (wet AP-i-tyte):* "Whet (someone's) appetite" means to stimulate or increase interest or desire, especially for food or for something enjoyable or exciting - **ആഗ്രഹമുണർത്തുക, താൽപ്പര്യം വർദ്ധിപ്പിക്കുക, താൽപ്പര്യം ജനിപ്പിക്കുക.**

✦Five trips that promise to whet your travel appetite. (Deccan Chronicle)
നിങ്ങളുടെ സഞ്ചാര താൽപര്യം വർദ്ധിപ്പിക്കുമെന്ന് ഉറപ്പുനൽകുന്ന 5 യാത്രകൾ.

✦Nigeria's food delivery industry whets investors' appetite (Financial Times)
നൈജീരിയയിലെ ഭക്ഷ്യ വിതരണ വ്യവസായം നിക്ഷേപകരുടെ താൽപര്യം വർദ്ധിപ്പിക്കുന്നു.

## Spark (v)

🗣 */spɑːrk/ (spark):* To ignite or trigger something, such as an idea, reaction, or event. - തിരികൊളുത്തുക.

✦Tamil nadu governor at 'poonool' function sparks fresh row

തമിഴ്നാട് ഗവർണർ പൂണൂൽ ചടങ്ങിൽ പങ്കെടുത്തത് പുതിയ വിവാദത്തിന് തിരികൊളുത്തി.

↳ *Practice Collocations (60)*

| | |
|---|---|
| ജിജ്ഞാസ ഉണർത്തുക | **Pique**s curiosity ... |
| പൊതുതാൽപ്പര്യം ഉണർത്തുന്നു... | **Pique**s public interest... |
| സൗഹാർദ്ദപരമായ മത്സരം ടീം അംഗങ്ങൾക്കിടയിൽ സർഗ്ഗാത്മകത വളർത്തും. | A friendly competition can **spur** creativity among team members. |
| സാമ്പത്തിക വളർച്ച ത്വരിതപ്പെടുത്താൻ... | To **spur** economic growth... |
| നടപടിയെടുക്കാൻ പ്രേരിപ്പിക്കുക... | **Spur** action... |
| പ്രധാനമന്ത്രിയുടെ പിന്തുണ കൂടുതൽ ഊർജം നൽകും. | The Prime Minister's support will give an added **impetus**. |
| പ്രചോദകനായ അധ്യാപകന് വിദ്യാർത്ഥികളെ വിജയിക്കുന്നതിനായി ഉത്തേജിപ്പിക്കാൻ കഴിയും. | An **inspiring** teacher can stimulate students to succeed. |
| തീരുമാനം പ്രതിഷേധത്തിന്റെ കൊടുങ്കാറ്റിനെ ഇളക്കിവിട്ടു. | The decision **provoked** a storm of protest. |
| നിങ്ങളുടെ സഞ്ചാര താൽപര്യം വർദ്ധിപ്പിക്കുമെന്ന് ഉറപ്പുനൽകുന്ന 5 യാത്രകൾ. | Five trips that promise to **whet** your travel **appetite.** |
| പുസ്തകത്തിന്റെ ആമുഖം വായിക്കാനുള്ള അവന്റെ താൽപ്പര്യം വർദ്ധിപ്പിച്ചു. | The book's prologue **whetted** his **appetite** to read on. |
| തമിഴ്നാട് ഗവർണർ പൂണൂൽ ചടങ്ങിൽ പങ്കെടുത്തത് പുതിയ വിവാദത്തിന് തിരികൊളുത്തി. | Tamil nadu governor at 'poonool' function **sparks** fresh row. |

↳ *Reinforce the pronunciation*

| | | | |
|---|---|---|---|
| 1 | **Pique** | /piːk/ | peek |
| 2 | **Spur** | /spɜːr/ | spur |
| 3 | **Impetus** | /ˈɪmpɪtəs/ | IM-puh-tuhs |
| 4 | **Inspire** | /ɪnˈspaɪər/ | in-SPYR |
| 5 | **Stimulate** | /ˈstɪmjəˌleɪt/ | STIM-yuh-layt |
| 6 | **Provoke** | /prəˈvoʊk/ | pruh-VOHK |
| 7 | **Whet appetite** | /wɛt ˈæpɪtaɪt/ | wet AP-i-tyte |
| 8 | **Spark** | /spɑːrk/ | spark |

# 61. Kerala government effects major reshuffle in top <u>echelons</u> of civil services (The Hindu)

"കേരള സർക്കാർ സിവിൽ സർവീസുകളുടെ ഉന്നത തലങ്ങളിൽ വലിയ അഴിച്ചുപണി നടത്തുന്നു."

**Echelons:** In this context, "echelons" refers to levels or ranks within a hierarchical structure, particularly within the civil services. So, a "major reshuffle in top echelons of civil services" means there has been significant restructuring or changes in the highest levels or ranks of the civil services.

☐ **Echelons**
☐ **Kingpin**
☐ **Top brass**
☐ **Big shot**
☐ **Big bugs**
☐ **Bigwig**
☐ **Mastermind**
☐ **Think-tank**
☐ **Tycoon**
☐ **Ringleader**
☐ **Titan**
☐ **Doyen**

## Echelons (n)

🗣 /'eʃəlɒn/ (ESH-uh-lonz): Refers to different levels or ranks within a hierarchical structure - ഉന്നതരാങ്കിലുള്ള, പ്രത്യേകതലത്തിലുള്ള ആളുകൾ, സമൂഹത്തിലെ തട്ട്.

✦The government has engineered a few changes in the top echelons of the State's bureaucracy. (The Hindu)
സംസ്ഥാനത്തെ ബ്യൂറോക്രസിയുടെ ഉന്നത തലങ്ങളിൽ സർക്കാർ ചില മാറ്റങ്ങൾ വരുത്തിയിട്ടുണ്ട്.

## Kingpin (n)

🗣 /'kɪŋˌpɪn/ (KING-pin): Refers to a person or thing that is the most important or central part of a group or organization - തലവൻ, സൂത്രധാരൻ.

✦Kerala organ trade case: Kingpin of racket arrested from Hyderabad (The Hindu)
കേരളത്തിലെ അവയവ കച്ചവട കേസിൽ റാക്കറ്റിന്റെ സൂത്രധാരൻ ഹൈദരാബാദിൽ നിന്ന് അറസ്റ്റിൽ.

✦Wanted for 4 years, drug kingpin held on way to Bangkok (Times of India)
നാല് വർഷമായി തിരയുന്ന മയക്കുമരുന്ന് തലവനെ ബാങ്കോക്കിലേക്ക് കടക്കുന്ന വഴി പിടികൂടി.

## Top brass (n)

🗣 /tɒp brɑːs/ (TOP brahs): Refers to the highest-ranking officials in an organization, especially the military - ഉന്നതർ.

✦LS polls: BJP top brass meet on eve of vote counting (The Hindu)
ലോക്സഭാ തിരഞ്ഞെടുപ്പ്: വോട്ടെണ്ണലിന്റെ തലേന്ന് ബിജെപി ഉന്നതരുടെ യോഗം.

## Big shot (n)

🗣 /bɪg ʃɒt/ (big SHOT): Refers to an important or influential person, especially in a particular field or organization - പ്രമുഖ, പ്രമുഖൻ.

✦He's a big shot in Tamil politics. (The Hindu)
തമിഴ്നാട് രാഷ്ട്രീയത്തിലെ ഒരു പ്രമുഖനാണ് അദ്ദേഹം.

## Big bugs (n)

🗣 /bɪg bʌgz/ (big bugs): Can colloquially refer to influential or important individuals, akin to "big shots - പ്രമുഖർ, വമ്പൻമാർ.

✦At the conference, all the big bugs in politics were in attendance.
രാഷ്ട്രീയത്തിലെ വമ്പൻമാരെല്ലാം സമ്മേളനത്തിൽ പങ്കെടുത്തിരുന്നു.

## Bigwig (n)

🗣 /'bɪgwɪg/ (BIG-wig): Refers to an important or influential person, especially in a particular field or organization - പ്രമുഖൻ, പൗരപ്രധാനി, പ്രധാന വ്യക്തി – ഇടം – വസ്തു.

✦A BJP bigwig on how India can become an advanced economy (The Economist)
ഇന്ത്യയെ എങ്ങനെ ഒരു വികസിത സമ്പദ്‌വ്യവസ്ഥയാക്കാം എന്നതിനെക്കുറിച്ച് ഒരു ബി.ജെ.പി പ്രമുഖൻ.

✦This Karnataka small town is a bigwig in hair industry (Times of India)
കർണാടകയിലെ ഈ ചെറുനഗരം മുടി വ്യവസായത്തിലെ ഒരു പ്രധാന ഇടം/നഗരമാണ്.

## Mastermind (n)

🗣 /'mæstərˌmaɪnd/ (MASS-tuhr-mynd): Refers to a person who plans and directs a complex or intricate scheme or project, especially one involving criminal activities or intelligence operations - വിദഗ്ധബുദ്ധി, മുഖ്യ സൂത്രധാരൻ.

✦Mastermind in Delhi doctor's murder arrested; cops reveal how plan was executed (India Today)
ഡൽഹിയിൽ ഡോക്ടറെ കൊലപ്പെടുത്തിയ കേസിലെ മുഖ്യ സൂത്രധാരൻ അറസ്റ്റിൽ, പദ്ധതി എങ്ങനെ നടപ്പാക്കിയെന്ന് പൊലീസ് വെളിപ്പെടുത്തി.

# Think-tank (n)

🔊 /ˈθɪŋkˌtæŋk/ (THINGK-tank): A group of experts who conduct research and provide ideas, analysis, and advice on specific topics, often in politics, business, or social issues. - വിദഗ്ധ ആളുകളുടെ ഒരു സംഘം.

✦Amid row, Lankan think tank says set up marine research station on Katchatheevu (Hindustan Times)
കച്ചത്തീവിൽ സമുദ്ര ഗവേഷണ കേന്ദ്രം സ്ഥാപിക്കണമെന്ന് ലങ്കൻ വിദഗ്ദർ കോലാഹലത്തിനിടയിൽ പറയുന്നു.

# Tycoon (n)

🔊 /tɪˈkuːn/ (tie-KOON): A wealthy and powerful businessperson, especially one with great influence in a particular industry. - പ്രമുഖ വ്യവസായി, വ്യവസായ പ്രമുഖൻ, പ്രമുഖ നേതാവ്.

✦Media tycoon Rupert Murdoch, 93, marries for fifth time. (NDTV)
മാധ്യമ വ്യവസായി റൂപർട്ട് മർഡോക്ക് (93) അഞ്ചാം തവണയും വിവാഹിതനായി.

# Ringleader (n)

🔊 /ˈrɪŋˌliːdər/ (RING-LEED-er): A "ringleader" is the leader or organizer of a group, especially one engaged in unlawful or disruptive activities - സംഘത്തലവൻ, പ്രധാനി.

✦Police arrest ringleader of gang which robbed Indian Sikh family in Pakistan's Punjab province (Times of India)
പാകിസ്ഥാനിലെ പഞ്ചാബ് പ്രവിശ്രയിൽ ഇന്ത്യൻ സിഖ് കുടുംബത്തെ കൊള്ളയടിച്ച സംഘത്തിലെ പ്രധാനിയെ പോലീസ് അറസ്റ്റ് ചെയ്തു.

✦'Eunuch Maker' ringleader jailed for penis, testicles amputations (The Indian Express)
ലിംഗവും വൃഷണവും ഛേദിച്ചതിന് 'യൂണച്ച് മേക്കർ' സംഘത്തലവൻ ജയിലിലായി.

# Titan (n)

🔊 /ˈtaɪ.tən/ (TY-tuhn): A person of great strength, importance, or achievement in a particular field. - അതിമാനുഷൻ, അതികായൻ.

✦With Ramoji Rao's demise, India has lost media titan: President Murmu (The Hindu)
രാമോജി റാവുവിന്റെ വിയോഗത്തോടെ ഇന്ത്യയ്ക്ക് നഷ്ടമായത് അതികായകനായ മാധ്യമ പ്രവർത്തകനെയാണെന്ന് പ്രസിഡന്റ് മുർമു.

# Doyen (n)

🔊 /ˈdɔɪ.ən/ (DOY-en): The most respected or experienced person in a particular field. - തലമുതിർന്ന അംഗം, അമരക്കാരൻ.

✦ R. Chidambaram, doyen of India's nuclear programme, dies at 88 (The Hindu)
ഇന്ത്യയുടെ ആണവ പദ്ധതികളുടെ അമരക്കാരൻ ആർ. ചിദംബരം (88) അന്തരിച്ചു.

↳ *Practice Collocations (61)*

| | |
|---|---|
| സിവിൽ സർവീസുകളുടെ ഉന്നത തലങ്ങളിൽ... | In top **echelons** of civil services... |
| കേരള വിഷമദ്യദുരന്തത്തിലെ പ്രധാന സൂത്രധാരൻ മണിച്ചൻ... | Kerala hooch tragedy **kingpin** Manichan... |
| ബിജെപിയിലെ ഉന്നതരുടെ സാന്നിധ്യത്തിൽ... | in presence of BJP **top brass**... |
| ഒരു പ്രമുഖ എഴുത്തുകാരി എന്ന നിലയിൽ... | As a **big shot** author... |

| രാഷ്ട്രീയം, ബിസിനസ്സ്, കല എന്നിവയിൽ നിന്നുള്ള പ്രമുഖർ ... | **Big bugs** from politics, business, and the arts ... |
|---|---|
| ഒരു ബി.ജെ.പി പ്രമുഖൻ... | A BJP **bigwig**... |
| മുടി വ്യവസായത്തിലെ ഒരു പ്രധാന ഇടം | a **bigwig** in hair industry |
| ഡൽഹിയിൽ ഡോക്ടറെ കൊലപ്പെടുത്തിയ കേസിലെ മുഖ്യ സൂത്രധാരൻ | **Mastermind** in Delhi doctor's murder |
| ലങ്കൻ വിദഗ്ധർ പറയുന്നു... | Lankan **think-tanks** say... |
| മാധ്യമ വ്യവസായി റൂപർട്ട് മർഡോക്ക് (93) അഞ്ചാം തവണയും വിവാഹിതനായി. | Media **tycoon** Rupert Murdoch, 93, marries for fifth time. |
| സംഘത്തിലെ പ്രധാനിയെ പോലീസ് അറസ്റ്റ് ചെയ്തു. | Police arrested **ringleader** of the gang. |
| ചെറുകുരി രാമോജി റാവു: ഇന്ത്യൻ മാധ്യമരംഗത്തെ അതികായൻ. | Cherukuri Ramoji Rao: A **titan** of Indian media. |
| ഇന്ത്യയുടെ ആണവ പദ്ധതികളുടെ അമരക്കാരൻ ആർ. ചിദംബരം. | R. Chidambaram, **doyen** of India's nuclear programme. |

↳ *Reinforce the pronunciation*

| 1 | Echelons | /ˈeʃələn/ | ESH-uh-lonz |
|---|---|---|---|
| 2 | Kingpin | /ˈkɪŋˌpɪn/ | KING-pin |
| 3 | Top brass | /tɒp brɑːs/ | TOP brahs |
| 4 | Big shot | /bɪg ʃɒt/ | big SHOT |
| 5 | Big bugs | /bɪg bʌgz/ | big bugs |
| 6 | Bigwig | /ˈbɪgwɪg/ | BIG-wig |
| 7 | Mastermind | /ˈmæstərˌmaɪnd/ | MASS-tuhr-mynd |
| 8 | Think-tank | /ˈθɪŋkˌtæŋk/ | THINGK-tank |
| 9 | Tycoon | /tɪˈkuːn/ | tie-KOON |
| 9 | Ringleader | /ˈrɪŋˌliːdər/ | RING-LEED-er |
| 10 | Titan | /ˈtaɪ.tən/ | TY-tuhn |
| 11 | Doyen | /ˈdɔɪ.ən/ | DOY-en |

# 62. RSS relieves Kundan Chandrawat of duties after row over '<u>bounty</u>' on Kerala CM (The Times of India)

*"കേരള മുഖ്യമന്ത്രിക്കെതിരെയുള്ള ' ഇനാം ' വിവാദത്തിന് ശേഷം കുന്ദൻ ചന്ദ്രാവത്തിനെ ചുമതലകളിൽ നിന്ന് ആർ.എസ്.എസ് ഒഴിവാക്കുന്നു. "*

**Bounty**: In this context, "bounty" refers to a reward or payment offered for achieving a particular outcome, typically used in the context of a financial incentive or prize for accomplishing a task or goal.

☐ **Bounty**
☐ **Blood money**
☐ **Perk**
☐ **Alimony**
☐ **Ransom**
☐ **Compensation**
☐ **Largesse**

## Bounty (n)

🔊 /ˈbaʊnti/ (BOUN-tee): Refers to a reward or payment offered for achieving a specific outcome or accomplishment - ഇനാം, പാരിതോഷികം.

✦'Rs 10 Comb Is Enough': Udhayanidhi Stalin On Ayodhya Seer's Rs 10 Cr Bounty On His Head (India Times)

'10 രൂപ ചീപ്പ് മതി': ഉദയനിധി സ്റ്റാലിൻ, അയോധ്യാ സന്യാസി തന്റെ തലയ്ക്ക് 10 കോടി രൂപ പാരിതോഷികം പ്രഖ്യാപിച്ചതുമായി ബന്ധപ്പെട്ട്.

## Blood money (n)

🗣 /blʌd ˈmʌni/ (bluhd MUH-nee): Refers to payment made as compensation for a wrongful or illegal act, typically involving serious harm or death. - മോചന ദ്രവ്യം, ദയാധനം

✦Rs 34 crore blood money paid; Saudi court revokes death sentence of Kerala native (The Times of India)

34 കോടി രൂപ ദയാധനം നൽകി, മലയാളിയുടെ വധശിക്ഷ സൗദി കോടതി റദ്ദാക്കി.

## Perk (n)

🗣 /pɜːrk/ (puhrk): Refers to a special benefit or advantage that comes with a job or situation, often beyond what is typically offered - സേവനത്തിനുള്ള ആനുകൂല്യം, ശമ്പളത്തിന് പുറമേയുള്ള ആനുകൂല്യം.

✦A company car and a mobile phone are some of the perks that come with the job. (The Times of India)

ഒരു കമ്പനി കാറും മൊബൈൽ ഫോണും ജോലിയ്ക്കാപ്പം ലഭിക്കുന്ന ചില ആനുകൂല്യങ്ങളാണ്.

## Alimony (n)

🗣 /ˈælɪmoʊni/ (AL-uh-moh-nee): Refers to a legally obligated financial support paid by one spouse to another after separation or divorce – ജീവനാംശം.

✦Muslim women entitled to seek alimony, says SC (Hindustan Times)

മുസ്ലീം സ്ത്രീകൾക്ക് ജീവനാംശം തേടാൻ അർഹതയുണ്ടെന്ന് സുപ്രീം കോടതി.

✦Spouse with earning capacity can't sit idle and seek high alimony: HC (Deccan Herald)

സമ്പാദിക്കാനുള്ള ശേഷിയുള്ള പങ്കാളിക്ക് വെറുതെയിരിക്കാനും ഉയർന്ന ജീവനാംശം തേടാനും കഴിയില്ല: ഹൈക്കോടതി.

## Ransom (n)

🗣 /ˈrænsəm/ (RAN-suhm): Refers to a sum of money or payment demanded or paid for the release of a captive or hostage, or to satisfy some other condition - മോചനദ്രവ്യം.

✦Agra man abducted, murdered for Rs 10 lakh ransom (Times of India)

10 ലക്ഷം രൂപ മോചനദ്രവ്യം ആവശ്യപ്പെട്ട് ആഗ്ര സ്വദേശിയെ തട്ടിക്കൊണ്ടുപോയി കൊലപ്പെടുത്തി.

## Compensation (n)

🗣 /ˌkɒmpɛnˈseɪʃən/ (kom-pen-SAY-shuhn): Refers to something, typically money, awarded to someone as a recompense for loss, injury, or suffering - നഷ്ടപരിഹാരം.

✦Dog bite victims can claim Rs 10,000 compensation from government (Deccan Herald)

നായയുടെ കടിയേറ്റവർക്ക് സർക്കാരിൽ നിന്ന് 10,000 രൂപ നഷ്ടപരിഹാരം ആവശ്യപ്പെടാം.

## Largesse (n)

🗣 /larˈdʒɛs/ (lahr-JES): Means generous giving or generosity, especially from a position of wealth or power - ഔദാര്യം, സംഭാവന, പാരിതോഷികം, ഉപഹാരം

✦Political parties vie over largesse before elections (Deccan Herald)

തിരഞ്ഞെടുപ്പിന് മുമ്പ് രാഷ്ട്രീയ പാർട്ടികൾ സംഭാവനയ്ക്കായി മത്സരിക്കുന്നു.

↳ *Practice Collocations (62)*

| | |
|---|---|
| 10 ലക്ഷം രൂപ ഇനാം... | A **bounty** of 10 lakh... |
| ക്രൗഡ് ഫണ്ടിംഗിലൂടെ സമാഹരിച്ച ദയാധനം. | **Blood money** raised through crowdfunding. |
| ആശുപത്രി അവധിയിലുള്ള പോലീസുകാർക്ക് മുഴുവൻ ആനുകൂല്യങ്ങളും നൽകുന്നതിനായി... | To provide full **perks** to cops on hospital leave.... |

| | |
|---|---|
| ജീവനാംശം വർധിപ്പിക്കണമെന്ന ഭാര്യയുടെ ഹർജി ഡൽഹി ഹൈക്കോടതി തള്ളി. | Delhi HC rejects wife's plea seeking enhanced **alimony**. |
| തട്ടിക്കൊണ്ടുപോയവർ 10 ലക്ഷം രൂപ മോചനദ്രവ്യം ആവശ്യപ്പെടുന്നു... | Kidnappers demand Rs 10 lakh **Ransom**.... |
| തേനീച്ചയുടെ ആക്രമണത്തിൽ മരിച്ചവരുടെ കുടുംബങ്ങൾക്ക് 10 ലക്ഷം രൂപ നഷ്ടപരിഹാരം. | Rs 10 lakh **compensation** for families of bee attack victims. |
| രാഷ്ട്രീയ പാർട്ടികൾ സംഭാവനയ്ക്കായി മത്സരിക്കുന്നു. | Political parties vie over **largesse**... |

↳ *Reinforce the pronunciation*

| | | | |
|---|---|---|---|
| 1 | **Bounty** | /ˈbaʊnti/ | BOUN-tee |
| 2 | **Blood money** | /blʌd ˈmʌni/ | bluhd MUH-nee |
| 3 | **Perk** | /pɜːrk/ | puhrk |
| 4 | **Alimony** | /ˈælɪmoʊni/ | AL-uh-moh-nee |
| 5 | **Ransom** | /ˈrænsəm/ | RAN-suhm |
| 6 | **Compensation** | /ˌkɒmpɛnˈseɪʃən/ | kom-pen-SAY-shuhn |
| 7 | **Largesse** | /lɑrˈdʒɛs/ | lahr-JES |

# 63. A lack of proper sleep can <u>enervate</u> both the body and the mind... (Healthcare)

"ശരിയായ ഉറക്കത്തിന്റെ അഭാവം ശരീരത്തെയും മനസ്സിനെയും ഒരുപോലെ തളർത്തും..."

**Enervate:** In this context, the word "enervate" means to weaken or to deprive of strength or vitality. So, the statement suggests that a lack of proper sleep can weaken both the body and the mind, making them less energetic or robust.

☐ **Enervate**

☐ **Exhaust**
☐ **Fatigue**
☐ **Wear out**
☐ **Drain**
☐ **Enfeeble**
☐ **Debilitate**
☐ **Indispose**
☐ **Tenuous**

## Enervate (v)

🔊 /ˈɛnərveɪt/ *(EN-er-vayt):* Means to weaken or deprive of strength or vitality - ശക്തിയില്ലാതാക്കുക, മാനസികമായും ശാരീരികമായും തളർത്തുക.

✦Spending too much time on social media can enervate one's sense of real-life connections (Men's Health)
സോഷ്യൽ മീഡിയയിൽ കൂടുതൽ സമയം ചെലവഴിക്കുന്നത് ഒരാളുടെ യഥാർത്ഥ ജീവിത ബന്ധങ്ങളെ ഉണർത്തും.

## Exhaust (v)

♣ /ɪgˈzɔːst/ *(ig-ZAWST):* Means to use up completely, or to drain of resources, energy, or strength - ക്ഷീണിപ്പിക്കുക, തളരുക, ക്ഷീണിക്കുക.

✦Distraught Children, exhausted Pilgrims: How did the Kerala Government fail in crowd management at Sabarimala? (The Hindu)
അസ്വസ്ഥരായ കുട്ടികൾ, തളർന്ന തീർഥാടകർ: ശബരിമലയിലെ തിരക്ക് നിയന്ത്രിക്കുന്നതിൽ കേരള സർക്കാർ എങ്ങനെയാണ് പരാജയപ്പെട്ടത്?

## Fatigue (v)

♣ /fəˈtiːg/ *(fuh-TEEG):* Refers to extreme tiredness or exhaustion, often resulting from physical or mental exertion- ക്ഷീണിക്കുക, തളരുക.

✦The relentless workload fatigued him, and he longed for a break. (The Hindu)
വിശ്രമമില്ലാത്ത ജോലിഭാരം അവനെ തളർത്തി, അവൻ ഒരു ഇടവേളയ്ക്കായി കൊതിച്ചു.

## Wear out (v)

♣ /wɛər aʊt/ *(ware out):* Means to become exhausted or unusable due to continued use or stress- ക്ഷീണിക്കുക , ഉപയോഗിച്ച് പഴകുക, തേഞ്ഞ് പോവുക.

✦She was too worn out to attend the evening meeting.
വൈകുന്നേരത്തെ മീറ്റിംഗിൽ പങ്കെടുക്കാൻ പറ്റാത്ത അത്രയും അവൾ വളരെ ക്ഷീണിതയായിരുന്നു.

## Drain (v)

♣ /dreɪn/ *(drayn):* Means to remove liquid from something, typically through a pipe or channel, or to deplete resources or energy- ചോർത്തുക, ഇല്ലാതാക്കുക.

✦The demanding project deadlines began to drain her energy and enthusiasm.
പ്രോജക്ടിന്റെ നിർബന്ധിത സമയപരിധി അവളുടെ ഊർജ്ജവും ഉത്സാഹവും ചോർത്താൻ തുടങ്ങി.

## Enfeeble (v)

♣ /ɛnˈfiːbəl/ *(en-FEE-buhl):* Means to make weak or feeble, to deprive of strength or vigor- ദുർബലപ്പെടുത്തുക, തളർത്തുക.

✦Continuous stress and sleep deprivation can enfeeble the body's immune system.
തുടർച്ചയായ സമ്മർദ്ദവും ഉറക്കക്കുറവും ശരീരത്തിന്റെ പ്രതിരോധ സംവിധാനത്തെ ദുർബലപ്പെടുത്തും.

## Debilitate (v)

♣ /dɪˈbɪlɪteɪt/ *(dih-BIL-i-tayt):* Means to weaken or make someone or something feeble, especially physically or mentally- നശിപ്പിക്കുക, ക്ഷീണിപ്പിക്കുക, ദുർബലമാക്കുക, അവശത അനുഭവിക്കുക.

✦Kerala: Bedridden, debilitated patients to get COVID vaccines at home, says govt (The Hindu)
കേരളം: കിടപ്പിലായ, അവശത അനുഭവിക്കുന്ന രോഗികൾക്ക് വീട്ടിൽ കൊവിഡ് വാക്സിൻ എടുക്കണമെന്ന് സർക്കാർ.

## Indispose (v)

♣ /ˌɪndɪˈspoʊz/ *(in-di-SPOHZ):* Means to make someone unwilling or unfit to do something, often due to illness or discomfort- കഴിവില്ലാതാക്കുക, രോഗിയാക്കുക.

✦Tamil Nadu Chief Minister Stalin indisposed (The Hindu)
തമിഴ്നാട് മുഖ്യമന്ത്രി സ്റ്റാലിൻ രോഗബാധിതനായി.

## Tenuous (adj)

♣ /ˈtɛnjʊəs/ *(TEN-yoo-uhs):* Weak, fragile, or lacking a strong foundation. - ദുർബലമായ, നേർത്ത.

✦ The team's hopes were tenuous after the injury. (The Hindu)
പരിക്കിനെ തുടർന്ന് ടീമിന്റെ പ്രതീക്ഷകൾ ദുർബലമായി.

| | |
|---|---|
| ശരിയായ ഉറക്കത്തിന്റെ അഭാവം ശരീരത്തെയും മനസ്സിനെയും ഒരുപോലെ തളർത്തും. | A lack of proper sleep can **enervate** both the body and the mind. |
| അസ്വസ്ഥരായ കുട്ടികൾ, തളർന്ന തീർഥാടകർ ... | Distraught Children, **exhausted** Pilgrims ... |
| വിശ്രമമില്ലാത്ത ജോലിഭാരം അവനെ തളർത്തി, അവൻ ഒരു ഇടവേളയ്ക്കായി കൊതിച്ചു. | The relentless workload **fatigued** him, and he longed for a break. |
| നിങ്ങൾ ക്ഷീണിച്ചിരിക്കുന്നു. | You look **worn out**. |
| കാറിന്റെ ടയറുകൾ പൂർണ്ണമായും തേഞ്ഞ് പോയി... | The tires on the car were completely **worn out**... |
| പ്രോജക്ടിന്റെ നിർബന്ധിത സമയപരിധി അവളുടെ ഊർജ്ജവും ഉത്സാഹവും ചോർത്താൻ തുടങ്ങി. | The demanding project deadlines began to **drain** her energy and enthusiasm. |
| തുടർച്ചയായ സമ്മർദവും ഉറക്കക്കുറവും ശരീരത്തിന്റെ പ്രതിരോധ സംവിധാനത്തെ ദുർബലപ്പെടുത്തും. | Continuous stress and sleep deprivation can **enfeeble** the body's immune system. |
| കിടപ്പിലായ, അവശത അനുഭവിക്കുന്ന രോഗികൾക്ക് വീട്ടിൽ കൊവിഡ് വാക്സിൻ എടുക്കണമെന്ന് സർക്കാർ. | Bedridden, **debilitated** patients to get COVID vaccines at home, says govt. |
| തമിഴ്നാട് മുഖ്യമന്ത്രി സ്റ്റാലിൻ രോഗബാധിതനായി. | Tamil Nadu Chief Minister Stalin **indisposed**. |
| പരിക്കിനെ തുടർന്ന് ടീമിന്റെ പ്രതീക്ഷകൾ ദുർബ്ബലമായി. | The team's hopes were **tenuous** after the injury. |

↳ *Reinforce the pronunciation*

| | | | |
|---|---|---|---|
| 1 | **Enervate** | /ˈɛnərveɪt/ | EN-er-vayt |
| 2 | **Exhaust** | /ɪɡˈzɔːst/ | ig-ZAWST |
| 3 | **Fatigue** | /fəˈtiːɡ/ | fuh-TEEG |
| 4 | **Wear out** | /wɛər aʊt/ | ware out |
| 5 | **Drain** | /dreɪn/ | drayn |
| 6 | **Enfeeble** | /ɛnˈfiːbəl/ | en-FEE-buhl |
| 7 | **Debilitate** | /dɪˈbɪliteɪt/ | dih-BIL-i-tayt |
| 8 | **Indispose** | /ˌɪndɪˈspoʊz/ | in-di-SPOHZ |
| 9 | **Tenuous** | /ˈtɛnjʊəs/ | TEN-yoo-uhs |

# 64. More money is needed to <u>bolster</u> the industry.
(The Hindu)

"വ്യവസായത്തെ മെച്ചപ്പെടുത്താൻ കൂടുതൽ പണം ആവശ്യമാണ്."

**Bolster:** In this context, "bolster" means to support, strengthen, or improve the industry, typically by providing additional financial resources or assistance. It suggests that more funding is required to enhance or reinforce the industry's capabilities, stability, or growth.

☐ **Bolster**
☐ **Brace**
☐ **Reinforce**
☐ **Buttress**
☐ **Shore up**
☐ **Beef up**

☐ **Upped**
☐ **Fortify**
☐ **Bulwark**
☐ **Uphold**
☐ **Stabilise**

## Bolster (v)

🔊 /ˈboʊl.stər/ (BOHL-stuhr): "Bolster" means to strengthen or support something.- ശക്തിപ്പെ ടുത്തുക, മെച്ചപ്പെടുത്തുക, നാശത്തിൽനിന്നു രക്ഷിക്കുക.

✦The government borrowed money to bolster up the economy. (The Hindu).
സമ്പദ് വ്യവസ്ഥയെ മെച്ചപ്പെടുത്താൻ സർക്കാർ പണം കടമെടുത്തു.

✦Naval commanders decide to bolster India's combat skill in strategic waters (Business Standard).
തന്ത്രപ്രധാനമായ ജലാശയങ്ങളിൽ ഇന്ത്യയുടെ യുദ്ധ വൈദഗ്ധ്യം ശക്തിപ്പെടുത്താൻ നാവിക കമാൻഡർമാർ തീരുമാനിച്ചു.

## Brace (v)

🔊 /breɪs/ (BRAYSS): To prepare or strengthen for impact or difficulty. - ശക്തിവരുത്തുക, താങ്ങു നൽകുക, മുറുക്കുക, നേരിടുക.

✦Hurricane Beryl: Texas on alert as officials warn residents to brace for impact (The Hindu).
ബെറിൽ ചുഴലിക്കാറ്റ്: ആഘാതത്തെ നേരിടാൻ താമസക്കാർക്ക് മുന്നറിയിപ്പ് നൽകിയതിനാൽ ടെക്സസ് ജാഗ്രതയിലാണ്.

## Reinforce (v)

🔊 /ˌriːɪnˈfɔːrs/ (ree-in-FORS): Means to strengthen or support something, often by adding additional material, personnel, or support - ദൃഢീകരിക്കുക, ബലം വർദ്ധിപ്പിക്കുക, ഊന്നിപ്പറയുക.

✦Old bridge should be reinforced immediately (The Hindu)
ഈ പഴയപാലത്തിൻറെ ബലം ഉടൻ വർദ്ധിപ്പിക്കണം.

## Buttress (v/n)

🔊 /ˈbʌtrɪs/ (BUH-triss): Means to support, reinforce, or strengthen something, often used metaphorically to describe providing additional support or justification for an argument, idea, or structure - താങ്ങിനിറുത്തുക /താങ്ങ്, ഉറപ്പിക്കുക.

✦Delhi mulls tit-for-tat response to China's move to buttress territorial claims by renaming places in India (The Hindu)
ഇന്ത്യയിലെ സ്ഥലങ്ങളുടെ പേരുമാറ്റി പ്രാദേശിക അവകാശവാദങ്ങൾ ഉറപ്പിക്കാനുള്ള ചൈനയുടെ നീക്കത്തിന് മറുപടിയുമായി ഡൽഹി.

## Shore up (v)

🔊 /ʃɔːr ʌp/ (shawr UP): To support or strengthen something that is weak or failing. - താങ്ങിനിറുത്തുക, വർദ്ധിപ്പിക്കുക.

✦India's Modi seeks to shore up ties with Russia and offset China's sway (mint)
റഷ്യയുമായുള്ള ബന്ധം വർദ്ധിപ്പിക്കാനും ചൈനയുടെ ആധിപത്യം മറികടക്കാനുമാണ് ഇന്ത്യയുടെ മോദി ശ്രമിക്കുന്നത്.

## Beef up (v)

🔊 /biːf ʌp/ (beef UP): To strengthen, improve, or reinforce something. - ശക്തിപ്പെടുത്തുക.

✦Delhi police beef up security ahead of World champion Team India's arrival (India Today)
ലോക ചാമ്പ്യൻമാരായ ടീം ഇന്ത്യയുടെ വരവിന് മുന്നോടിയായി ഡൽഹി പൊലീസ് സുരക്ഷ ശക്തമാക്കി.

## Upped (v)

🔊 /ʌpt/ (upped): "Upped" is the **past tense** of "**up**," often used informally to mean increased or raised something, such as a quantity, level, or intensity. - വർദ്ധിപ്പിച്ചു.

✦ Security Upped Around House, But Mantri Says 'Don't Need It' (Times of India)
വീടിന് ചുറ്റും സുരക്ഷ വർധിപ്പിച്ചു, എന്നാൽ ഇത് ആവശ്യമില്ലെന്ന് മന്ത്രി.

## Fortify (v)

🔊 /ˈfɔːrtɪfaɪ/ (FOR-tuh-fy): To strengthen or secure against attack or danger.- **ബലപ്പെടുത്തുക, സുരക്ഷിതമാക്കുക, ശക്തമാക്കുക.**

✦Amid row, India recommends Canada to fortify security of worship places (Business Standard)
തർക്കത്തിനിടയിൽ, ആരാധനാലയങ്ങളുടെ സുരക്ഷ ശക്തമാക്കാൻ ഇന്ത്യ കാനഡയോട് ശുപാർശ ചെയ്യുന്നു.

## Bulwark (n)

🔊 /ˈbʊlwərk/ (BULL-wurk): A strong defense or protection against danger or attack. - **പുറങ്കോട്ട, സുരക്ഷാഭിത്തി/പ്രതിരോധ കവചം.**

✦Will build Bharat as bulwark against terror, Naxals: Amit Shah (Business Standard)
ഭീകരതയ്ക്കെതിരെയും നക്സലുകൾക്കെതിരെയും ഭാരതത്തെ പ്രതിരോധ കവചമായി നിർമിക്കും: അമിത് ഷാ.

## Uphold (v)

🔊 /ʌpˈhoʊld/ (up-HOLD): To support or maintain something, especially a law, decision, or principle.- **താങ്ങി നിർത്തുക, ഉയർത്തിപ്പിടിക്കുക, സംരക്ഷിക്കുക, ശരിവെക്കുക.**

✦Uphold dignity of Lok Sabha, Birla tells MPs ahead of Budget session (Times of India)
ലോക്സഭയുടെ അന്തസ്സ് ഉയർത്തിപ്പിടിക്കുക, ബജറ്റ് സമ്മേളനത്തിന് മുന്നോടിയായി ബിർള എം.പി. മാരോട് പറഞ്ഞു

✦Supreme Court upholds quota within quota in 6:1 ruling (The Hindu)
6:1 വിധിയിലൂടെ 'ക്വാട്ടയ്ക്കുള്ളിലെ ക്വാട്ട' സുപ്രീം കോടതി ശരിവച്ചു..

## Stabilise (n)

🔊 /ˈsteɪbɪlaɪz/ (STAY-buh-lyz): To become or to make something become steady and unlikely to change; to make something stable — **സുസ്ഥിരമാക്കുക, ഉറപ്പിക്കുക, ഭദ്രമാക്കുക.**

✦Will take decisive steps to stabilise banking system: FM Sitharaman (Business Standard)
ബാങ്കിംഗ് സംവിധാനം ഭദ്രമാക്കാൻ നിർണായക നടപടികൾ സ്വീകരിക്കും: ധനമന്ത്രി സീതാരാമൻ.

More Words:
**Offset** - ഒപ്പമെത്തുക, മറികടക്കുക.
**Sway** - ആധിപത്യം, സ്വാധീനം.

↳ *Practice Collocations (64)*

| | |
|---|---|
| വ്യവസായത്തെ താങ്ങി നിർത്തുക. | **Bolster** the industry. |
| സമ്പദ്ഘടനയെ താങ്ങി നിർത്തുക. | **Bolster** up the economy. |
| പുതിയ ഒരു വെല്ലുവിളിക്കായി സ്വയം ശക്തിവരുത്തുക. | **Brace** yourself for a new challenge! |
| ആഘാതത്തെ നേരിടാൻ ... | To **brace** for impact ... |
| പൈലറ്റ് യാത്രക്കാരോട് സ്വയം ബെൽറ്റ് മുറുക്കാൻ പറഞ്ഞു. | The pilot told passengers to **brace** themselves. |
| ഈ പഴയപാലത്തിൻറെ ബലം ഉടൻ വർദ്ധിപ്പിക്കണം. | This old bridge should be **reinforced** immediately. |
| അവൻ അവൻറെ വാദത്തെ ധാരാളം വസ്തുതകൾ കൊണ്ട് ദൃഢീകരിച്ചു. | He **reinforced** his argument with many facts. |
| അവൻറെ അവകാശവാദം താങ്ങി നിറുത്താൻ. | To **buttress** his claim. |
| കെട്ടിടത്തിൻറെ താങ്ങ്. | **Buttresses** of the building. |
| നടപടികൾ സമ്പദ്ഘടനയെ താങ്ങിനിറുത്താൻ ലക്ഷ്യമിട്ടുള്ളതായിരുന്നു. | The measures were aimed at **shoring up** the economy. |
| കേടുവന്ന ചുമർ താങ്ങിനിറുത്തുക. | **Shore up** the damaged wall. |
| ടീമിനെ ശക്തിപ്പെടുത്തുക. | **Beef up** the team. |
| സുരക്ഷ ശക്തിപ്പെടുത്തി. | Security was **beefed up.** |

| | |
|---|---|
| ഉത്പാദനം ശക്തിപ്പെടുത്തുക. | **Beef up** the production. |
| വീടിന് ചുറ്റും സുരക്ഷ വർധിപ്പിച്ചു... | Security **upped** around house... |
| അവർ പ്രദേശത്തെ ആക്രമണത്തിൽ നിന്നും സുരക്ഷിതമാക്കി. | They **fortified** the area against attack. |
| തണുപ്പിനെതിരെ സ്വയം ബലപ്പെടുത്താൻ കുറച്ചു ചൂടുള്ള സൂപ്പ് കഴിക്കൂ... | Have some hot soup to **fortify** you against the cold. |
| സ്വയം ബലപ്പെടുത്താൻ അദ്ദേഹം ഗാഢമായ ഒരു ശ്വാസമെടുത്തു. | He took a deep breath to **fortify** himself. |
| സ്വാതന്ത്ര്യത്തിൻറെ പുറംകോട്ട... | A **bulwark** of freedom. |
| ഭാവിയിലെ പ്രളയത്തിനെതിരെയുള്ള സുരക്ഷാഭിത്തി. | **Bulwark** against future floods. |
| നിയമത്തെ സംരക്ഷിക്കാനുള്ള ഉത്തരവാദിത്തം. | Responsibility to **uphold** the law. |
| പത്രപ്രവർത്തനത്തിൻറെ നീതിശാസ്ത്രം ഉയർത്തിപ്പിടിക്കുക. | **Uphold** journalistic ethics. |
| സുപ്രീം കോടതി ശരിവച്ചു... | Supreme Court **upheld**... |
| ബാങ്കിംഗ് സംവിധാനം ഭദ്രമാക്കാൻ നിർണായക നടപടികൾ സ്വീകരിക്കും: ധനമന്ത്രി സീതാരാമൻ. | Will take decisive steps to **stabilise** banking system: Finance Minister Sitharaman. |

↳ *Reinforce the pronunciation*

| | | | |
|---|---|---|---|
| 1 | Bolster | /ˈboʊl.stər/ | BOHL-stuhr |
| 2 | Brace | /breɪs/ | BRAYSS |
| 3 | Reinforce | /ˌriːɪnˈfɔːrs/ | ree-in-FORS |
| 4 | Buttress | /ˈbʌtrɪs/ | BUH-triss |
| 5 | Shore up | /ʃɔːr ʌp/ | shawr UP |
| 6 | Beef up | /biːf ʌp/ | beef UP |
| 7 | Upped | /ʌpt/ | upped |
| 8 | Fortify | /ˈfɔːrtɪfaɪ/ | FOR-tuh-fy |
| 9 | Bulwark | /ˈbʊlwərk/ | BULL-wurk |
| 10 | Uphold | /ʌpˈhoʊld/ | up-HOLD |

# 65. Indian Army denies <u>skirmish</u> with Chinese troops in Ladakh (The Hindu)

**Skirmish:** In this context, "skirmish" refers to a brief and usually small-scale fight or conflict, often occurring between small groups or units, typically at the borders or boundaries where tensions are high but without a full-scale battle.

☐ **Skirmish**
☐ **Scuffle**
☐ **Slugfest**
☐ **Clash**
☐ **Conflict**
☐ **Combat**
☐ **Tussle**

- ☐ Fracas
- ☐ Melee
- ☐ Brawl
- ☐ Encounter
- ☐ Confrontation
- ☐ Tumult
- ☐ Boisterous
- ☐ Turmoil
- ☐ Upheaval
- ☐ Hold a stir
- ☐ Commotion
- ☐ Uprising
- ☐ Mayhem
- ☐ Rebellion
- ☐ Riot
- ☐ Rampage
- ☐ Uproar
- ☐ Furore
- ☐ Agitation
- ☐ Buzz

## Skirmish (n)

🔊 /'skɜːrmɪʃ/ (SKUR-mish): A small or brief fight, usually between small groups or as part of a larger conflict. - ഏറ്റുമുട്ടൽ, ശണ്ഠ, തർക്കം, സംഘർഷം.

✦11 arrested for skirmish during temple fest. (The Hindu)
ക്ഷേത്രോത്സവത്തിനിടെയുണ്ടായ സംഘർഷത്തിൽ 11 പേർ അറസ്റ്റിൽ.

## Scuffle (n)

🔊 /'skʌfəl/ (SKUH-fuhl): A short, confused fight or struggle, usually without weapons. - കലഹം, അടിപിടി, ചെറിയതല്ല്.

✦Club members engage in scuffle, man dies (The Hindu)
ക്ലബ്ബ് അംഗങ്ങൾക്കിടയിൽ തല്ല്, ഒരാൾ മരിച്ചു.

## Slugfest (n)

🔊 /'slʌgfest/ (SLUG-fest): A tough and intense fight, especially a long and brutal boxing match or heated argument. - മുഷ്ടിയുദ്ധം, കൈകൾകൊണ്ടുള്ള അടി.

✦Doordarshan's 'saffron' logo sparks political slugfest (The Hindu)
ദൂരദർശന്റെ 'കാവി' ലോഗോ രാഷ്ട്രീയ യുദ്ധത്തിന് ഇടയാക്കി/ക്കുന്നു.

## Clash (n)

🔊 /klæʃ/ (KLASH): A conflict or fight between opposing forces, ideas, or opinions. - ഏറ്റുമുട്ടൽ, സംഘട്ടനം, സംഘർഷം.

✦Tension grips parts of Tripura's Dhalai district after tribal youth injured in clash dies (The Hindu)
സംഘർഷത്തിൽ പരിക്കേറ്റ ആദിവാസി യുവാവ് മരിച്ചതിനെ തുടർന്ന് ത്രിപുരയിലെ ധലായ് ജില്ലയുടെ ചില ഭാഗങ്ങളിൽ സംഘർഷാവസ്ഥ നിലനിൽക്കുന്നു.

## Conflict (n)

🔊 /'kɒn.flɪkt/ (KON-flikt): Refers to a disagreement or clash between individuals or groups due to differing interests, beliefs, or opinions- സംഘട്ടനം, അഭിപ്രായവ്യത്യാസം, ആശയപരമായ ഏറ്റുമുട്ടൽ.

✦India, Austria push for end to conflict in Ukraine (Hindustan Times)
ഉക്രെനിലെ സംഘർഷം അവസാനിപ്പിക്കാൻ ഇന്ത്യയും ഓസ്ട്രിയയും ശ്രമിക്കുന്നു.

## Combat (n)

🔊 /'kɒmbæt/ (KOM-bat): Refers to a physical fight or conflict between individuals or groups, often in a military or warfare context- തല്ല്, യുദ്ധം, പോരാട്ടം.

✦Has the Chief of Defence Staff post improved India's combat efficiency? (The Indian Express)
ചീഫ് ഓഫ് ഡിഫൻസ് സ്റ്റാഫ് പോസ്റ്റ് ഇന്ത്യയുടെ പോരാട്ട കാര്യക്ഷമത മെച്ചപ്പെടുത്തിയിട്ടുണ്ടോ?

## Tussle (n)

🔊 /'tʌsəl/ (TUSS-ul): Means a brief and usually somewhat rough struggle or fight, often involving physical grappling or wrestling- കലഹം, തർക്കം, പോരാടുക, തർക്കിക്കുക.

✦In tussle over Kalasa-Banduri canal project, Karnataka government hits out at Goa (The Indian Express)
കലസ-ബന്ദൂരി കനാൽ പദ്ധതിയുമായി ബന്ധപ്പെട്ട തർക്കത്തിൽ ഗോവയ്ക്കെതിരെ കർണാടക സർക്കാർ.

# Fracas (n)

🔊 / ˈfræka: / (frak-ah): Refers to a noisy disturbance or quarrel, often involving a chaotic and tumultuous situation- **വഴക്ക്, ലഹള, കോലാഹലം.**

✦India-Maldives ties suffer unprecedented damage due to social media fracas (The Indian Express)
സോഷ്യൽ മീഡിയ കോലാഹലങ്ങൾ കാരണം ഇന്ത്യ-മാലദ്വീപ് ബന്ധത്തിന് അഭൂതപൂർവമായ നാശം സംഭവിച്ചു.

# Melee (n)

🔊 /ˈmeleɪ/ (MAY-lay): Refers to a confused and violent free-for-all, typically involving a chaotic and disorderly brawl or fight involving multiple people- **കശപിശ, വഴക്ക്, അടിപിടി, ശണ്ഠ, പോര്.**

✦Election melee hampers ambulance movement in Telangana (The Hindu)
തെലങ്കാനയിലെ ആംബുലൻസ് ഗതാഗതത്തെ തിരഞ്ഞെടുപ്പ് പോര് തടസ്സപ്പെടുത്തി.

# Brawl (n)

🔊 /brɔːl/ (brawl): Refers to a noisy and chaotic fight, usually involving a group of people, often characterized by rough and disorderly behavior- **കലഹം, അടിപിടി, സംഘർഷം.**

✦Man killed in drunken brawl (Times of India)
മദ്യപിച്ചുണ്ടായ സംഘർഷത്തിൽ ഒരാൾ കൊല്ലപ്പെട്ടു.

# Encounter (n)

🔊 /ɪnˈkaʊntər/ (in-KOWN-ter): Means a meeting or interaction, especially one that is unexpected or significant- **ഏറ്റുമുട്ടൽ.**

✦3 gangsters shot in Sonepat encounter (Tribune India)
സോനെപത് ഏറ്റുമുട്ടലിൽ 3 ഗുണ്ടാസംഘങ്ങൾ വെടിയേറ്റു.

# Confrontation (n)

🔊 /ˌkɒnfrʌnˈteɪʃən/ (kon-fruhn-TAY-shən): Refers to a situation where there is a direct and often hostile encounter or conflict between individuals or groups- **ഏറ്റുമുട്ടൽ.**

✦Day after confrontation with minister's staff, actor Gaurav Bakshi arrested (The Indian Express)
മന്ത്രിയുടെ ജീവനക്കാരുമായുള്ള ഏറ്റുമുട്ടലിന് തൊട്ടടുത്ത ദിവസം നടൻ ഗൗരവ് ബക്ഷി അറസ്റ്റിൽ.

# Tumult (n)

🔊 /ˈtjuːmʌlt/ (TYOO-mult): Refers to a state of noisy confusion, disorder, or turbulence, often associated with a chaotic or agitated situation- **ഒച്ചപ്പാട്, ബഹളം, ശണ്ഠ, കലഹം.**

✦The Kashmir Conflict: A Year of Tumult (United States Institute of Peace)
കാശ്മീർ സംഘർഷം: കലഹത്തിന്റെ ഒരു വർഷം.

# Boisterous (adj)

🔊 /ˈbɔɪstərəs/ (BOY-stuh-ruhs): Means lively, noisy, and full of energy. It describes someone or something that is loud and exuberant – **ശബ്ദമുഖരിതമായ, കോലാഹലത്തോടുകൂടി/ഉത്സാഹമുള്ള, ചടുലനായ.**

✦Surat temporarily bans boisterous birthday celebrations in public (Telegraph India)
പൊതുസ്ഥലത്ത് ശബ്ദമുഖരിതമായ ജന്മദിന ആഘോഷങ്ങൾ നടത്തുന്നത് സൂറത്തിൽ താൽക്കാലികമായി നിരോധിച്ചു.

✦Bangladesh's most boisterous and loved cricketer, Shakib takes guard as politician (Telegraph India)
ബംഗ്ലാദേശിന്റെ ഏറ്റവും ചടുലനും പ്രിയപ്പെട്ടവനുമായ ക്രിക്കറ്റ് താരം ഷാക്കിബ് രാഷ്ട്രീയത്തിലേക്ക് ചുവടുവെക്കുന്നു.

# Turmoil (n)

🔊 /ˈtɜːrmɔɪl/ (TUR-moyl): Means a state of great confusion or disturbance – **സംഘർഷം, കലാപം.**

✦Bangladesh political turmoil: Efforts are being made to create unrest in India, says RSS women's body (Telegraph India)

ബംഗ്ലാദേശ് രാഷ്ട്രീയ സംഘർഷം: ഇന്ത്യയിൽ അസമാധാനം സൃഷ്ടിക്കാനുള്ള ശ്രമങ്ങൾ നടക്കുന്നതായി ആർഎസ്എസ് വനിതാ സംഘടന.

## Upheaval (n)

🕊️ /ʌpˈhiːvəl/ (uhp-HEE-vuhl): Means a sudden and dramatic change or disruption, often causing significant disturbance or confusion — കലാപം, അട്ടിമറി.

✦Will Modi learn the right lessons from Bangladesh upheaval? (Times of India)
ബംഗ്ലാദേശ് കലാപത്തിൽ നിന്ന് മോദി ശരിയായ പാഠം പഠിക്കുമോ?.

## Hold a stir (Phr)

🕊️ /hoʊld ə stɜːr/ (hohld uh stur): Means to maintain a state of agitation or excitement, often in a social context, where people are actively engaged or reacting to a situation. — സമരം നടത്തുക, പ്രക്ഷോഭം ആരംഭിക്കുക.

✦State facing food crisis, party to hold 5-day long stir: CPI(M) Tripura secretary Jitendra Chaudhury (The Indian Express)
സംസ്ഥാനം ഭക്ഷ്യ പ്രതിസന്ധി നേരിടുന്നു, പാർട്ടി 5 ദിവസം നീണ്ടുനിൽക്കുന്ന സമരം നടത്തുമെന്ന് സിപിഐ എം ത്രിപുര സെക്രട്ടറി ജിതേന്ദ്ര ചൗധരി.

## Commotion (n)

🕊️ /kəˈmoʊʃən/ (kuh-MOH-shun): A noisy disturbance or chaotic situation. — ബഹളം, കലഹം.

✦Bengaluru: Cops called in as neighbours fight over kids' commotion (Times of India)
ബംഗളൂരു: കുട്ടികളുടെ ബഹളത്തിന്റെ പേരിൽ അയൽവാസികൾ വഴക്കിട്ടു, പോലീസിനെ വിളിച്ചുവരുത്തി.

## Uprising (n)

🕊️ /ˈʌpraɪzɪŋ/ (UHP-ry-zing) Means a revolt or rebellion against authority or control. — കലാപം.

✦Indian media's portrayal of Bangladesh uprising as anti-Hindu violence (India Tomorrow)
ഇന്ത്യൻ മാധ്യമങ്ങൾ ബംഗ്ലാദേശ് കലാപത്തെ ഹിന്ദു വിരുദ്ധ അക്രമമായി ചിത്രീകരിക്കുന്നു.

## Mayhem (n)

🕊️ /ˈmeɪ.hɛm/ (MAY-hem): Means chaos, disorder, or widespread confusion and disruption. — കലാപം, കുഴപ്പം, പ്രതിസന്ധി.

✦Hasina resigns amid mayhem, lands in India (India Tomorrow)
കലാപത്തിനിടയിൽ ഹസീന രാജിവച്ചു, ഇന്ത്യയിൽ എത്തി.

✦Himachal Pradesh villages demonstrate unwavering resilience amidst monsoon mayhem (Himachal Scape)
കാലവർഷ പ്രതിസന്ധികൾക്കിടയിലും ഹിമാചൽ പ്രദേശിലെ ഗ്രാമങ്ങൾ ശക്തമായ പ്രതിരോധം ബോധ്യപ്പെടുത്തുന്നു.

## Rebellion (n)

🕊️ /rɪˈbɛl.jən/ (ri-BEL-yun): Means an act of resistance or defiance against authority, control, or established norms, often involving a revolt or uprising — കലാപം, കുഴപ്പം.

✦Hemant Soren declares rebellion against BJP to drive out feudal forces (The Hindu)
ഫ്യൂഡൽ ശക്തികളെ തുരത്താൻ ഹേമന്ത് സോറൻ ബിജെപിക്കെതിരെ കലാപം പ്രഖ്യാപിച്ചു.

## Riot (n)

🕊️ /ˈraɪət/ (RYE-uht): A violent public disturbance caused by a large group of people. — വിപ്ലവം, ലഹള, കലാപം.

✦What's behind India's uneasy silence on Bangladesh riots? (DW)
ബംഗ്ലാദേശ് കലാപത്തിൽ ഇന്ത്യയുടെ അസ്വാസ്ഥ്യമായ മൗനത്തിന് പിന്നിലെന്താണ്?

## Rampage (v)

🕊️ /ˈræmpeɪdʒ/ (RAM-page): Means to behave violently and uncontrollably, causing destruction and chaos. — കലിതുള്ളുക, നാശം വിതയ്ക്കുക, അക്രമാസക്തമായി പെരുമാറുക.

**Go on rampage** - അക്രമാസക്തരാവുക, അക്രമാസക്തമാവുക.

✦7 injured as gang goes on rampage in Kerala (Times of India)
സാമൂഹിക വിരുദ്ധരുടെ ഒരുകൂട്ടം അക്രമാസക്തരായതിനെ തുടർന്ന് 7 പേർക്ക് പരിക്ക്.

✦Jhargram: After calf drowns in river, elephant goes on a rampage, tramples two to death (Telegraph India)

ധാർഗ്രാം: കുഞ്ഞ് പുഴയിൽ മുങ്ങിമരിച്ചതിനെതുടർന്ന് ആന അക്രമാസക്തമായി, രണ്ടുപേരെ ചവിട്ടിക്കൊന്നു.

## Uproar (n)

🗣 /ˈʌp.rɔːr/ (UP-roar): Refers to a state of noisy confusion or excitement, often involving a lot of commotion or protest. – ബഹളം, കോലാഹലം, പ്രതിഷേധം, ലഹള

✦Uproar after elephant attacked with a flaming spear dies in West Bengal Forest (Hindustan Times)
പശ്ചിമബംഗാൾ വനത്തിൽ കത്തുന്ന കുന്തം കുണ്ട് ആക്രമി ക്കപ്പെട്ട ആന ചരിഞ്ഞതിനെ തുടർന്ന് പ്രതിഷേധം.

## Furore (n)

🗣 /ˈfjʊə.rɔːr/ (FYOOR-or): A sudden outbreak of excitement, anger, or controversy. – ബഹളം, ഉഗ്രരോഷം, കോലാഹളം.

✦Furor erupts over Ronaldo's apparent obscene taunt in Saudi league match (India Today)
സൗദി ലീഗ് മത്സരത്തിൽ റൊണാൾഡോയുടെ പ്രകടമായ അശ്ലീല പരിഹാസം ബഹളത്തിന് കാരണമായി.

✦The Department of Primary and Secondary Education had issued a circular banning hijab in schools and PU colleges which resulted in a political furore. (India Today)
സ്കൂളുകളിലും പിയു കോളേജുകളിലും ഹിജാബ് നിരോധിച്ചുകൊണ്ട് പ്രൈമറി സെക്കൻഡറി വിദ്യാഭ്യാസ വകുപ്പ് സർക്കുലർ ഇറക്കിയത് രാഷ്ട്രീയ കോലാഹലത്തിന് കാരണമായി.

## Agitation (n)

🗣 /ˌædʒɪˈteɪʃən/ (aj-i-TEY-shun): Refers to a state of anxiety or nervousness, as well as the act of stirring up public interest or unrest about an issue. It can involve emotional

turmoil or efforts to provoke change. - പ്രക്ഷോഭം, ബഹളം, സമരം.

✦Kolkata doctor rape-murder: Agitation by resident doctors demanding a central law escalates (Deccan Herald)
കൊൽക്കത്തയിൽ ഡോക്ടറെ ബലാത്സംഗം ചെയ്ത് കൊലപ്പെടുത്തി: കേന്ദ്ര നിയമം ആവശ്യപ്പെട്ട് റസിഡന്റ് ഡോക്ടർമാരുടെ സമരം രൂക്ഷമാകുന്നു.

## Buzz (n)

🗣 /bʌz/ (buhz): "Buzz" means heightened attention, interest, or excitement, often involving discussion, speculation, or chatter.- ആവേശം/ബഹളം/ ഊഹം, ഊഹാപോഹം.

✦UP BJP chief meets PM Modi amid Yogi Adityanath vs Keshav Maurya rift buzz: Report (The Financial Express)
യോഗി ആദിത്യനാഥും കേശവ് മൗര്യയും തമ്മിലുള്ള തർക്കം നിലനിൽക്കുന്നുണ്ടെന്ന ഊഹത്തിനിടെ യുപി ബിജെപി അധ്യക്ഷൻ പ്രധാനമന്ത്രി മോദിയുമായി കൂടിക്കാഴ്ച നടത്തിയതായി റിപ്പോർട്ട്.

✦Lok Sabha elections: Congress' silence on Rae Bareli, Amethi sparks buzz (Hindustan Times)
ലോക്സഭാ തിരഞ്ഞെടുപ്പ്: റായ്ബറേലി, അമേറി വിഷയങ്ങളിൽ കോൺഗ്രസിന്റെ മൗനം ഊഹാപോഹം സൃ ഷ്ടിച്ചു.

✦Amid Buzz Over Siddaramaiah Losing Top Post, Aide's Remark Sparks Row (NDTV)
സിദ്ധരാമയ്യയുടെ ഉയർന്ന സ്ഥാനം നഷ്ടപ്പെട്ടതിനെച്ചൊല്ലിയുള്ള ബഹളത്തിനിടയിൽ, സഹായിയുടെ പരാമർശം വിവാദത്തിന് കാരണമായി (തിരി കൊളുത്തി.)

↳ *Practice Collocations (65)*

| | |
|---|---|
| അതിർത്ഥി സംഘർഷം. | Border **skirmish**. |
| നേരിയ ഏറ്റുമുട്ടൽ. | A minor **skirmish**. |
| അടിപിടിയെ തുടർന്ന് 2 പേർ മരിച്ചു. | Two died after **scuffle**. |
| രണ്ടു വിഭാഗങ്ങൾ തമ്മിൽ അടിപിടി. | **Scuffle** between 2 groups. |
| ബി.ജെ.പി - കോൺഗ്രസ് യുദ്ധം. | BJP-Congress **slugfest**. |
| രാഷ്ട്രീയ യുദ്ധം പൊട്ടിപ്പുറപ്പെട്ടു. | Political **slugfest** erupted. |
| സംഘട്ടനത്തിൽ 8 പേർക്ക് പരിക്കേറ്റു. | Eight people were wounded in a **clash** |
| മനുഷ്യനും മൃഗവും തമ്മിലുള്ള സംഘർഷം. | Human-animal **conflict** |

| | |
|---|---|
| സ്നേഹവും ഉത്തരവാദിത്വവും തമ്മിലുള്ള സംഘർഷം. | **Conflict** between love and duty. |
| ഉഗ്രമായ പോരാട്ടം... | Fierce **combat**... |
| അടുത്തടുത്തുനിന്നുള്ള പോരാട്ടം... | Hand-to-hand **combat**... |
| നീ ആരുമായും തർക്കിക്കരുത്... | You shouldn't **tussle** with anyone... |
| ബജ്രങ്ദളിനെ ചൊല്ലി ബി.ജെ.പിയുടെ തർക്കം... | BJP **tussle** over Bajrang Dal... |
| അവർ പരസ്പരം കലഹിക്കാൻ തുടങ്ങി. | They began to **tussle** with each other |
| മതപരമായ ലഹള... | The religious **fracas**... |
| വഴക്ക് നിർത്തിക്കാൻ പോലീസിനെ വിളിച്ചുവരുത്തി. | The police were called in to stop the **fracas**. |
| കശപിശയ്ക്കിടയിൽ പരിക്കേറ്റു. | Hurt in the **melee**. |
| മാലിന്യം കൂട്ടിയിടുന്നതിനെ ചൊല്ലിയുള്ള കശപിശ. | **Melee** over dumping waste. |
| പാർക്കിങ്ങിനെ ചൊല്ലിയുള്ള അടിപിടി... | **Brawl** over parking... |
| 3 മാവോയിസ്റ്റുകൾ ഏറ്റുമുട്ടലിൽ കൊല്ലപ്പെട്ടു. | 3 Maoists killed in **encounter** |
| എതിരാളികളായ ഫാൻസുകൾ തമ്മിലുള്ള അക്രമാസക്തമായ ഏറ്റുമുട്ടൽ. | A violent **confrontation** between rival supporters. |
| രാഷ്ട്രീയ ഒച്ചപ്പാട്... | Political **tumult**... |
| പൊതുസ്ഥലത്ത് ശബ്ദമുഖരിതമായ ജന്മദിന ആഘോഷങ്ങൾ... | **Boisterous** birthday celebrations in public. |
| ബംഗ്ലാദേശിന്റെ ഏറ്റവും ചടുലനും പ്രിയപ്പെട്ടവനുമായ ക്രിക്കറ്റ് താരം... | Bangladesh's most **boisterous** and loved cricketer... |
| ബംഗ്ലാദേശ് രാഷ്ട്രീയ സംഘർഷം... | Bangladesh political **turmoil**... |
| ബംഗ്ലാദേശ് കലാപത്തിൽ നിന്ന് മോദി ശരിയായ പാഠം പഠിക്കുമോ?. | Will Modi learn the right lessons from Bangladesh **upheaval**? |
| പാർട്ടി 5 ദിവസം നീണ്ടുനിൽക്കുന്ന സമരം നടത്തുന്നു... | Party to **hold** 5-day long **stir**... |
| കുട്ടികളുടെ ബഹളത്തിന്റെ പേരിൽ അയൽവാസികൾ വഴക്കിട്ടു... | Neighbors fight over kids' **commotion**... |
| ബംഗ്ലാദേശ് കലാപത്തിന്റെ ചിത്രീകരണം... | Portrayal of Bangladesh **uprising**... |
| കലാപത്തിനിടയിൽ ഹസീന രാജിവച്ചു. | Hasina resigned amid **mayhem**. |
| ഹേമന്ത് സോറൻ ബിജെപിക്കെതിരെ കലാപം പ്രഖ്യാപിച്ചു... | Hemant Soren declares **rebellion** against BJP... |
| ബംഗ്ലാദേശ് കലാപത്തിൽ ഇന്ത്യയുടെ അസ്വാസ്ഥ്യമായ മൗനത്തിന് പിന്നിലെന്താണ്? | What's behind India's uneasy silence on Bangladesh **riots**? |
| കുഞ്ഞ് പുഴയിൽ മുങ്ങിമരിച്ചതിനെതുടർന്ന് ആന അക്രമാസക്തമായി, രണ്ടുപേരെ ചവിട്ടിക്കൊന്നു. | After calf drowns in river, elephant goes on a **rampage**, tramples two to death. |
| ആന ചരിഞ്ഞതിനെ തുടർന്ന് പ്രതിഷേധം... | **Uproar** after elephant dies... |
| റൊണാൾഡോയുടെ പ്രകടമായ അശ്ലീല പരിഹാസം ബഹളത്തിന് കാരണമായി... | **Furor** erupts over Ronaldo's apparent obscene taunt... |
| രാഷ്ട്രീയ കോലാഹലം... | Political **furor**... |
| കേന്ദ്ര നിയമം ആവശ്യപ്പെട്ട് റസിഡന്റ് ഡോക്ടർമാരുടെ സമരം രൂക്ഷമാകുന്നു... | **Agitation** by resident doctors demanding a central law escalates... |
| സിദ്ധരാമയ്യയുടെ ഉയർന്ന സ്ഥാനം നഷ്ടപ്പെട്ടതിനെച്ചൊല്ലിയുള്ള ബഹളത്തിനിടയിൽ... | Amid **Buzz** Over Siddaramaiah Losing Top Post... |

↳ *Reinforce the pronunciation*

| | | | |
|---|---|---|---|
| 1 | **Skirmish** | /ˈskɜːrmɪʃ/ | SKUR-mish |
| 2 | **Scuffle** | /ˈskʌfəl/ | SKUH-fuhl |
| 3 | **Slugfest** | /ˈslʌgfɛst/ | SLUG-fest |
| 4 | **Clash** | /klæʃ/ | KLASH |
| 5 | **Conflict** | /ˈkɒn.flɪkt/ | KON-flikt |
| 6 | **Combat** | /ˈkɒmbæt/ | KOM-bat |

| | | | |
|---|---|---|---|
| 7 | Tussle | /ˈtʌsəl/ | TUSS-ul |
| 8 | Fracas | /ˈfrækɑː/ | frak-ah |
| 9 | Melee | /ˈmeleɪ/ | MAY-lay |
| 10 | Brawl | /brɔːl/ | brawl |
| 11 | Encounter | /ɪnˈkaʊntər/ | in-KOWN-ter |
| 12 | Confrontation | /ˌkɒnfrʌnˈteɪʃən/ | kon-fruhn-TAY-shən |
| 13 | Tumult | /ˈtjuːmʌlt/ | TYOO-mult |
| 14 | Boisterous | /ˈbɔɪstərəs/ | BOY-stuh-ruhs |
| 15 | Turmoil | /ˈtɜːrmɔɪl/ | TUR-moyl |
| 16 | Upheaval | /ʌpˈhiːvəl/ | uhp-HEE-vuhl |
| 17 | Hold a stir | /hoʊld ə stɜːr/ | hohld uh stur |
| 18 | Commotion | /kəˈmoʊʃən/ | kuh-MOH-shun |
| 19 | Uprising | /ˈʌpraɪzɪŋ/ | UHP-ry-zing |
| 20 | Mayhem | /ˈmeɪhɛm/ | MAY-hem |
| 21 | Rebellion | /rɪˈbɛljən/ | ri-BEL-yuhn |
| 22 | Riot | /ˈraɪət/ | RYE-uht |
| 23 | Rampage | /ˈræmpeɪdʒ/ | RAM-page |
| 24 | Uproar | /ˈʌp.rɔːr/ | UP-roar |
| 25 | Furore | /ˈfjʊə.rɔːr/ | FYOOR-or |
| 26 | Agitation | /ˌædʒɪˈteɪʃən/ | aj-i-TEY-shun |
| 27 | Buzz | /bʌz/ | buhz |

# 66. Three cases of <u>molestation</u> in a day in Bhopal

(Times of India)

"ഭോപ്പാലിൽ ഒരു ദിവസം മൂന്ന് പീഡനക്കേസുകൾ."

**Molest:** In this context, "molestation" refers to incidents where individuals, often women or children, have been subjected to unwanted and inappropriate sexual advances or behavior. It indicates that there were three reported cases of such incidents in Bhopal in a single day, highlighting a concerning issue of harassment or assault.

☐ Molest
☐ Abuse
☐ Mistreat
☐ Harass
☐ Assault
☐ Maltreat
☐ Ill - treat
☐ Torment
☐ Bully
☐ Exploit
☐ Rough up
☐ Manhandle
☐ Grope

## Molest (v)

🔊 /məˈlɛst/ (muh-LEST): Means to harass, bother, or sexually assault someone against their will - ശല്യം ചെയ്യുക, ഉപദ്രവിക്കുക, (ലൈംഗികമായി) പീഡിപ്പിക്കുക.

✦Bhopal: Man booked for molesting, raping minor (Free Press Journal)
ഭോപ്പാൽ: പ്രായപൂർത്തിയാകാത്ത പെൺകുട്ടിയെ പീഡിപ്പിക്കുകയും ബലാത്സംഗം ചെയ്യുകയും ചെയ്തതിന് യുവാവിനെതിരെ കേസെടുത്തു.

## Abuse (n/v)

🔊 /əˈbyuz/ (uh-BYOOZ): The act of treating someone cruelly, violently, or unfairly, often through words or actions. - അപമാനിക്കുക, മോശമായി പെരുമാറുക, ദുരുപയോഗം ചെയ്യുക, പീഡിപ്പിക്കുക

✦Child abuse on the rise in India (FairPlanet)
ഇന്ത്യയിൽ ബാലപീഡനം വർധിക്കുന്നു.

## Mistreat (n/v)

🔊 /mɪsˈtriːt/ (mis-TREET): Means to treat someone or something badly or unfairly, often involving cruelty or neglect - മോശമായി പെരുമാറുക.

✦Actor Nagarjuna apologises as video of bodyguards mistreating fan goes viral (India Today)
അംഗരക്ഷകർ ആരാധകനോട് മോശമായി പെരുമാറുന്ന വീഡിയോ വൈറലായതോടെ നടൻ നാഗാർജുന ക്ഷമാപണം നടത്തി.

## Harass (v)

🔊 /həˈræs/ (huh-RASS): To repeatedly annoy, intimidate, or pressure someone in an aggressive or unwelcome manner. - ശല്യം ചെയ്യുക, നിരന്തരമായി ബുദ്ധിമുട്ടിക്കുക.

✦Drunk men defecate on walls, harass college girls (Times of India)
മദ്യപാനികൾ ചുമരുകളിൽ മലംമൂത്ര വിസർജ്ജനം നടത്തുകയും കോളേജ് പെൺകുട്ടികളെ നിരന്തരമായി ശല്യം ചെയ്യുകയും ചെയ്യുന്നു.

## Assault (v)

🔊 /əˈsɔlt/ (uh-SAWLT): Refers to a physical attack or violent act against someone, typically causing harm or injury - ആക്രമിക്കുക, ബലാത്സംഗം ചെയ്യാനുള്ള ശ്രമം നടത്തുക.

✦Assaulted by Governor's son for not sending luxury car to pick him up: Odisha Raj Bhavan staffer (The Indian Express)
ആഡംബര കാർ അയച്ച് തരാത്തതിന് ഗവർണറുടെ മകൻ മർദ്ദിച്ചെന്ന് ഒഡീഷ രാജ്ഭവൻ ജീവനക്കാരൻ.

## Maltreat (v)

🔊 /mælˈtriːt/ (mal-TREET): Means to treat someone or something badly or roughly, often involving abuse, mistreatment, or neglect - ഉപദ്രവിക്കുക, ക്രൂരമായി പെരുമാറുക.

✦He said that he was not tortured or maltreated during his detention. (The Indian Express)
തടങ്കലിൽ വെച്ച് തന്നെ മർദ്ദിക്കുകയോ ക്രൂരമായി പെരുമാറുക ചെയ്തിട്ടില്ലെന്ന് അദ്ദേഹം പറഞ്ഞു.

## Ill - treat (v)

🔊 /ɪl ˈtriːt/ (il-TREET): Means to treat someone or something badly or harshly, often involving cruelty, abuse, or unfairness- ദ്രോഹിക്കുക, ഹിംസിക്കുക, മോശമായി പെരുമാറുക.

✦Karnataka farmers being 'ill-treated' by police, release them: Siddaramaiah writes to MP counterpart (The Indian Express)
കർണാടക കർഷകരോട് പോലീസ് മോശമായി പെരുമാറുന്നു, അവരെ വിട്ടയക്കുക: സിദ്ധരാമയ്യ എംപിക്ക് കത്തെഴുതി.

## Torment (n/v)

🔊 /ˈtɔːrmənt/ (TAWR-ment): To cause severe physical or mental suffering over a prolonged period.–പീഡനം, യാതന, വേദന/ പീഡിപ്പിക്കുക.

✦Jallikattu is to thank the nature, not to torment bulls: PETA (The Indian Express)
ജല്ലിക്കെട്ട് പ്രകൃതിയോട് നന്ദി പറയാനാണ്, കാളകളെ പീഡിപ്പിക്കാനല്ല: പെറ്റ.

## Bully (v)

🔊 /ˈbʊli/ (BUH-lee): Refers to someone who uses their strength or power to intimidate or harm others, often through aggressive behavior or threats - ഉപദ്രവിക്കുക, ഭീഷണിപ്പെടുത്തുക.

✦He was bullied by the older boys. (Deccan Chronicle)
മുതിർന്ന ആൺകുട്ടികളാൽ അവൻ ഉപദ്രവിക്കപ്പെട്ടു.

## Exploit (v)

🔊 /ɪkˈsplɔɪt/ (ik-SPLOYT): Means to take advantage of someone or something unfairly or selfishly, typically for one's own benefit - ചൂഷണം ചെയ്യുക, പരമാവധി ഉപയോഗപ്പെടുത്തുക.

✦Congress 'Betrayed, Exploited' Kerala For Political Gain: State BJP Chief. (The Hindu)
രാഷ്ട്രീയ നേട്ടത്തിനായി കോൺഗ്രസ് കേരളത്തെ ഒറ്റിക്കൊടുത്തു, ചൂഷണം ചെയ്തു: സംസ്ഥാന ബിജെപി അധ്യക്ഷൻ

## Rough up (v)

🔊 */rʌf ʌp/ (ruhf UP):* Means to handle or treat someone roughly, often involving physical force or aggression, resulting in rough treatment or physical harm - **തല്ലി പരിക്കേൽപ്പിക്കുക, അടിക്കുക.**

✦Irate mob roughens up accused teacher in POCSO case (Hindustan Times)
പോക്സോ കേസിൽ പ്രതിയായ അധ്യാപകനെ രോഷാകുലരായ ജനക്കൂട്ടം തല്ലി പരുക്കേൽപ്പിച്ചു.

## Manhandle (v)

🔊 */'mæn͵hændl/ (MAN-han-dl):* To handle something or someone roughly, often with physical force - **കയ്യേറ്റം ചെയ്യുക, ദേഹോപദ്രവം ഏൽപ്പിക്കുക.**

✦Hyderabad police manhandle journalists and students at protest in Osmania University (The News Minute)
ഹൈദരാബാദ്: ഒസ്മാനിയ സർവകലാശാലയിൽ പ്രതിഷേധിച്ച മാധ്യമപ്രവർത്തകരെയും വിദ്യാർത്ഥികളെയും പൊലീസ് കൈയ്യേറ്റം ചെയ്തു.

✦Odisha staff lodges manhandling complaint against governor's son (Times of India)
ഗവർണറുടെ മകനെതിരെ ഒഡീഷ ജീവനക്കാർ കൈയ്യേറ്റത്തിന് പരാതി നൽകി.

## Grope (v)

🔊 */group/ (GROPE):* To touch somebody sexually, especially when they do not want you to - **കയറിപ്പിടിക്കുക, ലൈംഗിക ഉദ്ദേശത്തോടെ സ്പർശിക്കുക.**

✦'He groped me near my house': Woman recounts harrowing experience in Bengaluru (India Today)
'അവൻ എന്നെ എന്റെ വീടിനടുത്തുവെച്ച് കയറിപ്പിടിച്ചു': ബംഗളൂരുവിലെ വേദനാജനകമായ അനുഭവം സ്ത്രീ വിവരിക്കുന്നു.

✦Kerala woman films man who groped her, exposed his genitals in moving bus; gets him arrested (India Today)
തന്നെ കയറിപ്പിടിക്കുകയും, ലൈംഗികാവയവും തുറന്നുകാണിക്കുകയും ചെയ്ത യുവാവിന്റെ വീഡിയോ പകർത്തി അറസ്റ്റ് ചെയ്യിപ്പിച്ച് കേരള യുവതി.

↳ *Practice Collocations (66)*

| | |
|---|---|
| ആൺകുട്ടികളെ ഉപദ്രവിച്ചതിന് അറസ്റ്റ്ചെയ്യപ്പെട്ടു. | Arrested for **molest**ing young boys. |
| അധികാരത്തിൻറെ ദുർവിനിയോഗം | The **abuse** of privileges. |
| നിൻറെ അധികാരം ദുരുപയോഗം ചെയ്യാൻ സാധിക്കില്ല. | You can't **abuse** your power. |
| കുട്ടികളോട് മോശമായി പെരുമാറുന്നത് ശിക്ഷാർഹമായ കുറ്റമാണ്. | Child **abuse** is a punishable offense. |
| മയക്കുമരുന്ന് ദുരുപയോഗം. | Drug **abuse**. |
| ലൈംഗികാവശ്യത്തിനായുള്ള ദുരുപയോഗം. | Sexual **abuse** |
| ജയിലിലുള്ള സ്ത്രീകൾ വിവേചനത്തിനും മോശമായ പെരുമാറ്റത്തിനും ഇരയായി. | Women in prison subjected to discrimination, **mistreat**ment. |
| അദ്ദേഹം അവരോട് മോശമായി പെരുമാറി. | He **mistreated** them. |
| അവൾ അവരെ ബുദ്ധിമുട്ടിക്കൽ തുടർന്നു. | She continued to **harass** him. |
| ബന്ധുക്കളുടെ ശല്യപ്പെടുത്തൽ കാരണം അവൾ ആത്മഹത്യ ചെയ്തു. | **Harassed** by in-laws, woman kills self. |
| കോളേജ് വിദ്യാർത്ഥിനിയെ ആക്രമിച്ചു എന്നാരോപിക്കപ്പെട്ടതിൻറെ പേരിൽ പോലീസ് വിമർശനം ഏറ്റുവാങ്ങുന്നു. | Police under fire for alleged **assault** on college students. |
| കുട്ടികളോടുള്ള ഉപദ്രവം തടയൽ. | Preventing child **maltreatment**. |
| വീണ്ടുംകുട്ടികളെ ഉപദ്രവിക്കരുത്. | Never to **maltreat** children again! |

| | |
|---|---|
| എങ്ങനെ നിനക്ക് നിൻറെ ഭാര്യയെ അങ്ങനെ ഉപദ്രവിക്കാൻ കഴിയുന്നു? | How can you **ill-treat** your wife like that? |
| ആളുകൾ മ്യഗങ്ങളെ ഉപദ്രവിക്കരുത്. | People must not **ill-treat** animals. |
| ഞാനിനി നിന്നെ ഉപദ്രവിക്കില്ല. | I will **torment** you no more. |
| ചിലനേരങ്ങളിൽ ഓർമ്മകൾ അവളെ വേദനിപ്പിക്കാൻ തിരികെയെത്തുന്നു. | At times the memories return to **torment** her. |
| മുതിർന്ന ആൺകുട്ടികളാൽ അവൻ ഉപദ്രവിക്കപ്പെട്ടു. | He was **bullied** by the older boys. |
| രാഷ്ട്രീയ നേട്ടത്തിനായി കോൺഗ്രസ് കേരളത്തെ ഒറ്റിക്കൊടുത്തു, ചൂഷണം ചെയ്തു: സംസ്ഥാന ബിജെപി അധ്യക്ഷൻ | Congress 'Betrayed, **Exploit**ed' Kerala for Political Gain: State BJP Chief. |
| പോക്സോ കേസിൽ പ്രതിയായ അധ്യാപകനെ രോഷാകുലരായ ജനക്കൂട്ടം തല്ലി പരുക്കേൽപ്പിച്ചു. | Irate mob **roughens up** accused teacher in POCSO case. |
| ഒസ്മാനിയ സർവകലാശാലയിൽ പ്രതിഷേധിച്ച മാധ്യമപ്രവർത്തകരെയും വിദ്യാർത്ഥികളെയും പൊലീസ് കൈയ്യേറ്റം ചെയ്തു. | Hyderabad police **manhandle** journalists and students at protest in Osmania university. |
| അവൻ എന്നെ എന്റെ വീടിനടുത്തുവെച്ച് കയറിപ്പിടിച്ചു... | He **groped** me near my house... |

↳ *Reinforce the pronunciation*

| | | | |
|---|---|---|---|
| 1 | Molest | /məˈlɛst/ | muh-LEST |
| 2 | Abuse | /əˈbyuz/ | uh-BYOOZ |
| 3 | Mistreat | /mɪsˈtriːt/ | mis-TREET |
| 4 | Harass | /həˈræs/ | huh-RASS |
| 5 | Assault | /əˈsɔlt/ | uh-SAWLT |
| 6 | Maltreat | /mælˈtriːt/ | mal-TREET |
| 7 | Ill - treat | /ɪl ˈtriːt/ | il-TREET |
| 8 | Torment | /ˈtɔːrmənt/ | TAWR-ment |
| 9 | Bully | /ˈbʊli/ | BUH-lee |
| 10 | Exploit | /ɪkˈsplɔɪt/ | ik-SPLOYT |
| 11 | Rough up | /rʌf ʌp/ | ruhf UP |
| 12 | Manhandle | /ˈmænˌhændl/ | MAN-han-dl |
| 13 | Grope | /groʊp/ | GROPE |

# 67. CM <u>rues</u> no aid from centre yet. (Deccan Chronicle)

"കേന്ദ്രത്തിൽ നിന്ന് ഇതുവരെ സഹായമൊന്നും ലഭിച്ചിട്ടില്ലെന്ന് മുഖ്യമന്ത്രി വിലപിക്കുന്നു."

**Rue**: In this context, "rues" means to feel regret or sorrow about something. So, "CM rues no aid from centre yet" suggests that the Chief Minister regrets or expresses disappointment that no aid or assistance has been received from the central government so far.

☐ **Rue**

☐ **Regret**
☐ **Deplore**
☐ **Lament**
☐ **Bemoan**
☐ **Repent**

## Rue (v)

🔊 /ruː/ ( *roo*): Means to regret or feel sorrow, or it can refer to a bitter herb used in cooking and medicine- അനുതപിക്കുക, വിലപിക്കുക.

✦Kupwara area residents rue severe power cuts. (Greater Kashmir)

കുപ്വാര പ്രദേശവാസികൾ കടുത്ത വൈദ്യുതി മുടക്കം കാരണം പരിതപിക്കുന്നു.

## Regret (v)

🔊 */rɪˈgrɛt/ (ri-GRET):* Means to feel sorry about something that has happened or that you did, wishing it had not happened or been done - വേദിക്കുക, ദുഃഖിക്കുക.

✦Those criticising electoral bonds will soon regret, says PM Modi (Hindustan Times)

ഇലക്ടറൽ ബോണ്ടുകളെ വിമർശിക്കുന്നവർ ഉടൻ വേദിക്കുമെന്ന് പ്രധാനമന്ത്രി മോദി പറഞ്ഞു.

## Deplore (v)

🔊 */dɪˈplɔːr/ (di-PLOHR):* Means to strongly disapprove of something or to feel sorrow or regret about it - വിലപിക്കുക, ദുഃഖിക്കുക.

✦We strongly deplore all acts of religious hatred: G20 leaders (Hindustan Times)

മത വിദ്വേഷത്തിന്റെ എല്ലാ പ്രവർത്തനങ്ങളെയും ഞങ്ങൾ ശക്തമായി അപലപിക്കുന്നു: G20 നേതാക്കൾ.

## Lament (v)

🔊 */ləˈmɛnt/ (luh-MENT):* Means to express sorrow, grief, or regret about something - വിലപിക്കുക.

✦Yamini Aiyar laments the damage done to Indian democracy under Narendra Modi (The Economist)

നരേന്ദ്ര മോദിയുടെ കീഴിൽ ഇന്ത്യൻ ജനാധിപത്യത്തിന് സംഭവിച്ച നാശത്തെക്കുറിച്ച് യാമിനി അയ്യർ വിലപിക്കുന്നു.

## Bemoan (v)

🔊 */bɪˈmoʊn/ (bi-MOHN):* Means to express sorrow, dissatisfaction, or regret about something - കരയുക, വിലപിക്കുക.

✦India's Congress bemoans 'tax terrorism' after second tax notice (Reuters)

രണ്ടാമത്തെ നികുതി നോട്ടീസിനെ തുടർന്ന് ഇന്ത്യൻ കോൺഗ്രസ് 'നികുതി ഭീകരത'യിൽ വിലപിക്കുന്നു.

## Repent (v)

🔊 */rɪˈpɛnt/ (ri-PENT):* Means to feel regret or remorse for one's wrongdoing or sins, often leading to a change in behavior or attitude- അനുതപിക്കുക, പശ്ചാത്തപിക്കുക, മനസ്താപപ്പെടുക.

✦PM Modi speaks on electoral bonds, says 'those dancing over bond details will repent it' (Hindustan Times)

ഇലക്ടറൽ ബോണ്ടുകളെ കുറിച്ച് പ്രധാനമന്ത്രി മോദി സംസാരിക്കുന്നു, 'ബോണ്ട് വിശദാംശങ്ങളിൽ നൃത്തം ചെയ്യുന്നവർ പശ്ചാത്തപിക്കും'.

↳ *Practice Collocations (67)*

| | |
|---|---|
| നിത്യവും തുച്ഛമായ ദാതാക്കൾ മാത്രം എത്തിച്ചേരുന്നു, രക്തബാങ്കുകൾ വിലപിക്കുന്നു. | Fraction of donors turn up regularly, **rue** blood banks. |
| കെ.ജി ജോർജിന്റെ അനുശോചന സന്ദേശത്തിൽ കെ.സുധാകരന്റെ പരിഹാസം കോൺഗ്രസിന് നാണക്കേടായി; വേദം പ്രകടിപ്പിക്കുന്നു | K Sudhakaran's gaffe over KG George's condolence message embarrasses Congress; expresses **regret** |
| വ്യാജ മയക്കുമരുന്ന് ചാർജിൽ സ്ത്രീയെ തടവിലാക്കിയതിൽ വേദം പ്രകടിപ്പിച്ച് കേരള സർക്കാർ; ബന്ധപ്പെട്ട ഉദ്യോഗസ്ഥനെ സസ്പെൻഡ് ചെയ്തു | Kerala Govt **Regrets** Incarceration of Woman on False Drug Charges; Suspends Officer Concerned |
| കേരളത്തിലെ കോൺഗ്രസ് പുനസംഘടനയിൽ മുസ്ലീം പ്രാധിനിത്യക്കുറവിനെ സുന്നി വിഭാഗം അപലപിച്ചു. | Sunni group **deplores** poor representation of Muslims in Congress rejig in Kerala |
| പവിത്രമായ ക്രിസ്തുമസ് രാവിൽ വിശുദ്ധഭൂമിയിൽ യുദ്ധം; മാർപാപ്പ വിലപിക്കുന്നു. | Pope **laments** war in Holy Land on solemn Christmas Eve (Reuters) |
| ഫണ്ടിന്റെ അഭാവത്തിൽ അവർ എപ്പോഴും വിലപിക്കുന്നു. | They are always **bemoan**ing their lack of funds. |

| തന്റെ ചിന്താശൂന്യമായ പ്രവൃത്തിക്ക് ശേഷം അവൻ പശ്ചാത്തപിച്ചു. | He **repented** after his thoughtless act. |
| --- | --- |

↳ *Reinforce the pronunciation*

| 1 | **Rue** | /ruː/ | roo |
| 2 | **Regret** | /rɪˈgret/ | ri-GRET |
| 3 | **Deplore** | /dɪˈplɔːr/ | di-PLOHR |
| 4 | **Lament** | /ləˈmɛnt/ | luh-MENT |
| 5 | **Bemoan** | /bɪˈmoʊn/ | bi-MOHN |
| 6 | **Repent** | /rɪˈpɛnt/ | ri-PENT |

# 68. CBI will require written consent to <u>probe</u> state officials: Madhya Pradesh (Hindustan Times)

"സംസ്ഥാന ഉദ്യോഗസ്ഥരുടെ മേൽ അന്വേഷണം നടത്താൻ സി. ബി. ഐക്ക് രേഖാമൂലമുള്ള അനുമതി ആവശ്യമാണ്: മധ്യപ്രദേശ്."

**Probe:** A complete and careful investigation of something. In this context, "probe" means to investigate or examine the actions or conduct of state officials. It implies a formal inquiry to determine facts or gather information regarding their activities.

☐ **Probe**
☐ **Investigate**
☐ **Inspect**
☐ **Look into**
☐ **Inquire into**
☐ **Delve into**
☐ **Scrutinize**
☐ **Sleuths**
☐ **Cop**
☐ **Interrogation**
☐ **Reprobe**
☐ **Put in the dock**
☐ **Espionage**
☐ **Soul-searching**
☐ **Introspect**

## Probe (v/n)

🔊 */proʊb/ (prohb):* Means to investigate or examine something thoroughly and carefully in order to uncover information or details - പരിശോധന, അന്വേഷണം, പരിശോധിക്കുക, അന്വേഷിക്കുക.

✦Railway Board recommends CBI probe into Odisha train accident: Union Railway Minister Ashwini Vaishnaw (Deccan Chronicle)
ഒഡീഷ ട്രെയിൻ അപകടത്തിൽ സിബിഐ അന്വേഷണത്തിന് റെയിൽവേ ബോർഡ് ശുപാർശ: കേന്ദ്ര റെയിൽവേ മന്ത്രി അശ്വിനി വൈഷ്ണവ്.

## Investigate (v)

🔊 */ɪnˈvɛstɪˌgeɪt/ (in-VEST-i-gayt):* Means to examine or inquire into something thoroughly to discover facts or gather information. - നിരീക്ഷിക്കുക, പരിശോധിക്കുക, അന്വേഷിക്കുക.

✦UP man bitten by snake for seventh time in 40 days; team formed to investigate matter (Business Insider India)

40 ദിവസത്തിനിടെ യുപിക്കാരന് പാമ്പ് കടിയേറ്റത് ഏഴാം തവണ; വിഷയം അന്വേഷിക്കാൻ സംഘം രൂപീകരിച്ചു.

## Inspect (v)

🔊 /ɪnˈspɛkt/ (in-SPEKT): Means to examine closely and critically to determine the condition, quality, or correctness of something - പരിശോധിക്കുക, അന്വേഷിക്കുക.

✦CM Yogi to inspect flood-affected areas in Shravasti, Balrampur today (Business Standard)

ബൽറാംപൂരിലെ ശ്രാവസ്തിയിലെ പ്രളയബാധിത പ്രദേശങ്ങൾ മുഖ്യമന്ത്രി യോഗി ഇന്ന് പരിശോധിക്കും.

## Seek (v)

🔊 /siːk/ (seek): To look for something - അന്വേഷിക്കുക, തിരയുക, തേടുക.

✦Drivers are advised to seek alternative routes.

ഡ്രൈവർമാർ ബദൽ റൂട്ടുകൾ തേടാൻ നിർദ്ദേശിക്കുന്നു..

## Look into (v)

🔊 /lʊk ˈɪntuː/ (look IN-too): Means to investigate or examine something to gain information or understanding about it - ശരിയാണോ എന്ന് പരിശോധിക്കുക, നോക്കി മനസ്സിലാക്കുക.

✦We're looking into the possibility...

ഞങ്ങൾ സാധ്യത മനസ്സിലാക്കുകയാണ്...

## Inquire into (v)

🔊 /ɪnˈkwaɪər ˈɪntuː/ (in-KWY-uhr IN-too): Means to investigate or look into something in order to gather information or find out more about it - അന്വേഷിക്കുക, വിവരം തേടുക.

✦Delhi University Office Vandalised: DU Forms Committee to Inquire Into The Matter (Times of India)

ഡൽഹി യൂണിവേഴ്സിറ്റി ഓഫീസ് തകർത്തു: വിഷയം അന്വേഷിക്കാൻ വിളിയു കമ്മിറ്റി രൂപീകരിച്ചു.

## Delve into (v)

🔊 /dɛlv ˈɪntuː/ (delv IN-too): Means to investigate or look into something in order to gather information or find out more about it - തിരയുക, ഉള്ളറിയുക, ഗവേഷണം നടത്തുക, കുഴിക്കുക.

✦Delve into the culinary delights of India: Top 6 cities every foodie must explore (Indulge Xpress)

ഇന്ത്യയിലെ പാചക ആനന്ദങ്ങളുടെ ഉള്ളറിയുക, ഓരോ ഭക്ഷണപ്രിയരും പര്യവേക്ഷണം ചെയ്യേണ്ട മികച്ച 6 നഗരങ്ങൾ.

## Scrutinize (v)

🔊 /ˈskruːtəˌnaɪz/ (SKROO-tuh-nyze): Means to examine or inspect closely and thoroughly in order to evaluate or understand something deeply - സൂക്ഷ്മമായി പരിശോധിക്കുക.

✦EVMs in India are 'black box' nobody allowed to scrutinize them: Rahul (Indulgexpress)

ഇന്ത്യയിലെ ഇവിഎമ്മുകൾ 'ബ്ലാക്ക് ബോക്സ്' ആണ്, ആർക്കും പരിശോധിക്കാൻ അനുവാദമില്ല: രാഹുൽ.

## Sleuth (n)

🔊 /sluːθs/ (Detectives): Means detectives or people who investigate and solve crimes or mysteries - കുറ്റകൃത്യങ്ങൾ അന്വേഷിക്കുന്ന ഒരു വ്യക്തി, അന്വേഷണ ഉദ്യോഗസ്ഥൻ.

**Sleuth hound:** A "sleuth hound" is a term used to describe a breed of dog that is especially skilled at tracking scents. It refers  to dogs that are used in tracking and hunting due to their strong sense of smell and tracking abilities. The term "sleuth" here emphasizes their role in investigation, much like detectives in human contexts.

✦Cocaine case: Suspect's call went to Rakesh, says sleuth (Telegraph India)

കൊക്കെയ്ൻ കേസ്: പ്രതിയുടെ കോൾ രാകേഷിന് ലഭിച്ചതായി അന്വേഷണ ഉദ്യോഗസ്ഥൻ പറയുന്നു.

## Cop (n)

🔊 /kɒp/ (kawp): A slang term for a police officer - പോലീസ് ഓഫീസർ.

✦Cop stabbed in stomach after scuffle (Times of India)
സംഘർഷത്തെ തുടർന്ന് പോലീസുകാരന്റെ വയറ്റിൽ കുത്തേറ്റു.

## Interrogation (n)

🔊 /ɪnˌtɛr ə'ɡeɪ ʃən/ (in-tuh-ROH-gay-shun): Refers to the process of asking someone questions in a thorough and often intense manner, typically to obtain information or to determine the truth - പോലീസ് ഓഫീസർ.

✦Kolkata rape-murder: TMC vs TMC on demand for interrogation of top cop (Times of India)
കൊൽക്കത്ത ബലാത്സംഗ-കൊലപാതകം: ഉന്നത പോലീസുകാരനെ ചോദ്യം ചെയ്യണമെന്ന് ആവശ്യപ്പെട്ട് ടി.എം.സി vs ടി.എം.സി.

## Reprobe (v)

🔊 /ˌri'prəʊb/ (ree-PROHB): "Reprobe" generally means to examine or investigate something again. It involves revisiting an issue, situation, or data to gain further insight or to re-evaluate it.— പുനഃപരിശോധിക്കുക, വീണ്ടും അന്വേഷിക്കുക.

✦The Goverment requested to reprobe the evidence to ensure that no critical details were overlooked during the initial investigation.
പ്രാഥമിക അന്വേഷണത്തിൽ നിർണായകമായ ഒരു വിശദാംശവും അവഗണിക്കപ്പെടുന്നില്ലെന്ന് ഉറപ്പാക്കാൻ തെളിവുകൾ പുനഃപരിശോധിക്കാൻ സർക്കാർ അഭ്യർത്ഥിച്ചു.

## Put in the dock (Phr)

🔊 /pʊt ɪn ðə dɒk/ (puh-t in thuh dawk): The phrase "put in the dock" means to place someone in a position where they are subject to questioning, criticism, or legal examination. It often refers to being in the spotlight of scrutiny or facing serious questioning - പ്രതിക്കൂട്ടിലാക്കുക.

✦Electoral bonds: Congress puts PM Narendra Modi in the dock (Telegraph India)

തിരഞ്ഞെടുപ്പ് ബോണ്ടുകളുടെ കാര്യത്തിൽ പ്രധാനമന്ത്രി നരേന്ദ്ര മോദിയെ കോൺഗ്രസ് പാർട്ടി പ്രതിക്കൂട്ടിലാക്കി.

## Espionage (n)

🔊 /'ɛspiəˌnɑːʒ/ (ES-pee-uh-nahzh): The act of spying to obtain secret information. - ചാരവൃത്തി.

✦What Is Salt Typhoon, Chinese Espionage Group That Targeted Donald Trump (NDTV)
എന്താണ് സാൾട്ട് ടൈഫൂൺ, ഡൊണാൾഡ് ട്രംപിനെ ലക്ഷ്യമിട്ട ചൈനീസ് ചാരസംഘം.

## Soul-searching (n)

🔊 /'soʊl ˌsɜːr.tʃɪŋ/ (sohl-SUR-ching): "Soul-searching" refers to the process of deep and introspective reflection, often regarding one's beliefs, values, or decisions. It involves examining one's thoughts and feelings to gain clarity or understanding about oneself, particularly in times of difficulty or uncertainty.- ആത്മപരിശോധന, സ്വമനസ്സാക്ഷി പരിശോധിക്കൽ

✦ Pakistan must do some soul searching on India's legitimate concerns: Omar Abdullah (The Indian Express)
ഇന്ത്യയുടെ ന്യായമായ ആശങ്കകളെക്കുറിച്ച് പാകിസ്ഥാൻ ആത്മപരിശോധന നടത്തണം: ഒമർ അബ്ദുള്ള

## Introspect (v)

🔊 /ˌɪn.trə'spɛkt/ (in-truh-SPEKT): Means to examine one's own thoughts, feelings, and motivations. It involves self-reflection and looking inward to gain insight into oneself. - ആത്മപരിശോധന നടത്തുക.
**Introspection (n)**

✦ Allies ask Congress to introspect after Haryana, J&K results (The Hindu)
ഹരിയാന, ജമ്മു കശ്മീർ ഫലങ്ങൾക്ക് ശേഷം ആത്മപരിശോധന നടത്താൻ സഖ്യകക്ഷികൾ കോൺഗ്രസിനോട് ആവശ്യപ്പെടുന്നു

↳ *Practice Collocations (68)*

| | |
|---|---|
| വിദേശ ധനസഹായത്തെ സംബന്ധിച്ചുള്ള അന്വേഷണം. | **Probe** into overseas funding... |
| ഫോറൻസിക് വിഭാഗം അന്വേഷണം ആരംഭിച്ചു. | Forensic team-initiated **probe**... |

| | |
|---|---|
| മണിപ്പൂർ കലാപം അന്വേഷിക്കാൻ സി.ബി.ഐ പ്രത്യേക സംഘത്തെ രൂപീകരിക്കുന്നു. | CBI forms special team to **investigate** Manipur violence |
| കലക്ടർമാർ സ്കൂൾ ബസ് പരിശോധിക്കുന്നു. | Collectors **inspect** school buses. |
| ഞങ്ങൾ സാധ്യത മനസ്സിലാക്കുകയാണ്... | We're **looking into** the possibility |
| മണിപ്പൂർ കലാപത്തിന്റെ അന്വേഷണം പുറപ്പെടുവിച്ചു. | **Inquiry** ordered **into** Manipur violence |
| ബാംഗ്ലൂരിന്റെ ചരിത്രം അറിയുക (തിരയുക)... | **Delve into** the history of Bengaluru ... |
| ആഴത്തിൽ വിശദീകരണം തിരയുക... | **Delve** deeper **into** the details |
| കൊഴിഞ്ഞുപോക്ക് സൂക്ഷ്മമായി പരിശോധിക്കുക... | **Scrutinize** dropouts... |
| അന്വേഷണ ഉദ്യോഗസ്ഥൻ പറയുന്നു... | Says **sleuth** ... |
| സംഘർഷത്തെ തുടർന്ന് പോലീസുകാരന്റെ വയറ്റിൽ കുത്തേറ്റു. | **Cop** stabbed in stomach after scuffle. |
| ഉന്നത പോലീസുകാരനെ ചോദ്യം ചെയ്യണമെന്ന് ആവശ്യപ്പെട്ട് ടി.എം.സി . | TMC on demand for **interrogation** of top cop... |
| തെളിവുകൾ പുനഃപരിശോധിക്കാൻ സർക്കാർ അഭ്യർത്ഥിച്ചു. | The Government requested to **reprobe** the evidence. |
| പ്രധാനമന്ത്രി നരേന്ദ്ര മോദിയെ കോൺഗ്രസ് പാർട്ടി പ്രതിക്കൂട്ടി ലാക്കി. | Congress **puts** PM Narendra Modi **in the dock.** |
| ഡൊണാൾഡ് ട്രംപിനെ ലക്ഷ്യമിട്ട ചൈനീസ് ചാരസംഘം. | Chinese **espionage** group that targeted Donald Trump. |
| പാകിസ്ഥാൻ ആത്മപരിശോധന നടത്തണം... | Pakistan must do some **soul searching**... |
| ഹരിയാന, ജമ്മു കശ്മീർ ഫലങ്ങൾക്ക് ശേഷം ആത്മപരിശോധന നടത്താൻ സഖ്യകക്ഷികൾ കോൺഗ്രസിനോട് ആവശ്യപ്പെടുന്നു | Allies ask Congress to **introspect** after Haryana, J&K results. |

↳ *Reinforce the pronunciation*

| | | | |
|---|---|---|---|
| 1 | **Probe** | /prəʊb/ | prohb |
| 2 | **Investigate** | /ɪnˈvɛstɪˌɡeɪt/ | in-VEST-i-gayt |
| 3 | **Inspect** | /ɪnˈspɛkt/ | in-SPEKT |
| 4 | **Look into** | /lʊk ˈɪntuː/ | look IN-too |
| 5 | **Inquire into** | /ɪnˈkwaɪər ˈɪntuː/ | in-KWY-uhr IN-too |
| 6 | **Delve into** | /dɛlv ˈɪntuː/ | delv IN-too |
| 7 | **Scrutinize** | /ˈskruːtəˌnaɪz/ | SKROO-tuh-nyze |
| 8 | **Sleuths** | /sluːθs/ | Detectives |
| 9 | **Cop** | /kɒp/ | kawp |
| 10 | **Interrogation** | /ɪnˌtɛrəˈɡeɪʃən/ | in-tuh-ROH-gay-shun |
| 11 | **Reprobe** | /ˌriːˈprəʊb/ | ree-PROHB |
| 12 | **Put in the dock** | /pʊt ɪn ðə dɒk/ | puh-t in thuh dawk |
| 13 | **Espionage** | /ˈɛspiəˌnɑːʒ/ | ES-pee-uh-nahzh |
| 14 | **Soul-searching** | /ˈsəʊl ˌsɜr.tʃɪŋ/ | sohl-SUR-ching |
| 15 | **Introspect** | /ˌɪn.trəˈspɛkt/ | in-truh-SPEKT |

# 69. Row Over <u>Slogans</u> at Kashmir Mosque, Officer Shifted (NDTV)

*"കശ്മീർ മസ്ജിദിൽ മുദ്രാവാക്യം മുഴക്കി, ഉദ്യോഗസ്ഥനെ സ്ഥലം മാറ്റി."*

**Slogan:** In this context, "slogans" refer to short, distinctive phrases or expressions that are chanted or shouted, often as part of a protest, demonstration, or public gathering. They can convey political messages, demands, or sentiments and are usually repeated by a group of people to emphasize a particular viewpoint or cause.

The sentence "Row Over Slogans at Kashmir Mosque" suggests that there was a controversy or dispute arising from the content or nature of the slogans chanted at the mosque in Kashmir.

☐ **Slogan**
☐ **Motto**
☐ **Watchword**
☐ **Catchword**
☐ **Tagline**
☐ **Maxim**
☐ **Adage**
☐ **Mascot**
☐ **Dogma**
☐ **Dogmatic**
☐ **Dictum**
☐ **Norms**
☐ **Notion**
☐ **Ultracrepidarian**

## Slogan (v)

🔊 */'sloʊɡən/ (SLOH-guhn):* Slogan is a brief and memorable phrase used in advertising, politics, or activism to convey a message, motto, or rallying cry associated with a particular cause, product, or movement - മുദ്രാവാക്യം, പരസ്യവാചകം.

✦A Bengal village whose walls are free of political slogans (The Hindu)
രാഷ്ട്രീയ മുദ്രാവാക്യങ്ങളില്ലാത്ത മതിലുകളുള്ള ബംഗാൾ ഗ്രാമം.

## Motto (n)

🔊 */'mɒtəʊ/ (MOT-oh):* Motto is a brief statement or phrase expressing a guiding principle or a goal- പ്രമാണവാക്യം, ആദർശവചനം, മുദ്രാവാക്യം.

✦Indian Historical Records Commission Unveils New Logo and Motto (The Hindu)
ഇന്ത്യൻ ഹിസ്റ്റോറിക്കൽ റെക്കോർഡ്സ് കമ്മീഷൻ പുതിയ ലോഗോയും മുദ്രാവാക്യവും പുറത്തിറക്കി.

## Watchword (n)

🔊 */'wɒtʃwɜːd/ (WAHCH-wurd):* Refers to a word or phrase that serves as a signal, password, or motto, often embodying a principle or belief - അടയാളവാക്യം, കാവൽ വചനം, മുദ്രാവാക്യം.

✦Watchword for 2023. (The Hindu)
2023 ൻറെ മുദ്രാവാക്യം.

## Catchword (n)

🔊 */'kætʃwɜːrd/ (KATCH-wurd):* Refers to a word or phrase that briefly summarizes or encapsulates the essence or main idea of something, such as an article, book, or speech. It can also denote a trendy or fashionable word or phrase- സൂചകപദം, മുദ്രാവാക്യം, ആപ്തവാക്യം.

✦In education, 'quality' is the catchword.

വിദ്യാഭ്യാസത്തിൽ 'ഗുണനിലവാരം' ആണ് ആപ്തവാക്യം.

# Tagline (n)

🔊 /'tæglam/ (TAG-line): Tagline is a brief and memorable slogan or phrase used in advertising and branding to convey the essence or message of a product, company, or campaign- മുദ്രാവാക്യം, തലവാചകം.

✦Ad tagline of Malayalam movie ....
മലയാള സിനിമയുടെ പരസ്യവാചകം...

# Maxim (n)

🔊 /'mæksɪm/ (MAK-sim): Maxim is a concise statement or principle expressing a general truth or rule of conduct. It often serves as a guideline for behavior or decision-making- മുദ്രാവാക്യം, തലവാചകം.

✦I follow some maxims...
ഞാൻ ചില ആപ്തവാക്യങ്ങൾ പിൻതുടരുന്നു..

# Adage (n)

🔊 /'ædɪdʒ/ (AD-ij): Adage is a short and memorable saying or proverb that expresses a common observation or truth about life, often based on experience or tradition- ആപ്തവാക്യം, സുഭാഷിതം, പഴമൊഴി.

✦He remembered the old adage "Look before you leap".
അവൻ പഴയ ആപ്തവാക്യം ഓർത്തു: എടുത്തു ചാടും മുമ്പ് ചിന്തിക്കുക.

# Mascot (n)

🔊 /'mæskɒt/ (MAS-kawt): Means a person, animal or thing that people believe will bring them good luck, or that represents an organization or event - ഭാഗ്യ വസ്തു – മൃഗം, ഒരു പരി പാടിയേയോ സ്ഥാപനത്തേയോ പ്രതിനിധീകരിക്കുന്ന ഭാഗ്യ ചിഹ്നം.

✦What is the mascot of the Paris 2024 Olympic Games? (Sportstar)
പാരീസ് 2024 ഒളിമ്പിക് ഗെയിംസിന്റെ ചിഹ്നം എന്താണ്?

# Dogma (n)

🔊 /'dɔːgmə/ (DOG-muh): Dogma refers to a set of principles or beliefs that are accepted by a group without question or doubt, often within a religious, political, or ideological context. Dogmas are typically considered authoritative and are not open to debate or revision. - അടിസ്ഥാനരഹിതമായ സൂത്രങ്ങൾ – വിധികൾ, തർക്കിക്കാൻ പാടില്ലാത്ത വിശ്വാസങ്ങൾ.

✦Saffronising textbooks: Where myth and dogma replace history (Hindustan Times)
കാവിവൽക്കരിക്കുന്ന പാഠപുസ്തകങ്ങൾ: ഐതിഹ്യവും അടി സ്ഥാനരഹിതമായ സൂത്രങ്ങളും ചരിത്രത്തെ മാറ്റിസ്ഥാപിക്കു ന്ന ഇടം.

✦Irrfan Khan: His Crusade against Religious Dogma (Tfipost)
ഇർഫാൻ ഖാൻ: മതവിശ്വാസത്തിനെതിരായ അദ്ദേഹത്തിന്റെ ധർമ്മയുദ്ധം.

# Dogmatic (n)

🔊 /dɒg'mætɪk/ (dawg-MAT-ik): According to the Oxford Dictionary, "dogmatic" means being certain that your beliefs are right and that others should accept them, without considering evidence or other opinions - പിടിവാശിയുള്ള – കർക്ക ശമായ വിശ്വാസം, സൈദ്ധാന്തികമായ.

✦She became increasingly dogmatic in her approach to religion. (Hindustan Times)
മതത്തോടുള്ള സമീപനത്തിൽ അവൾ കൂടുതൽ പിടിവാശിയായി.

# Dictum (n)

🔊 /'dɪktəm/ (DIK-tum): According to the Oxford Dictionary, "dictum" means a statement that expresses something that people believe is always true or should be followed. - പ്രമാണവാക്യം

✦The dictum that 'In politics, there are no friendships.' (Oxford)
'രാഷ്ട്രീയത്തിൽ സൗഹൃദങ്ങൾ ഇല്ല' എന്ന പ്രമാണ വാക്യം.

## Norms (n)

🗣 */nɔːrmz/ (nawrmz):* Refers to standard rules or guidelines that are expected to be followed. - നിയമം, മാനദണ്ഡം.

✦Government reviews norms for vehicle scrappage (Times of India)
വാഹനങ്ങൾ നശിപ്പിക്കുന്നതിനുള്ള മാനദണ്ഡങ്ങൾ സർക്കാർ അവലോകനം ചെയ്യുന്നു.

## Ultracrepidarian (n)

🗣 */ˌʌltrəkrɪpɪˈdɛərɪən/ (uhl-truh-krep-i-DAIR-ee-uhn):* An ultracrepidarian is someone who gives opinions or advice on subjects beyond their knowledge or expertise. - അറിവില്ലാത്ത കാര്യങ്ങളിൽ അഭിപ്രായവും ഉപദേശവും നൽകുന്നയാൾ, **Ultracrepidarianism (n)**

✦Sanskrit, Ultracrepidarianism and the Bandwagon Fallacy (First Spot)
സംസ്കൃതം, തെറ്റായ ഉപദേശങ്ങളും പുതിയരീതിയിലുള്ള അ ബന്ധങ്ങളും.

↳ *Practice Collocations (69)*

| | |
|---|---|
| രാഷ്ട്രീയ മുദ്രാവാക്യങ്ങൾ... | Political **slogans**... |
| കാശ്മീർ പള്ളിയിലെ മുദ്രാവാക്യവുമായി ബന്ധപ്പെട്ട വിവാദം. | Row over **slogans** at Kashmir Mosque... |
| കോൺഗ്രസിന്റെ മുദ്രാവാക്യം ജനങ്ങളെ സേവിക്കുക എന്നതാണ്. | Congress **motto** is to serve people... |
| 'ജീവിക്കുക, ജീവിക്കാൻ അനുവദിക്കുക' അതാണ് എന്റെ പ്രമാണവാക്യം. | 'Live and let live.' That's my **motto**... |
| 2023 ന്റെ മുദ്രാവാക്യം. | **Watchword** for 2023. |
| ഗുണനിലവാരമാണ് ഞങ്ങളുടെ അടയാളവാക്യം. | Quality is our **watchword**. |
| വിദ്യാഭ്യാസത്തിൽ 'ഗുണനിലവാരം' ആണ് ആപ്തവാക്യം. | In education, 'quality' is the **catchword**. |
| മലയാള സിനിമയുടെ പരസ്യവാചകം... | Ad **tagline** of Malayalam movie .... |
| ഞാൻ ചില ആപ്തവാക്യങ്ങൾ പിൻതുടരുന്നു... | I follow some **maxims**... |
| അവൻ പഴയ ആപ്തവാക്യം ഓർത്തു: എടുത്തു ചാടും മുമ്പ് ചിന്തിക്കുക. | He remembered the old **adage** "Look before you leap". |
| പാരീസ് 2024 ഒളിമ്പിക് ഗെയിംസിന്റെ ചിഹ്നം എന്താണ്? | What is the **mascot** of the Paris 2024 Olympic Games? |
| ഇർഫാൻ ഖാൻ: മതവിശ്വാസത്തിനെതിരായ അദ്ദേഹത്തിന്റെ ധർമ്മയുദ്ധം. | Irrfan Khan: His Crusade against Religious **Dogma**. |
| മതത്തോടുള്ള സമീപനത്തിൽ അവൾ കൂടുതൽ പിടിവാശിയായി. | She became increasingly **dogmatic** in her approach to religion. |
| 'രാഷ്ട്രീയത്തിൽ സൗഹൃദങ്ങൾ ഇല്ല' എന്ന പ്രമാണ വാക്യം. | The **dictum** that 'In politics, there are no friendships.' |
| വാഹനങ്ങൾ നശിപ്പിക്കുന്നതിനുള്ള മാനദണ്ഡങ്ങൾ സർക്കാർ അവലോകനം ചെയ്യുന്നു. | Government reviews **norms** for vehicle scrappage. |
| അഴിമതികളില്ലാതെ ഭരണം നടത്താനാകില്ലെന്ന സങ്കൽപ്പം... | **Notion** that govt can't be run without scams... |
| സംസ്കൃതം, തെറ്റായ ഉപദേശങ്ങളും പുതിയരീതിയിലുള്ള അബന്ധങ്ങളും. | **Ultracrepidarianism** and the bandwagon fallacy. |

↳ *Reinforce the pronunciation*

| 1 | **Slogan** | /ˈsloʊɡən/ | SLOH-guhn |
|---|---|---|---|

| 2 | Motto | /ˈmɒtəʊ/ | MOT-oh |
| 3 | Watchword | /ˈwɒtʃwɜːd/ | WAHCH-wurd |
| 4 | Catchword | /ˈkætʃwɜːrd/ | KATCH-wurd |
| 5 | Tagline | /ˈtæɡlaɪn/ | TAG-line |
| 6 | Maxim | /ˈmæksɪm/ | MAK-sim |
| 7 | Adage | /ˈædɪdʒ/ | AD-ij |
| 8 | Mascot | /ˈmæskɒt/ | MAS-kawt |
| 9 | Dogma | /ˈdɔːɡmə/ | DOG-muh |
| 10 | Dogmatic | /dɒɡˈmætɪk/ | dawg-MAT-ik |
| 11 | Dictum | /ˈdɪktəm/ | DIK-tum |
| 12 | Norms | /nɔːrmz/ | nawrmz |
| 13 | Notion | /ˈnoʊʃən/ | NOH-shuhn |
| 14 | Ultracrepidarian | /ˌʌltrəkrɪpɪˈdɛərɪən/ | uhl-truh-krep-i-DAIR-ee-uhn |

# 70. Why India should not take China's 'war cry' lightly (NDTV)

"എന്തുകൊണ്ട് ഇന്ത്യ ചൈനയുടെ 'പോർവിളി'യെ നിസ്സാരമായി കാണരുത്?"

War cry: In this context, "war cry" refers to aggressive or provocative statements and actions from China that India should not ignore or underestimate. It suggests that these actions could escalate tensions or lead to conflict, urging India to take them seriously and respond cautiously.

☐ War cry
☐ Battle cry
☐ Outcry
☐ War whoop
☐ Yell
☐ Rallying cry
☐ Call for

## War cry (n)

🔊 /wɔːr kraɪ/ (wawr krai): Refers to a loud shout or slogan used by soldiers or warriors in battle to intimidate opponents or rally allies. Figuratively, it can also denote aggressive rhetoric or actions meant to provoke or threaten - പോർവിളി, യുദ്ധഭേരി.

✦'Jai Shree Ram' Now a war cry: 49 Eminent Personalities Write To PM Narendra Modi Over Lynching (Indiatimes)
'ജയ് ശ്രീ റാം' ഇപ്പോൾ ഒരു പോർവിളിയാണ്: ആൾക്കൂട്ട കൊലപാതകത്തിൽ 49 പ്രമുഖ വ്യക്തികൾ പ്രധാനമന്ത്രി നരേന്ദ്ര മോദിക്ക് കത്തെഴുതി

## Battle cry (n)

🔊 /ˈbætəl kraɪ/ (BAT-uhl krai): Battle cry" is a loud and forceful shout or slogan used in warfare to rally troops and intimidate opponents. Figuratively, it can also refer to a passionate and rallying call used in various contexts to inspire action or unity- പോർവിളി, യുദ്ധകാഹളം, മുദ്രാവാക്യം.

✦"Reclaim the night" was the battle cry of women...
'രാത്രിയെ വീണ്ടെടുക്കുക', സ്ത്രീകളുടെ മുദ്രാവാക്യമായിരുന്നു...

## Outcry (n)

🔊 */'aʊtˌkraɪ/ (OUT-krai):* Refers to a strong and vocal expression of protest, dissatisfaction, or outrage, typically from a group of people or the public regarding a particular issue or event- പരസ്യമായ പ്രതിഷേധം, ആർപ്പ്, നിലവിളി.

✦'Adipurush' controversy: Mythological film's dialogue to be tweaked after outcry.
ആദിപുരുഷ് വിവാദം: പുരാണ സിനിമയുടെ സംഭാഷണം പരസ്യമായ പ്രതിഷേധത്തെ തുടർന്ന് മാറ്റുന്നു.

## War whoop (n)

🔊 */wɔːr wuːp/ (wawr woop):* War whoop is a loud and aggressive cry or yell used by warriors, soldiers, or fighters before or during battle to intimidate enemies and inspire allies. It's a traditional form of vocal expression meant to boost morale and signal readiness for combat- പോർവിളി, യുദ്ധഭേരി.

✦He lifted a war whoop.
അയാൾ യുദ്ധഭേരി ഉയർത്തി.

## Yell (v)

🔊 */jɛl/ (yel):* Means to shout loudly, often in a sudden or intense manner, expressing strong emotions such as anger, excitement, or alarm- ആക്രോഷിക്കുക, അലറുക, ആർപ്പിടുക, കൂക്കിവിളിക്കുക.

✦A man was arrested for yelling religious slurs outside mosque in Canada. (The Indian Express)
കാനഡയിൽ പള്ളിക്കു പുറത്ത് മതനിന്ദാവാക്യം ആക്രോഷിച്ചതിനെതുടർന്ന് (ഒരാൾ) അറസ്റ്റ്ചെയ്യപ്പെട്ടു.

## Rallying cry (n)

🔊 */'ræliŋ kraɪ/ (RAL-ee-ing krai):* Refers to a powerful and motivating slogan, phrase, or call that inspires and unites people to support a cause, movement, or action. It's often used metaphorically to evoke passion, unity, and determination among a group or community- യുദ്ധത്തിലോ സമരത്തിലോ അണിനിരക്കുന്നതിനായുള്ള ആഹ്വാനം.

✦It was a rallying cry for war...
അത് യുദ്ധത്തിനായി അണി നിരക്കാനുള്ള ആഹ്വാനമായിരുന്നു.

## Call for (Phr. V)

🔊 */kɔːl fɔːr/ (kawl for):* Means to demand, need, or require something, or to request it. - ആവശ്യപ്പെടുക, ആഹ്വാനം ചെയ്യുക, ആഹ്വാനം.

✦Bangladesh's call for Indian product boycott (Hindustan Times)
ഇന്ത്യൻ ഉൽപ്പന്നങ്ങൾ ബഹിഷ്കരിക്കാൻ ബംഗ്ലാദേശിന്റെ ആഹ്വാനം.

↳ *Practice Collocations (70)*

| | |
|---|---|
| ചൈനയുടെ പോർവിളി. | China's **war cry**... |
| താലിബാൻറെ യുദ്ധകാഹളം... | Taliban's **battle cry**... |
| 'രാത്രിയെ വീണ്ടെടുക്കുക', സ്ത്രീകളുടെ മുദ്രാവാക്യമായിരുന്നു... | "Reclaim the night" was the battle cry of women... |
| ആദിപുരുഷ് വിവാദം: പുരാണ സിനിമയുടെ സംഭാഷണം പരസ്യമായ പ്രതിഷേധത്തെ തുടർന്ന് മാറ്റുന്നു. | 'Adipurush' controversy: Mythological film's dialogue to be tweaked after **outcry**. |
| അയാൾ യുദ്ധഭേരി ഉയർത്തി. | He lifted a **war whoop**. |
| കാനഡയിൽ പള്ളിക്കു പുറത്ത് മതനിന്ദാവാക്യം ആക്രോശിച്ചതിനെതുടർന്ന് (ഒരാൾ) അറസ്റ്റ്ചെയ്യപ്പെട്ടു. | A man was arrested for **yelling** religious slurs outside mosque in Canada. |
| അത് യുദ്ധത്തിനായി അണി നിരക്കാനുള്ള ആഹ്വാനമായിരുന്നു. | It was a **rallying cry** for war... |

↳ *Reinforce the pronunciation*

| | | | |
|---|---|---|---|
| 1 | **War cry** | /wɔːr kraɪ/ | wawr krai |
| 2 | **Battle cry** | /'bætəl kraɪ/ | BAT-uhl krai |
| 3 | **Outcry** | /'aʊtˌkraɪ/ | OUT-krai |

| 4 | War whoop | /wɔːr wuːp/ | wawr woop |
| 5 | Yell | /jɛl/ | yel |
| 6 | Rallying cry | /ˈræliŋ kraɪ/ | RAL-ee-ing krai |
| 7 | Call for | /kɔːl fɔːr/ | kawl for |

# 71. He behaved aggressively out of <u>bravado</u> (The Hindu)

"ഗർവ്വിന്റെ പുറത്താണ് അയാൾ ആക്രമണോത്സുകമായി പെരുമാറിയത്."

**Bravado:** In this context, "bravado" refers to a show of bravery or confidence that is intended to impress or intimidate others. It suggests that the person's aggressive behavior was driven by a desire to appear brave or tough rather than genuine bravery or confidence. It often implies a display or boastful manner rather than true courage.

☐ Bravado
☐ Swagger
☐ Boast
☐ Vaunt
☐ Bluster
☐ Bombast
☐ Braggadocio
☐ Extol
☐ Laud

## Bravado (n)

🗣 */brəˈvaː.doʊ/ (bruh-VAH-doh):* Means a show of bravery or confidence intended to impress others, often without real substance behind it - ഗർവ്വം, ധൈര്യം ഭാവിക്കൽ, വീരസ്യം, ബഡായി, വീമ്പ് പറയൽ.

✦The truth behind Karti Chidambaram's bravado (The Hindu)
കാർത്തി ചിദംബരത്തിന്റെ ധീരതയ്ക്ക് പിന്നിലെ സത്യം.

## Swagger (v/n)

🗣 */ˈswæɡər/ (SWAG-ur):* Means to walk or behave in a very confident and typically arrogant or aggressive manner. It often implies a display of self-importance or arrogance in one's demeanor- പൊങ്ങച്ചം, വീമ്പ്, പൊങ്ങച്ചം പറയുക, വീമ്പു പറയുക, പകിട്ട്മോടി.

✦Despite Putin's current swagger, Russia remains vulnerable (GZERO Media)
പുടിൻ വീമ്പ് പറഞ്ഞിട്ടും, റഷ്യ ദുർബലമായി തുടരുന്നു.

## Boast (n)

🗣 */boʊst/ (BOHST):* Means to talk with excessive pride and self-satisfaction about one's achievements, possessions, or abilities- പൊങ്ങച്ചം, ആത്മപ്രശംസ, വീമ്പ്, പൊങ്ങച്ചം പറയുക, വീമ്പു പറയുക, ആത്മപ്രശംസ ചെയ്യുക.

✦ There Is Nothing Much to Boast About JK... (The Hindu)
ജമ്മുകാശ്മീരിനെകുറിച്ച് പൊങ്ങച്ചം പറയാൻ ഒന്നുമില്ല.

## Vaunt (v)

🗣 */vɔːnt/ (vont):* Means to boast or brag about something in a boastful or ostentatious manner. It's similar to "boast," emphasizing a proud display or declaration of one's own abilities, achievements, or possessions - ആത്മസ്തുതി, പെരുമപറയുക, വീമ്പുപറയുക, പൊങ്ങച്ചം. (vaunted കൊട്ടിയാഘോഷിക്കപ്പെട്ട)

✦ India's once-vaunted statistical infrastructure is crumbling (The Economist)
ഇന്ത്യയുടെ ഒരുകാലത്ത് കൊട്ടിഘോഷിക്കപ്പെട്ട സ്റ്റാറ്റിസ്റ്റിക്കൽ ഇൻഫ്രാസ്ട്രക്ചർ തകരുകയാണ്.

## Bluster (v)

🔊 /ˈblʌstər/ *(BLUSS-tur):* Means to talk or act in a loud, aggressive, or boastful way without necessarily having the substance to back it up. It often implies exaggerated or empty threats, bravado, or show of force- വീമ്പുപറയൽ, ഗർജ്ജിക്കൽ, ആക്രോശിക്കൽ.

✦ Blustering BBC's Bluff...
ബി.ബി.സിയുടെ ആക്രോഷിക്കൽ ഭോഷ്ക്..

## Bombast (v)

🔊 /ˈbɒmbæst/ *(BOM-bast):* Refers to language that is overly inflated, pretentious, or exaggerated, often used to impress others but lacking sincerity or meaningful content- പൊങ്ങച്ചം പറയുക, വിടുവായത്തം, നിരർത്ഥകമായ സംഭാഷണം.

✦ Political bombast
രാഷ്ട്രീയമായ വിടുവായത്തം...

## Braggadocio (n)

🔊 /ˌbræɡəˈdoʊʃioʊ/ *(BRAG-uh-DOH-shee-oh):* Braggadocio refers to excessive boastfulness or bragging, often in a way that is exaggerated and annoying. It describes a person who shows off or talks about their achievements in a way that is intended to impress others - പൊങ്ങച്ചം, പൊള്ളയായ വാക്കുകൾ പറയൽ, വീമ്പിളക്കൽ.

✦ Social-media braggadocio.
സമൂഹ മാധ്യമങ്ങളുടെ പൊള്ളയായ വീമ്പ്...

✦ His braggadocio was unbearable.
അവന്റെ പൊങ്ങച്ചം അസഹനീയമായിരുന്നു.

## Extol (v)

🔊 /ɪkˈstoʊl/ *(ik-STOHL):* To praise or glorify something or someone highly. - സ്തുതിക്കുക, പ്രശംസിക്കുക, പ്രകീർത്തിക്കുക.

✦ Does India's national anthem extol the British? (BBC)
ഇന്ത്യയുടെ ദേശീയഗാനം ബ്രിട്ടീഷുകാരെ പ്രകീർത്തിക്കുന്നുണ്ടോ?

## Laud (v)

🔊 /lɔːd/ *(lawd):* To praise or commend someone or something highly. - അഭിനന്ദിക്കുക, പ്രശംസിക്കുക, പ്രകീർത്തിക്കുക.

✦ Amarnath Yatra concludes, devotees laud MRTs* for making pilgrimage memorable (BBC)
അമർനാഥ് യാത്ര സമാപിച്ചു, തീർത്ഥാടനം അവിസ്മരണീയമാക്കിയതിന് ഭക്തർ എംആർടികളെ അഭിനന്ദിക്കുന്നു.
MRT - Mountain Rescue Teams.

↳ *Practice Collocations (71)*

| | |
|---|---|
| തീർത്തും വ്യാജമായ ധൈര്യത്തിൽ നിന്നുള്ള പ്രവൃത്തി. | An Act of Sheer **Bravado** |
| അവനൊരു പൊങ്ങച്ചക്കാരനാണ്... | He is a **swagger**er |
| അവന്റെ വീമ്പായിട്ടുള്ള ആത്മവിശ്വാസം പലരെയും വെറിപിടിപ്പിക്കുന്നു. | His **swagger**ing self-confidence irritates many people. |
| ജമ്മുകാശ്മീരിനെക്കുറിച്ച് പൊങ്ങച്ചം പറയാൻ ഒന്നുമില്ല. | There Is Nothing Much to **Boast** About JK... |
| ഏറെ കൊട്ടിയാഘോഷിച്ച പരിഷ്കരണം... | much **vaunted** reforms... |
| ബി.ബി.സിയുടെ ആക്രോഷിക്കൽ ഭോഷ്ക്... | **Bluster**ing BBC's Bluff... |
| രാഷ്ട്രീയമായ വിടുവായത്തം... | political **bombast** ... |
| സമൂഹ മാധ്യമങ്ങളുടെ പൊള്ളയായ വീമ്പ്... | social-media **braggadocio**... |
| അവന്റെ പൊങ്ങച്ചം അസഹനീയമായിരുന്നു. | His **braggadocio** was unbearable. |
| അധ്യാപകൻ തന്റെ വിദ്യാർത്ഥിയുടെ അർപ്പണബോധത്തെ പ്രശംസിച്ചു. | The teacher **extol**led his student's dedication. |
| നോവലിന്റെ തനതായ ശൈലിയെ നിരൂപകൻ പ്രശംസിച്ചു. | The critic **lauded** the novel's unique style. |

↳ *Reinforce the pronunciation*

| 1 | Bravado | /brəˈvɑːˌdoʊ/ | bruh-VAH-doh |
| 2 | Swagger | /ˈswægər/ | SWAG-ur |
| 3 | Boast | /boʊst/ | BOHST |
| 4 | Vaunt | /vɔːnt/ | vont |
| 5 | Bluster | /ˈblʌstər/ | BLUSS-tur |
| 6 | Bombast | /ˈbɒmbæst/ | BOM-bast |
| 7 | Braggadocio | /ˌbrægəˈdoʊʃioʊ/ | BRAG-uh-DOH-shee-oh |
| 8 | Extol | /ɪkˈstoʊl/ | ik-STOHL |
| 9 | Laud | /lɔːd/ | lawd |

# 72. Landslide causes extreme traffic <u>snarl</u> (The Hindu)

"മണ്ണിടിച്ചിൽ രൂക്ഷമായ ഗതാഗതക്കുരുക്കിന് കാരണമായി."

**Snarl:** In this context, "snarl" refers to a situation where traffic becomes severely congested or tangled, typically due to an obstruction or an unexpected event like a landslide. It suggests a chaotic or tangled mass of vehicles unable to move freely, causing significant delays and disruption.

☐ Snarl
☐ Tangle
☐ Muddle
☐ Disarray
☐ Labyrinth
☐ Maze
☐ Gridlock
☐ Deadlock
☐ Clog
☐ Waterlogged
☐ Impediment
☐ Imbroglio

☐ Shambles
☐ Stagnation
☐ Standoff

## Snarl (n)

🗣 /snɑːrl/ (snarl): To growl angrily or speak in a harsh, aggressive way. — കുഴപ്പം, നൂലാമാല, കുരുക്ക്.

"Snarl" can have a few meanings:

**In animals:** It refers to a fierce or angry sound, especially made by dogs, showing aggression.

**In traffic:** It means a situation where vehicles are stuck or moving very slowly, creating a jam.

**In general:** It can mean a tangled or messy situation, or when something becomes complicated or difficult to deal with.

✦PM Modi in Ramanagara: Massive traffic snarls on Bengaluru-Mysuru Expressway, vehicles line up for over a kilometre (The Hindu)
പ്രധാനമന്ത്രി മോദി രാമനഗരയിൽ: ബംഗളൂരു - മൈസൂർ എക് സ്പ്രസ് വേയിൽ വൻ ഗതാഗതക്കുരുക്ക്, വാഹനങ്ങൾ ഒരു കിലോമീറ്ററിലധികം വരിവരിയായി.

## Tangle (n/v)

🗣 /ˈtæŋgəl/ (TANG-gəl): To become twisted together or involved in a complicated situation. — കുഴപ്പം, നൂലാമാല,കുരുക്ക്, സങ്കീർണ്ണമാക്കുക, കൂട്ടിക്കുഴക്കുക, കൂട്ടിപ്പിണയുക.

✦ Wayanad township project in legal tangle, Govt to meet sponsors after bypoll (Onmanorama)
വയനാട് ടൗൺഷിപ്പ് പദ്ധതി നിയമക്കുരുക്കിൽ, ഉപതെരഞ്ഞെടുപ്പിന് ശേഷം സർക്കാർ സ്പോൺസർമാരെ കാണും

## Muddle (v/n)

🔊 /ˈmʌdəl/ (MUD-əl): Means to confuse or mix up things in a disorderly or chaotic manner, often resulting in a state of confusion or disarray – താറുമാറ്, കുഴപ്പം.

✦Her life is in a muddle.
അവളുടെ ജീവിതം താറുമാറാണ്.

## Disarray (n)

🔊 /dɪsəˈreɪ/ (dis-uh-RAY): Refers to a state of disorder, confusion, or lack of organization. It implies things being in a state of disarray are chaotic, untidy, or not properly arranged– താറുമാറ്, അലങ്കോലം, ക്രമക്കേട്.

✦Law and order in disarray, constitutional rights eroded: Tripura CPIM MLA (Northeast Now)
ക്രമസമാധാനം താറുമാറായി, ഭരണഘടനാപരമായ അവകാശങ്ങൾ ഇല്ലാതാക്കി: ത്രിപുര സി.പി.ഐ.എം. എം.എൽ.എ.

## Labyrinth (n)

🔊 /ˈlæbərɪnθ/ (LAB-ə-rinth): A labyrinth is a complicated maze with many paths, where it's easy to get lost. It can also mean a confusing situation. – നൂലാമാല, ദുർഘടമാർഗ്ഗം, വളഞ്ഞുതിരിഞ്ഞ മാർഗ്ഗം, കുഴഞ്ഞ അവസ്ഥ, ദുർഘടമായ അനേകം ചുറ്റുകളുള്ള വഴി, സങ്കീർണ്ണമായത്.

✦Legal labyrinth.
നിയമത്തിന്റെ നൂലാമാല.

## Maze (n)

🔊 /meɪz/ (mayz): Means to confuse or bewilder, often by presenting a complex and puzzling situation or environment– ദുർഘടമാർഗ്ഗം, വളഞ്ഞുതിരിഞ്ഞ മാർഗ്ഗം, കുരുക്കുവഴി, വസ്തുതകളുടെ കുഴഞ്ഞുമറിഞ്ഞു കിടപ്പ്.

✦We got lost in the maze.
ദുർഘടമാർഗ്ഗത്തിൽ ഞങ്ങൾക്ക് വഴിതെറ്റി.

## Gridlock (n)

🔊 /ˈɡrɪd.lɒk/ (GRID-lock): A severe traffic jam or a situation where progress is impossible due to conflicting demands. – സ്തംഭനം, ഗതാഗത സ്ഥംഭനം, പ്രതിസന്ധി.

✦Delhi's Traffic Chaos: Rains Cause Massive Gridlock (Tribune India)
ഡൽഹിയിലെ ഗതാഗതക്കുരുക്ക്: മഴ വൻ ഗതാഗത സ്ഥംഭനത്തിന്കാരണമാകുന്നു.

## Deadlock (n)

🔊 /ˈdɛdlɒk/ (DED-lok): Means a situation where no progress can be made due to opposing forces or unresolved issues.- തടസ്സം, കീറാമുട്ടി, അഴിയാക്കുരുക്ക്, പ്രതിസന്ധി

✦Amid deadlock, farmers' stir talks with Centre stretch past midnight (Hindustan Times)
പ്രതിസന്ധികൾക്കിടയിലും കർഷകർ കേന്ദ്രവുമായി നടത്തിയ ചർച്ചകൾ അർദ്ധരാത്രി പിന്നിട്ടു.

✦Maharashtra Political Deadlock Ends As Eknath Shinde Accepts Deputy CM Post (Free Press Journal)
ഏകനാഥ് ഷിൻഡെ ഉപമുഖ്യമന്ത്രി സ്ഥാനം ഏറ്റെടുത്തതോടെ മഹാരാഷ്ട്രയിലെ രാഷ്ട്രീയ പ്രതിസന്ധി അവസാനിച്ചു.

✦Deadlock over hike in mess diet rates may end today: Panjab University (Tribune India)
മെസ് ഭക്ഷണ നിരക്ക് വർദ്ധനയെച്ചൊല്ലിയുള്ള പ്രതിസന്ധി ഇന്ന് അവസാനിച്ചേക്കും: പഞ്ചാബ് സർവകലാശാല.

## Clog (n/v)

🔊 /klɒɡ/ (KLOG): To block or obstruct the movement of something, causing a slowdown or stoppage. – തടസ്സം, പ്രതിബന്ധം, സ്തംഭിക്കുക, വിഘ്നം വരുത്തുക, അടക്കുക, കട്ടപിടിക്കുക.

✦Cars clogged the highway (The Hindu)
കാറുകൾ ഹൈവേ സ്തംഭിപ്പിച്ചു.

## Waterlog (v)

🔊 /ˈwɔː.tər.lɒɡ/ (WAW-ter-lawg): Means to flood with water- വെള്ളം കെട്ടിനിക്കുക –നിറയുക

**Waterlogged** (adj) – വെള്ളം കെട്ടിയ, വെള്ളം നിറഞ്ഞ.

✦Delhi rains cause waterlogging and traffic chaos in city (The Hindu)
ഡൽഹിയിൽ മഴയെ തുടർന്ന് നഗരത്തിൽ വെള്ളക്കെട്ടും ഗതാഗതക്കുരുക്കും ഉണ്ടായി.

# Impediment (n)

🗣 /ɪmˈpɛdɪmənt/ (im-PED-i-mənt): Refers to something that hinders or obstructs progress, movement, or speech. It can also refer to a physical defect that affects speech, such as a stutter– തടസ്സം, പ്രതിബന്ധം, വിഘ്നം, വിലക്ക്.

✦No impediment in banning use, sale of plastic flowers of less than 100-micron thickness: Bombay HC (Mid-day).
100 മൈക്രോണിൽ താഴെ കനമുള്ള പ്ലാസ്റ്റിക് പൂക്കളുടെ ഉപയോഗം, വിൽപന എന്നിവ നിരോധിക്കുന്നതിൽ തടസ്സമില്ല: ബോംബെ ഹൈക്കോടതി.

# Imbroglio (n)

🗣 /ɪmˈbroʊljoʊ/ (im-BROHL-yoh): Refers to a confusing and complicated situation, often involving misunderstandings, entanglements, or disputes– കുഴഞ്ഞ സ്ഥിതിവിശേഷം, പ്രതിസന്ധി.

✦The election imbroglio: Pakistan's general elections and the way forward (Tribune India)
തിരഞ്ഞെടുപ്പ് പ്രതിസന്ധി: പാക്കിസ്ഥാന്റെ പൊതു തിരഞ്ഞെടുപ്പും മുന്നോട്ടുള്ള ഭാവിയും.

↳ *Practice Collocations (72)*

# Shambles (n)

🗣 /ˈʃæmbəlz/ (SHAM-bəlz): A state of complete disorder, chaos, or mess. – കുഴഞ്ഞ അവസ്ഥ, താറുമാർ, കുഴപ്പം.

✦Public transport in a shambles.
പൊതുഗതാഗതം കുഴഞ്ഞ അവസ്ഥയിലാണ്.

# Stagnation (n)

🗣 /stægˈneɪʃən/ (stag-NAY-shuhn): A state of inactivity or lack of progress, often referring to economic, social, or personal development – സ്തംഭനാവസ്ഥ, നിശ്ചലാവസ്ഥ, കെട്ടിക്കിടക്കൽ.

✦"I am seething with anger": A decade of stagnation in rural wages (Indiaspend)
'ഞാൻ കോപത്താൽ ജ്വലിക്കുന്നു': ഗ്രാമീണ വേതനത്തിൽ ഒരു ദശാബ്ദക്കാലത്തെ സ്തംഭനാവസ്ഥ.

# Standoff (n)

🗣 /ˈstændˌɔːf/ (STAND-awf): A situation where no progress is made because opposing parties cannot agree or reach a resolution. – തീരുമാനത്തിലെത്താൻ കഴിയാത്ത അവസ്ഥ, ഒത്തു തീർപ്പിലെത്താൻ കഴിയാത്ത അവസ്ഥ, പ്രതിസന്ധി, സ്തംഭനാവസ്ഥ.

✦ After long standoff, government sacks Kulman Ghising (Indiaspend)
'നീണ്ട പ്രതിസന്ധിക്കൊടുവിൽ കുൽമാൻ ഘിസിംഗിനെ സർക്കാർ പുറത്താക്കി.

| | |
|---|---|
| ബൃഹത്തായ ഗതാഗതക്കുരുക്ക്. | Massive traffic **snarl**. |
| വലിയ ഗതാഗതക്കുരുക്ക്. | Major traffic **snarl**. |
| നിയമക്കുരുക്ക് . | Legal **tangle**. |
| സാമ്പത്തിക ഇടപാടുകൾ കുഴപ്പത്തിലാണ് | Financial affairs are in a **tangle**. |
| മുടിയുടെ കുരുക്ക്. | **Tangle** of hair. |
| കൂട്ടിപ്പിണഞ്ഞ ശിഖരങ്ങൾ. | **Tangle**d branches. |
| അവളുടെ ജീവിതം താറുമാറാണ്. | Her life is in a **muddle**. |
| എങ്ങിനെയെങ്കിലും നാം ലക്ഷ്യം നേടും. | We shall **muddle** through somehow! |
| ഈ പ്രതിസന്ധിയെ അതിജീവിക്കുക | **Muddle** through this crisis. |
| പൊതുഗതാഗതം താറുമാറിൽ. | Public transport in **disarray** |
| ഞങ്ങളുടെ പദ്ധതികൾ അലങ്കോലമായി. | Our plans were thrown into **disarray** |
| സമാധാന ചർച്ചകൾ താറുമാറായി പിരിഞ്ഞു. | The peace talks broke up in **disarray**. |
| ഒരു നൂലാമാല പ്രശ്നം. | A **labyrinth** problem |
| സങ്കീർണ്ണമായ നിയമം. | **Labyrinth** law. |
| നിയമത്തിൻറെ നൂലാമാല. | Legal **labyrinth**. |
| ദുർഘടമാർഗ്ഗത്തിൽ ഞങ്ങൾക്ക് വഴിതെറ്റി. | We got lost in the **maze**. |

| | |
|---|---|
| ഉയർന്നുനിൽക്കുന്ന വലിയ കെട്ടിടങ്ങൾ ഗതാഗത സ്തംഭനത്തിന് തുടക്കം കുറിക്കുന്നു. | Towering complexes spark **gridlock**. |
| ഗതാഗതത്തിൻറെ ഗതിമാറ്റം ഗതാഗതസ്തംഭനത്തിലേക്ക് നയിക്കുന്നു. | Traffic diversions lead to **gridlock**. |
| കോൺഗ്രസ്സ് സ്തംഭനത്തിലാണ്. | Congress is in **gridlock**. |
| കർണ്ണാടകയിലെ മുഖ്യമന്ത്രി പ്രതിസന്ധി. | **Deadlock** over CM in Karnataka. |
| പ്രതിസന്ധി 3 മാസം നീണ്ടുനിന്നു. | The **deadlock** lasted three months. |
| കാറുകൾ ഹൈവേ സ്തംഭിപ്പിച്ചു. | Cars **clog**ged the highway |
| അടഞ്ഞ ഓവുചാൽ എങ്ങനെ വൃത്തിയാക്കും... | How to clear a **clogged** drain ... |
| പൈപ്പുകൾ അടയാൻ തുടങ്ങി. | Pipes began to **clog** up. |
| വെള്ളം കെട്ടിയ റോഡുകൾ... | **Waterlogged** roads... |
| സംസാരത്തിലുള്ള വിഘ്നം | **Impediment** in speech |
| അസുഖം വിദ്യാഭ്യാസത്തിന് തടസ്സമല്ല. | Illness is not an **impediment** to education. |
| ബാലവേല രാജ്യത്തിൻറെ വികസനത്തിന് ഒരു തടസ്സമാണ്. | Child labour is an **impediment** to country's development |
| വിവാഹത്തിന് നിയമതടസ്സം ഉണ്ടായിരുന്നില്ല. | There was no legal **impediment** to the marriage |
| വളർച്ചയ്ക്കുള്ള മുഖ്യ തടസ്സം... | The main **impediment** to growth ... |
| കർണ്ണാടക മുഖ്യമന്ത്രി പ്രതിസന്ധി... | Karnataka CM **imbroglio** ... |
| ഉക്രയിനിൻറെ കുഴഞ്ഞ സ്ഥിതിവിശേഷം ഇന്ത്യയെ ബാധിച്ചേക്കാം... | Ukraine imbroglio can impact India ... |
| പൊതുഗതാഗതം കുഴഞ്ഞ അവസ്ഥയിലാണ്. | Public transport in a **shambles**. |
| ഗ്രാമീണ വേതനത്തിൽ ഒരു ദശാബ്ദക്കാലത്തെ സ്തംഭനാവസ്ഥ... | A decade of **stagnation** in rural wages... |
| നീണ്ട പ്രതിസന്ധിക്കൊടുവിൽ കുൽമാൻ ഘിസിംഗിനെ സർക്കാർ പുറത്താക്കി | After long **standoff**, government sacks Kulman Ghising. |

↳ *Reinforce the pronunciation*

| | | | |
|---|---|---|---|
| 1 | **Snarl** | /snɑːrl/ | snarl |
| 2 | **Tangle** | /ˈtæŋgəl/ | TANG-gəl |
| 3 | **Muddle** | /ˈmʌdəl/ | MUD-əl |
| 4 | **Disarray** | /dɪsəˈreɪ/ | dis-ə-RAY |
| 5 | **Labyrinth** | /ˈlæbərɪnθ/ | LAB-ə-rinth |
| 6 | **Maze** | /meɪz/ | MAYZ |
| 7 | **Gridlock** | /ˈgrɪdlɒk/ | GRID-lock |
| 8 | **Deadlock** | /ˈdɛdlɒk/ | DED-lock |
| 9 | **Clog** | /klɒg/ | KLOG |
| 10 | **Waterlogged** | /ˈwɔː.tər.lɒgd/ | WAW-ter-lawgd |
| 11 | **Impediment** | /ɪmˈpɛdɪmənt/ | im-PED-i-mənt |
| 12 | **Imbroglio** | /ɪmˈbroʊljoʊ/ | im-BROHL-yoh |
| 13 | **Shambles** | /ˈʃæmbəlz/ | SHAM-bəlz |
| 14 | **Stagnation** | /stægˈneɪʃən/ | stag-NAY-shuhn |
| 15 | **Standoff** | /ˈstænd.ɔːf/ | STAND-awf |

# 73. India attempts to revive its <u>dwindling</u> rubber industry (BBC)

*"തകർന്നുകൊണ്ടിരിക്കുന്ന റബ്ബർ വ്യവസായത്തെ പുനരുജ്ജീവിപ്പിക്കാൻ ഇന്ത്യ ശ്രമിക്കുന്നു."*

**Dwindle**: In this context, "dwindling" means that the rubber industry in India has been shrinking or diminishing in size, significance, or profitability. It implies that the industry is in decline or experiencing a reduction in its scale or importance over time. Therefore, India is making efforts to revitalize or restore its declining rubber industry, likely through various initiatives or interventions aimed at boosting production, improving efficiency, or addressing challenges faced by the industry.

- ☐ Dwindle
- ☐ Lessen
- ☐ Wane
- ☐ Whittle
- ☐ Deplete
- ☐ Diminish
- ☐ Cut down
- ☐ Cut
- ☐ Decline
- ☐ Abate
- ☐ Knock down
- ☐ Bring down
- ☐ Curtail
- ☐ Condense
- ☐ Abridge
- ☐ Prune
- ☐ Trim

- ☐ Constrict
- ☐ Downsize
- ☐ Downscale
- ☐ Lay off
- ☐ Shrink
- ☐ Plummet

## Dwindle (v)

🔊 */ˈdwɪndəl/ (DWIHN-dəl):* Means to gradually decrease or diminish in size, amount, or importance over time - ചുരുങ്ങുക, ക്ഷയിക്കുക, കുറഞ്ഞുവരിക, (വില/നിലവാരം) ഇടിയുക.

✦Jobs dwindle, Kerala students fly out for higher studies taking education loans (The New Indian Express)
തൊഴിലവസരങ്ങൾ കുറയുന്നു, വിദ്യാഭ്യാസ വായ്പയെടുത്ത് കേരളത്തിലെ വിദ്യാർത്ഥികൾ ഉപരിപഠനത്തിനായി പറക്കുന്നു.

## Lessen (v)

🔊 */ˈlɛsən/ (LESS-ən):* Means to make something smaller, reduce its amount, intensity, or degree - കുറയുക, കുറയ്ക്കുക.

✦Odisha seeks four Kumki elephants from Tamil Nadu in bid to lessen human-animal conflict (Telegraph India)
മനുഷ്യ-മൃഗ സംഘർഷം കുറയ്ക്കാൻ ഒഡീഷ തമിഴ്‌നാട്ടിൽ നിന്ന് നാല് കുംകി ആനകളെ തേടി.

## Wane (v)

🔊 */weɪn/ (WAYN):* Means to decrease gradually in size, extent, or intensity. It often refers to something diminishing or declining over time - കുറയുക, ചുരുങ്ങുക, ക്ഷയിക്കുക.

✦The waning spirit of independent inquiry (Business Standard)
സ്വതന്ത്ര അന്വേഷണത്തിന്റെ കുറഞ്ഞുവരുന്ന താല്പര്യം.

## Whittle (v)

🔊 */ˈwɪtəl/ (WIT-əl):* Means to carve or cut away small bits or pieces from something, usually wood, with a knife or similar tool.

Figuratively, it can also mean to gradually reduce or diminish something, such as a problem or a list, bit by bit- ചെറുതാക്കുക, കനം കുറയ്ക്കുക, ചെത്തി ചെറുതാക്കുക.

✦Plans afoot to whittle down absentees (Times of India)
ഹാജരാകാത്തവരെ കുറക്കാനുള്ള പദ്ധതികൾ പുരോഗമിക്കുന്നു.

## Deplete (v)

🔊 */dɪˈpliːt/ (dih-PLEET):* To use up or reduce the supply of something significantly. - കുറയ്ക്കുക, ക്ഷയിപ്പിക്കുക.

✦Depleting groundwater: Why India needs to rethink many agri practices (India Today)
ഭൂഗർഭജലം കുറയുന്നു: എന്തുകൊണ്ടാണ് ഇന്ത്യ പല കാർഷിക രീതികളെയും കുറിച്ച് പുനർവിചിന്തനം ചെയ്യേണ്ടത്?

## Diminish (v)

🔊 */dɪˈmɪnɪʃ/ (dih-MIN-ish):* To make or become smaller, weaker, or less important. - കുറയ്ക്കുക, ചുരുക്കുക, ക്ഷയിപ്പിക്കുക, ചെറുതാക്കുക, കുറഞ്ഞുപോവുക, ഇടിച്ചുകാണിക്കുക.

✦To diminish acne scars...
മുഖക്കുരുവിൻറെ പാട് കുറയ്ക്കാൻ...

## Cut down (v)

🔊 */kʌt daʊn/ (kut DOWN):* To reduce the size, amount, or extent of something. - കുറയ്ക്കുക, അളവ് കുറയ്ക്കുക.

✦Cut down sugar in your diet...
നിങ്ങളുടെ ആഹാരത്തിൽ പഞ്ചസാരയുടെ അളവ് കുറയ്ക്കുക.

## Cut (v)

🔊 */kʌt/ (kut):* Means to make an incision or divide something using a sharp tool or implement. It can also mean to reduce or decrease something, such as a price, amount, or size- കുറയ്ക്കുക, വെട്ടിക്കുറയ്ക്കുക.

✦Cutting borrowing limits is sadistic: cm pinarayi vijayan slams centre. (The Hindu)
വായ്പാ പരിധി വെട്ടിക്കുറയ്ക്കുന്നത് ക്രൂരമനോഭാവമാണ്: മുഖ്യമന്ത്രി പിണറായി വിജയൻ കേന്ദ്രത്തെ ശകാരിക്കുന്നു.

## Decline (v)

🔊 */dɪˈklaɪn/ (dih-KLYNE):* Means to decrease or diminish in quantity, quality, or importance over time. It can also refer to the act of refusing or rejecting something, such as an offer or invitation- ക്ഷയിക്കുക, കുറയുക.

✦Why is natural gas consumption in India likely to decline in coming months? (The Hindu)
എന്തുകൊണ്ടാണ് വരും മാസങ്ങളിൽ ഇന്ത്യയിലെ പ്രകൃതി വാതക ഉപഭോഗം കുറയാൻ സാധ്യത?

## Abate (v)

🔊 */əˈbeɪt/ (uh-BAYT):* To decrease in intensity, strength, or amount; to lessen or subside. - കുറയുക, കുറയ്ക്കുക, ശമിക്കുക.

✦Heatwaves in most of India to abate over the next three days (The Hindu)
ഇന്ത്യയിലെ ഒട്ടുമിക്ക പ്രദേശങ്ങളിലും അടുത്ത മൂന്ന് ദിവസത്തിനുള്ളിൽ ചൂട് കുറയും.

## Knock down (v)

🔊 */nɒk daʊn/ (nok DOWN):* To demolish, bring to the ground, or strike someone or something forcefully. - കുറയ്ക്കുക, ഇടിച്ചിടുക.

✦The manager offered to knock the price down.
മാനേജർ വില കുറയ്ക്കുമെന്ന് വാഗ്ദാനം ചെയ്തു.

## Bring down (v)

🔊 */brɪŋ daʊn/ (bring DOWN):* To reduce, lower, or cause something to fall or collapse. - കുറയ്ക്കുക.

✦Morning showers bring down temperature in Delhi (The Hindu)
പുലർച്ചെയുള്ള മഴ ഡൽഹിയിലെ താപനില കുറയ്ക്കുന്നു.

## Curtail (v)

🔊 */kərˈteɪl/ (kər-TAYL):* Means to reduce, shorten, or limit something, typically in duration, extent, or quantity. It implies cutting back or restricting to make something smaller or less extensive- ചുരുക്കുക, കുറയ്ക്കുക, വെട്ടിച്ചുരുക്കുക.

✦Air India Express to curtail flights after cabin crew call in sick en masse (India Today)
ക്യാബിൻ ക്രൂ കൂട്ടത്തോടെ രോഗം റിപ്പോർട്ട് ചെയ്തതിനെ തുടർന്ന് എയർ ഇന്ത്യ എക്സ്പ്രസ് വിമാനങ്ങൾ വെട്ടിച്ചുരുക്കുന്നു.

# Condense (v)

🔊 */kənˈdɛns/ (kən-DENS):* To make something more compact, concise, or concentrated. - ചുരുക്കുക, സംക്ഷേപിക്കുക.

✦I condensed ten pages of comments into two. (Cambridge Dictionary)
പത്തു പേജുള്ള കമന്റുകൾ ഞാൻ രണ്ടായി ചുരുക്കി.

# Abridge (v)

🔊 */əˈbrɪdʒ/ (uh-BRIJ):* To shorten a text, speech, or story while retaining its essential meaning. - ചുരുക്കുക, സംഗ്രഹിക്കുക, സംക്ഷേപിക്കുക, കുറയ്ക്കുക.

✦The book was abridged for children.
പുസ്തകം കുട്ടികൾക്കായി സംഗ്രഹിച്ചു...

# Prune (v)

🔊 */pruːn/ (proon):* Means to trim or cut away parts of a plant, tree, or shrub, typically to improve its health, shape, or appearance- ചുരുക്കുക, സംഗ്രഹിക്കുക, സംക്ഷേപിക്കുക, കുറയ്ക്കുക.

✦Trees to be pruned before monsoon ...
മഴക്കാലത്തിന് മുൻപ് മരങ്ങൾ വെട്ടിയൊതുക്കണം...

# Trim (v)

🔊 */trɪm/ (trim):* To reduce or cut down the size, amount, or extent of something. - വെട്ടിയൊതുക്കുക.

✦Trim your beard...
നിങ്ങളുടെ താടി വെട്ടിയൊതുക്കുക.

# Constrict (v)

🔊 */kənˈstrɪkt/ (kən-STRIKT):* Means to make something narrower, tighter, or smaller by squeezing or tightening. It can also refer to

the process of restricting or limiting something, such as freedom, movement, or options- ഞെരുക്കുക, മുറുക്കുക, സങ്കോചിപ്പിക്കുക.

✦The drug causes the blood vessels to constrict.
മയക്കുമരുന്ന് രക്തക്കുഴലുകൾ സങ്കോചിക്കുന്നതിന് കാരണമാകുന്നു..

# Downsize (v)

🔊 */daʊnˈsaɪz/ (DOWN-size):* Downsize means to reduce the size, number, or extent of something, often referring to cutting costs, staff, or resources in a company or organization. - ചെറുതാക്കുക, ഒരു സ്ഥാപനത്തിന്റെ തൊഴിലാളികളുടെ എണ്ണം കുറയ്ക്കുക.

✦The company decided to downsize its workforce to cut costs and improve efficiency. (Reuters)
ചെലവ് കുറയ്ക്കുന്നതിനും കാര്യക്ഷമത മെച്ചപ്പെടുത്തുന്നതിനുമായി തൊഴിലാളികളുടെ എണ്ണം കുറയ്ക്കാൻ കമ്പനി തീരുമാനിച്ചു.

# Downscale (v)

🔊 */daʊnˈsaɪz/ (DOWN-skayl):* To reduce in size, importance, or quality, often to make something more affordable or manageable. - (ചിലവ്) കുറയ്ക്കുക.

✦After the economic downturn, they had to downscale their ambitious expansion plans. (Business World)
സാമ്പത്തിക മാന്ദ്യത്തിന് ശേഷം, അവർക്ക് അവരുടെ അഭിലാഷമായ വിപുലീകരണ പദ്ധതികൾ കുറയ്ക്കേണ്ടി വന്നു.

# Lay off (v)

🔊 */leɪ ɒf/ (LAY off):* To dismiss employees from a job, usually due to economic reasons. - (സാമ്പത്തിക മാന്ദ്യവും മറ്റും കാരണം) ജോലിക്കാരെ പിരിച്ചു വിടുക, പ്രവർത്തനം നിറുത്തി വെക്കുക.

✦The company had to lay off several employees due to a decline in sales. (Business World)
വിൽപ്പനയിൽ ഇടിവുണ്ടായതിനെ തുടർന്ന് കമ്പനിക്ക് നിരവധി ജീവനക്കാരെ പിരിച്ചുവിടേണ്ടി വന്നു.

# Shrink (v)

❧ */ʃrɪŋk/ (SHRINK):* Means to become smaller in size, extent, or amount. It can also refer to causing something to become smaller or to reduce in size- **ചുരുക്കുക, സങ്കോചിപ്പിക്കുക, ചുരുങ്ങുക.**

✦The company decided to shrink the size of its workforce to reduce costs. (Frontline)
ചെലവ് കുറയ്ക്കാൻ കമ്പനി തങ്ങളുടെ തൊഴിലാളികളുടെ എണ്ണം ചുരുക്കാൻ തീരുമാനിച്ചു.

↳ *Practice Collocations (73)*

# Plummet (v)

❧ */'plʌmɪt/ (PLUHM-it):* To fall or drop suddenly and steeply. It can be used literally, like a falling object, or metaphorically, like a rapid decline in value or performance – **കുറയുക, കുത്തനെ വീഴുക.**

✦Pay DTH subscribers plummet by over 3 million in just one year (Frontline)
പേ ഡിടിഎച്ച് വരിക്കാരുടെ എണ്ണം ഒരു വർഷത്തിനുള്ളിൽ 3 ദശലക്ഷത്തിലധികം കുറഞ്ഞു.

| | |
|---|---|
| ഇടിയുന്ന റബ്ബർ വ്യവസായം... | **Dwindling** rubber industry... |
| കുറയുന്ന കാഴ്ചക്കാർ... | **Dwindling** audiences... |
| കുറയുന്ന പിന്തുണക്കാർ... | A **dwindling** band of supporters... |
| അധ്യാപകരുടെ മേലുള്ള സമ്മർദ്ദം കുറയ്ക്കാനുള്ള നടപടികൾക്കായി സർക്കാർ ആലോചിക്കുന്നു. | Govt mulls steps to **lessen** pressure on teachers... |
| വേദന കുറയ്ക്കുന്നതിനായി അവർ അവൾക്ക് ഒരു ഇഞ്ചക്ഷൻ നൽകി. | They gave her an injection to **lessen** the pain. |
| വിദ്യാർത്ഥി പ്രതിഷേധങ്ങൾ കുറയുന്നു... | Student protests **wane** ... |
| ആ കാലയളവിൽ അവരുടെ ജനസമ്മിതി കുറഞ്ഞു. | Their popularity **waned** during that period. |
| അതിഥികളുടെ ലിസ്റ്റ് ചെറുതാക്കുക... | **Whittle** down the list of guests... |
| ജലസംഭരണികളിൽ ജല നിരപ്പ് കുറയുന്നത് വേവലാതിക്ക് കാരണമാകുന്നു. | **Depleting** water level in reservoirs causes worry. |
| മുഖക്കുരുവിൻറെ പാട് കുറയ്ക്കാൻ... | To **diminish** acne scars... |
| മറ്റുള്ളവരുടെ കഴിവുകൾ ഇടിച്ചുകാണിക്കുക... | **Diminish** the skill of others... |
| കാലം നമ്മുടെ സൗഹൃദം ക്ഷയിപ്പിക്കില്ല. | Time will not **diminish** our friendship. |
| തസ്തികകൾ കുറയ്ക്കുക... | **Cut down** posts... |
| നിങ്ങളുടെ ആഹാരത്തിൽ പഞ്ചസാരയുടെ അളവ് കുറയ്ക്കുക... | **Cut down** sugar in your diet... |
| സിനിമയുടെ ബജറ്റുകൾ കുറയ്ക്കപ്പെടുന്നു... | 'Movie budgets are being **cut**... |
| വായ്പാ പരിധി വെട്ടിക്കുറയ്ക്കുന്നത് ക്രൂരമനോഭാവമാണ്: മുഖ്യമന്ത്രി പിണറായി വിജയൻ കേന്ദ്രത്തെ ശകാരിക്കുന്നു. | **Cutting** borrowing limits is sadistic: cm Pinarayi Vijayan slams center. |
| ജനന നിരക്കിൽ ക്രമാനുഗതമായ കുറവ്.... | Gradual **decline** in birth rate... |
| കേരളത്തിൽ മഴ ശമിക്കുന്നു... | Rain **abates** in Kerala... |
| കേരളത്തിൽ കൊവിഡ് ഇനിയും കുറയേണ്ടതുണ്ട്. | Covid yet to **abate** in Kerala .... |
| വില കുറയ്ക്കുക... | **Knock down** prices... |
| ട്രാക്ക് മുറിച്ചുകടക്കുമ്പോൾ മലയാളി വിദ്യാർത്ഥിയെ ട്രയിൻ ഇടിച്ചിട്ടു... | Malayali student **knocked down** by train while crossing track. |
| സ്ത്രീകൾക്കെതിരെയുള്ള അധിക്രമം കുറയ്ക്കുക. | **Curtail** violence against women... |
| മലയാള സിനിമാ മേഖലയിൽ വർദ്ധിച്ചുവരുന്ന മയക്കുമരുന്ന് ഉപയോഗം കുറയ്ക്കുക. | **Curtail** increasing drug usage in molly wood... |
| നിങ്ങളുടെ ഉത്തരം ഏതാനും വാക്കുകളായി ചുരുക്കുക. | **Condense** your answer into a few words. |
| പുസ്തകം കുട്ടികൾക്കായി സംഗ്രഹിച്ചു... | The book was **abridged** for children. |
| ഈ കഥ ചെറുതാക്കണം. | This story must be **abridged**. |
| മഴക്കാലത്തിന് മുൻപ് മരങ്ങൾ വെട്ടിയൊതുക്കണം... | Trees to be **pruned** before monsoon ... |
| നിങ്ങളുടെ താടി വെട്ടിയൊതുക്കുക. | **Trim** your beard... |
| മയക്കുമരുന്ന് രക്തക്കുഴലുകൾ സങ്കോചിക്കുന്നതിന് കാരണമാകുന്നു.. | The drug causes the blood vessels to **constrict**. |

| | |
|---|---|
| തൊഴിലാളികളെ പിരിച്ചുവിടുക... | **Downsize** employees... |
| ചിലവ് കുറച്ച് പുതിയ വീട് വാങ്ങുക... | **Downscale** and buy a smaller house... |
| 1000 ജോലിക്കാരെ പിരിച്ചുവിടുന്നു. | **Lays off** over 1,000 workers ... |
| വലിപ്പം ചുരുക്കുക. | **Shrink** the size. |
| ബംഗ്ലാദേശിലെ പ്രതിസന്ധികൾക്കിടയിൽ തക്കാളി വില കുത്തനെ ഇടിഞ്ഞു. | Tomato Prices **Plummet** Amid Crisis in Bangladesh. |

↳ *Reinforce the pronunciation*

| | | | |
|---|---|---|---|
| 1 | **Dwindle** | /ˈdwɪndəl/ | DWIHN-dəl |
| 2 | **Lessen** | /ˈlɛsən/ | LESS-ən |
| 3 | **Wane** | /weɪn/ | WAYN |
| 4 | **Whittle** | /ˈwɪtəl/ | WIT-əl |
| 5 | **Deplete** | /dɪˈpliːt/ | dih-PLEET |
| 6 | **Diminish** | /dɪˈmɪnɪʃ/ | dih-MIN-ish |
| 7 | **Cut down** | /kʌt daʊn/ | kut DOWN |
| 8 | **Cut** | /kʌt/ | kut |
| 9 | **Decline** | /dɪˈklaɪn/ | dih-KLYNE |
| 10 | **Abate** | /əˈbeɪt/ | uh-BAYT |
| 11 | **Knock down** | /nɒk daʊn/ | nok DOWN |
| 12 | **Bring down** | /brɪŋ daʊn/ | bring DOWN |
| 13 | **Curtail** | /kərˈteɪl/ | kər-TAYL |
| 14 | **Condense** | /kənˈdɛns/ | kən-DENS |
| 15 | **Abridge** | /əˈbrɪdʒ/ | uh-BRIJ |
| 16 | **Prune** | /pruːn/ | proon |
| 17 | **Trim** | /trɪm/ | trim |
| 18 | **Constrict** | /kənˈstrɪkt/ | kən-STRIKT |
| 19 | **Downsize** | /daʊnˈsaɪz/ | DOWN-size |
| 20 | **Downscale** | /ˈdaʊnˌskeɪl/ | DOWN-skayl |
| 21 | **Lay off** | /leɪ ɒf/ | LAY off |
| 22 | **Shrink** | /ʃrɪŋk/ | SHRINK |
| 23 | **Plummet** | /ˈplʌmɪt/ | PLUHM-it |

# 74. <u>Ensnared</u> leopard dies in Wayanad. (The Hindu)

"വയനാട്ടിൽ കെണിയിൽ പെട്ട പുലി ചത്തു."

**Ensnared:** In the context of the headline "Ensnared leopard dies in Wayanad," the word "ensnared" means that the leopard was caught or trapped, usually by a device or a situation that it could not escape from. In this case, it suggests that the leopard was caught in some sort of trap or snare, which ultimately led to its death.

☐ **Ensnare**
☐ **Capture**

☐ Seize
☐ Nab
☐ Held
☐ Apprehend
☐ Entangle
☐ Entrap
☐ Enmesh
☐ Bag
☐ Ambush
☐ Lurk
☐ Detain
☐ Bust
☐ Intercept
☐ Confiscate

## Ensnare (v)

🔊 */ɪnˈsnɛər/ (en-SNAIR)* : To trap or catch someone or something, often in a deceptive or tricky way. - **അകപ്പെടുത്തുക, കുഴപ്പത്തിലാക്കുക, കെണിയിലകപ്പെടുത്തുക, വലയിൽകുടുക്കുക.**

✦They wanted to make a formal complaint about their doctor, but ended up ensnared in the complexities of the legal system. (The Hindu)
തങ്ങളുടെ ഡോക്ടറെ കുറിച്ച് ഔപചാരികമായി പരാതിപ്പെടാൻ അവർ ആഗ്രഹിച്ചു, ഒടുവിൽ നിയമവ്യവസ്ഥയുടെ സങ്കീർണതകളിൽ കുടുങ്ങിപ്പോയി.

## Capture (v)

🔊 */ˈkæp.tʃər/ (KAP-chər):* To seize, take, or gain control of someone or something, often by force or strategy. - **കെട്ടുപിണയുക, കുടുങ്ങുക, കുടുക്കുക, അകപ്പെടുത്തുക, സങ്കീർണ്ണമാകുക.**

✦Tusker terrorising Kerala villages for 2 years captured. (The Hindu)
രണ്ടുവർഷമായി കേരളത്തിലെ ഗ്രാമങ്ങളിൽ ഭീതിപരത്തിയ കൊമ്പനാനയെ പിടികൂടി.

## Seize (v)

🔊 */siːz/ (seez):* o take hold of something quickly and firmly, often by force or urgency. - **പിടികൂടുക, തട്ടിപ്പറിക്കുക.**

✦Mysuru police seize ambergris worth Rs 18 crore. (The Hindu)
18 കോടി വിലമതിക്കുന്ന നീലത്തിമിംഗലത്തിൻറെകൊഴുപ്പ് മൈസൂർ പോലീസ് പിടിച്ചെടുത്തു.

## Nab (v)

🔊 */siːz/ (seez):* To catch or seize someone or something, often suddenly or unexpectedly. - പിടികൂടുക

✦BSF troops nab Pakistani national in Punjab's Ferozepur (Times of India)
പഞ്ചാബിലെ ഫിറോസ്പൂരിൽ പാകിസ്ഥാൻ പൗരനെ ബിഎസ്എഫ് സേന പിടികൂടി.

## Held (v)

🔊 */hɛld/ (held):* Refers to the past tense and past participle form of the verb "hold." It indicates that something was firmly grasped, maintained, or kept in one's possession or control at some point in the past- **പിടികൂടുക**

✦Man held for filming woman taking bath. (India Today)
സ്ത്രീയുടെ കുളിക്കുന്ന വീഡിയോഎടുത്തതിന് (ഒരാളെ) പിടികൂടി.

## Apprehend (v)

🔊 */ˌæprɪˈhɛnd/ (AP-ri-HEND):* Means to arrest someone for a crime or to understand or perceive something, especially complex or abstract ideas -**പിടികൂടുക**

✦The police finally apprehended the killer. (The Hindu)
ഒടുവിൽ കൊലയാളിയെ പോലീസ് പിടികൂടി.

## Entangle (v)

🔊 */ɪnˈtæŋɡəl/ (in-TANG-gəl):* Entangle - **അകപ്പെടുക, കെട്ടുപിണയുക, കുടുങ്ങുക, കുടുക്കുക.**

✦Girl got entangled in rope of swing...
പെൺകുട്ടി ഊഞ്ഞാലിൻറെ കയറിൽകെട്ടുപിണഞ്ഞു.

## Entrap (v)

🔊 */ɪnˈtræp/ (in-TRAP):* To catch someone or something in a trap, often by deception or trickery.- **അകപ്പെടുക, കെണിയിൽപ്പെടുക.**

✦Girls were entrapped...
പെൺകുട്ടികൾ കെണിയിൽഅകപ്പെട്ടു.

# Enmesh (v)

🗣 */ɪnˈmɛʃ/ (in-MESH):* To entangle or trap someone or something in a difficult situation or net-like structure. - വലയിൽപ്പെടുത്തുക, കുടുക്കുക..

✦The tiger was enmeshed in the web laid by hunter.
കടുവ വേട്ടക്കാരൻ വിരിച്ച വലയിൽകുടുങ്ങി.

# Bag (v)

🗣 */bæɡ/ (bag):* Refers to a flexible container typically used for carrying items. As a verb, it can mean to capture or secure something, or to achieve or obtain it- തട്ടിയെടുക്കുക, നേടുക, ആർജ്ജിക്കുക, കരസ്ഥമാക്കുക.

✦UDF and LDF bagged 7 seats...
യു.ഡി.എഫും, എൽ.ഡി.എഫും 7 സീറ്റുകൾ കരസ്ഥമാക്കി.

# Ambush (v)

🗣 */ˈæm.bʊʃ/ (AM-boosh):* A surprise attack from a concealed position. - പതിയിരുന്നാക്രമിക്കുക, ആക്രമിക്കാൻ പതിയിരിക്കൽ..

✦'Ambush' in Manipur's Jiribam: CRPF man killed, two police personnel injured (The Indian Express)
മണിപ്പൂരിലെ ജിരിബാമിൽ പതിയിരുന്ന് ആക്രമണം: സിആർപിഎഫ് ജവാൻ കൊല്ലപ്പെട്ടു, രണ്ട് പോലീസുകാർക്ക് പരിക്കേറ്റു.

# Lurk (v)

🗣 */lɜrk/ (lurk):* Lurk means to wait somewhere secretly, especially because you are going to do something bad or illegal - പതുങ്ങിയിരിക്കുക, പതിയിരിക്കുക, ഒളിഞ്ഞിരിക്കുക.

✦Stocks are on an astonishing run. Yet threats lurk (The Economist)
ഓഹരികൾ അമ്പരപ്പിക്കുന്ന കുതിപ്പിലാണ്. എന്നിട്ടും ഭീഷണികൾ ഒളിഞ്ഞിരിക്കുന്നുണ്ട്.

# Detain (v)

🗣 */dɪˈteɪn/ (dih-TAYN):* To keep someone in custody or delay their freedom, often for questioning or investigation - തടവിൽ വെയ്ക്കുക, പിടിച്ചുവെയ്ക്കുക, കസ്റ്റഡിയിലെടുക്കുക.

Detention - തടവിൽ വയക്കൽ.

✦Madras HC quashes YouTuber Shankar's detention under Goondas Act (The Indian Express)
യൂട്യൂബർ ശങ്കറിനെ ഗുണ്ടാ ആക്ട് പ്രകാരം തടങ്കലിൽ വച്ചത് മദ്രാസ് ഹൈക്കോടതി റദ്ദാക്കി.
✦Property owner killed by tenants, 2 detained (The Indian Express)
വസ്തു ഉടമയെ വാടകക്കാർ കൊലപ്പെടുത്തി, 2 പേർ കസ്റ്റഡിയിൽ.

# Bust (v)

🗣 */bʌst/ (buhst):* The term bust means to arrest someone or catch them in the act of doing something wrong. For example, *"The police busted the thief"* means the thief was arrested. Similarly, *"I caught him red-handed, and he was busted"* means he was caught doing something wrong. - അറസ്റ്റ് ചെയ്യുക, പിടികൂ ടുക.

✦ Police Bust Transformer Theft Gang in Srikakulam District (The Indian Express)
ശ്രീകാകുളം ജില്ലയിൽ ട്രാൻസ്ഫോർമർ മോഷണസംഘത്തെ പോലീസ് പിടികൂടി.

# Intercept (v)

🗣 */ˌɪntərˈsɛpt/ (in-ter-SEPT):* To stop, catch, or seize something or someone before it reaches its intended destination. - പിടികൂടുക, പിടിച്ചെടുക്കുക, വഴിക്കു തടഞ്ഞു നിർത്തുക, തടയുക.

✦ Police Bust Transformer Theft Gang in Srikakulam District (The Indian Express)
ശ്രീകാകുളം ജില്ലയിൽ ട്രാൻസ്ഫോർമർ മോഷണസംഘത്തെ പോലീസ് പിടികൂടി.

> ### Intercept
> ✪ **To stop or seize something:**
> Example: *The police **intercepted** the stolen goods before they could be sold.*
>
> ✪ To stop someone on their way somewhere:
> Example: *She **intercepted** the message before it reached the boss.*

# Confiscate (v)

🗣 */ˈkɒnfɪskeɪt/ (KON-fis-kayt):* To take away something, especially as a penalty or by authority. - **പിടികൂടുക, പിടിച്ചെടുക്കുക, വഴിക്കു തടഞ്ഞു നിർത്തുക, തടയുക.**

നാമക്കലിൽ ബാങ്ക് ഉദ്യോഗസ്ഥർ വീട് ജപ്തി ചെയ്തതിനെ തുടർന്ന് യുവാവ് ജീവിതം അവസാനിപ്പിച്ചു.

✦ Man ends life after bank officials confiscate house in Namakkal (The Hindu)

↳ *Practice Collocations (74)*

| | |
|---|---|
| വയനാട്ടിൽകെണിയിലകപ്പെട്ട പുലി ചത്തു. | **Ensnared** leopard died in Wayanad. |
| പെൺസുഹൃത്ത് യുവാവിനെ ഹണിട്രാപ്പിൽകുടുക്കി. | Woman friend **ensnared** youth in honey trap. |
| രണ്ടുവർഷമായി കേരളത്തിലെ ഗ്രാമങ്ങളിൽ ഭീതിപരത്തിയ കൊമ്പനാനയെ പിടികൂടി. | Tusker terrorizing Kerala villages for 2 years **captured**. |
| 18 കോടി വിലമതിക്കുന്ന നീലത്തിമിംഗലത്തിൻറെകൊഴുപ്പ് മൈസൂർ പോലീസ് പിടിച്ചെടുത്തു | Mysuru police **seize** ambergris worth Rs 18 crore. |
| പഞ്ചാബിലെ ഫിറോസ്പൂരിൽ പാകിസ്ഥാൻ പൗരനെ ബിഎസ്എഫ് സേന പിടികൂടി | BSF troops **nab** Pakistani national in Punjab's Ferozepur. |
| സ്ത്രീയുടെ കുളിക്കുന്ന വീഡിയോഎടുത്തതിന് (ഒരാളെ) പിടികൂടി. | Man **held** for filming woman taking bath. |
| അവസാനം പോലീസ്കൊലപാതകിയെ പിടികൂടി. | The police finally **apprehended** the killer. |
| പെൺകുട്ടികൾ കെണിയിൽഅകപ്പെട്ടു. | Girls were **entrapped**... |
| പെൺകുട്ടി ഊഞ്ഞാലിൻറെ കയറിൽകെട്ടുപിണഞ്ഞു. | Girl got **entangled** in rope of swing... |
| ആനക്കുഞ്ഞിനെ സംരക്ഷിക്കാൻ ആനകൾ തുമ്പിക്കൈകൾ പരസ്പരം പിണച്ചു. | Elephants **entangle** their trunks to shield calf. |
| കടുവ വേട്ടക്കാരൻ വിരിച്ച വലയിൽകുടുങ്ങി. | The tiger was **enmeshed** in the web laid by hunter. |
| യു.ഡി.എഫും, എൽ.ഡി.എഫും 7 സീറ്റുകൾ കരസ്ഥമാക്കി. | UDF and LDF **bagged** 7 seats... |
| പൂഞ്ചിൽ ഭീകരവാദികൾ സൈന്യത്തിൻറെ ട്രക്ക് പതിയിരുന്നാക്രമിച്ചു. | Terrorists **ambushed** Army truck in Poonch. |
| മറഞ്ഞിരിക്കുന്ന അപകടങ്ങൾ സമുദ്രത്തിന്റെ ആഴങ്ങളിൽ പ തിയിരിക്കുന്നു. | Hidden dangers **lurk** in the ocean depths. |
| ഞങ്ങൾ ഇനി നിങ്ങളെ തടഞ്ഞുവെക്കില്ല. | We won't **detain** you any further. |
| പോലീസ് മോഷ്ടാവിനെ പിടികൂടി. | The police **busted** the thief. |
| മോഷ്ടിച്ച സാധനങ്ങൾ വിൽപനയ്ക്കു മുൻപേ പൊലീസ് പിടികൂടി. | The police **intercepted** the stolen goods before they could be sold. |
| നാമക്കലിൽ ബാങ്ക് ഉദ്യോഗസ്ഥർ വീട് ജപ്തി ചെയ്തതിനെ തുടർന്ന് യുവാവ് ജീവിതം അവസാനിപ്പിച്ചു. | Man ends life after bank officials **confiscate** house in Namakkal. |
| പരീക്ഷയ്ക്കിടെ കോപ്പിയടിച്ചതിന് വിദ്യാർഥികളുടെ ഫോണുകൾ സ്കൂൾ പിടിച്ചെടുത്തു. | The school **confiscated** the students' phones for cheating during the exam. |

↳ *Reinforce the pronunciation*

|  |  |  |  |
|---|---|---|---|
| 1 | **Ensnare** | /ɪnˈsnɛər/ | in-SNAIR |
| 2 | **Capture** | /ˈkæp.tʃər/ | KAP-chər |
| 3 | **Seize** | /siːz/ | seez |
| 4 | **Nab** | /næb/ | nab |
| 5 | **Held** | /hɛld/ | held |
| 6 | **Apprehend** | /ˌæprɪˈhɛnd/ | AP-ri-HEND |
| 7 | **Entangle** | /ɪnˈtæŋɡəl/ | in-TANG-gəl |
| 8 | **Entrap** | /ɪnˈtræp/ | in-TRAP |
| 9 | **Enmesh** | /ɪnˈmɛʃ/ | in-MESH |
| 10 | **Bag** | /bæg/ | bag |

| 11 | Ambush | /ˈæm.bʊʃ/ | AM-boosh |
| 12 | Lurk | /lɜrk/ | lurk |
| 13 | Detain | /dɪˈteɪn/ | dih-TAYN |
| 14 | Bust | /bʌst/ | buhst |
| 15 | Intercept | /ˌɪntərˈsɛpt/ | in-ter-SEPT |
| 16 | Confiscate | /ˈkɒnfɪskeɪt/ | KON-fis-kayt |

# 75. Attempts have been made to support the argument on <u>empirical</u> basis. (Down to Earth)

"വാദത്തെ പ്രായോഗികസിദ്ധമായി പിൻതുണയ്ക്കാൻ ശ്രമം നടത്തിയിട്ടുണ്ട്."

**Empirical:** In this context, "empirical" means relying on real-world observations, experiments, or data rather than theory or speculation. Supporting an argument on an empirical basis involves using concrete evidence gathered through observation or experimentation to validate the argument.

☐ Empirical
☐ Factual
☐ Experimental
☐ Experiential
☐ Pragmatic
☐ Heuristic

## Empirical (adj)

🗣 /ɪmˈpɪrɪkəl/ (em-PIR-i-kuhl): Based on observation or experience rather than theory - പ്രയോഗസിദ്ധമായ, അനുഭവസിദ്ധമായ, അനുഭവപരമായ.

✦The Bench asked Aravindakshan whether the movie was based on any empirical data or records. (India Legal)
ഏതെങ്കിലും അനുഭവപരമായ വിവരങ്ങളെയോ രേഖകളെയോ അടിസ്ഥാനമാക്കിയുള്ളതാണോ സിനിമയെന്ന് അരവിന്ദാക്ഷനോട് ബെഞ്ച് ചോദിച്ചു.

## Factual (adj)

🗣 /ˈfæktʃuəl/ (FAK-choo-uhl): Refers to relating to or based on facts rather than opinions or beliefs - യഥാർത്ഥമായ, വസ്തുതാപരമായ

✦Criticism should be factual, Nava Kerala Sadas bus is not for parking in CM's house: Balagopal.
വിമർശനം വസ്തുതാപരമായിരിക്കണം, നവകേരള സദസ് ബസ് മുഖ്യമന്ത്രിയുടെ വീട്ടിൽ പാർക്ക് ചെയ്യാനുള്ളതല്ല: ബാലഗോപാൽ.

## Experimental (adj)

🗣 /ɪkˈspɛrɪˈmɛntəl/ (ik-SPER-uh-MEN-tuhl): Refers to something involving experiments or testing to gather evidence or data through systematic observation and analysis - പരീക്ഷണത്തിലൂടെ തെളിയിച്ച, പരീക്ഷണാർത്ഥത്തിലുള്ള.

✦This trip will be only experimental.
ഈ യാത്ര പരീക്ഷണാർത്ഥത്തിൽ ഉള്ളതുമാത്രമായിരിക്കും.

## Experiential (adj)

🗣 /ɪkˌspɪərɪˈɛnʃəl/ (ik-SPEER-ee-EN-shuhl): means related to or based on firsthand experience rather than theory or speculation - അനുഭവ, അനുഭവവേദ്യമായ.

✦A personal, experiential reality.
ഒരു വ്യക്തിഗത, അനുഭവ യാഥാർത്ഥ്യം.

## Pragmatic (adj)

🗣 /præɡˈmætɪk/ (/præɡˈmætɪk/): means practical and focused on achieving practical results rather than being guided by theoretical considerations or ideals - പ്രായോഗികമായത

✦Kerala Muslim politics is rooted in pragmatism (Hindustan Times).
കേരള മുസ്ലിം രാഷ്ട്രീയം പ്രായോഗികതയിൽ വേരൂന്നിയതാണ്.

## Heuristic (adj)

🔊 /hjʊˈrɪstɪk/ (/hyoo-RIS-tik/): A practical method or approach used to solve problems

↳ *Practice Collocations (75)*

efficiently, often relying on experience, rules of thumb, or practical guidelines rather than theoretical principle- കണ്ടെത്തി മനസ്സിലാക്കുന്ന (പഠനരീതി), പ്രായോഗിക പഠനരീതി.

✦This is a heuristic teaching method.
ഇതൊരു പ്രായോഗിക പഠനരീതിയാണ്.

| | |
|---|---|
| പ്രായോഗികമായി, കുറച്ച് ചെലവഴിക്കുക എന്നാണ് ഇതിനർത്ഥം. | In practical terms, it means spending less. |
| വിമർശനം വസ്തുതാപരമായിരിക്കണം, നവകേരള സദസ് ബസ് മുഖ്യമന്ത്രിയുടെ വീട്ടിൽ പാർക്ക് ചെയ്യാനുള്ളതല്ല: ബാലഗോപാൽ. | Criticism should be **factual**, Nava Kerala Sadas bus is not for parking in CM's house: Balagopal. |
| ഈ യാത്ര പരീക്ഷണാർത്ഥത്തിൽ ഉള്ളതുമാത്രമായിരിക്കും. | This trip will be only **experimental**. |
| അനുഭവവേദ്യമായ അറിവ്. | **Experiential** knowledge. |
| പ്രായോഗിക നടപടി: കേരളത്തിന്റെ പുതിയ മദ്യനയം. | **Pragmatic** step: Kerala's new liquor policy. |
| ഇതൊരു പ്രായോഗിക പഠനരീതിയാണ്. | This is a **heuristic** teaching method. |

↳ *Reinforce the pronunciation*

| | | | |
|---|---|---|---|
| 1 | **Empirical** | /ɪmˈpɪrɪkəl/ | em-PIR-i-kuhl |
| 2 | **Factual** | /ˈfæktʃuəl/ | FAK-choo-uhl |
| 3 | **Experimental** | /ɪkˈspɛrɪˈmɛntəl/ | ik-SPER-uh-MEN-tuhl |
| 4 | **Experiential** | /ɪkˌspɪərɪˈɛnʃəl/ | ik-SPEER-ee-EN-shuhl |
| 5 | **Pragmatic** | /prægˈmætɪk/ | /prægˈmætɪk/) |
| 6 | **Heuristic** | /hjʊˈrɪstɪk/ | /hyoo-RIS-tik/ |

# 76. The <u>astute</u> communist who cosied up to CPM (Times of India)

"സി.പി.എമ്മിനോട് ചേർന്നുനിന്ന പ്രതിഭാശാലിയായ കമ്മ്യൂണിസ്റ്റുകാരൻ."

**Astute:** in this context means clever, perceptive, and adept at making strategic decisions or forming advantageous alliances, particularly in political or organizational settings.

☐ Astute

☐ Acumen
☐ Shrewd
☐ Discreet

## Astute (adj)

🔊 /əˈstjuːt/ (uh-STOOT): Astute means having or showing keen insight, cleverness, or shrewdness in practical matters -

സൂത്രശാലിയായ, സൂക്ഷ്മബുദ്ധിയുള്ള, വിവേകമുള്ള പ്രതിഭാശാലിയായ.

✦The astute communist who cosied up to CPM (Times of India).
സി.പി.എമ്മിനോട് ചേർന്നുനിന്ന പ്രതിഭാശാലിയായ കമ്മ്യൂണിസ്റ്റുകാരൻ.

## Acumen (adj)

🔊 /'ə'kju:mən / (uh-KYOO-mən): refers to the ability to make good judgments and quick decisions, typically in a particular domain or field, demonstrating keen insight and skill - സൂക്ഷ്മബുദ്ധി, മിടുക്ക്

✦Ajay Devgn wants Shah Rukh Khan's business acumen (Times of India)
ഷാരൂഖ് ഖാന്റെ ബിസിനസ്സ് മിടുക്ക് അജയ് ദേവ്ഗൺ ആഗ്രഹിക്കുന്നു

## Shrewd (adj)

🔊 /ʃru:d/ (shrood): means having or showing sharp powers of judgment, keen insight, and practical wisdom, especially in business or

personal dealings - പരിലാളനം, രക്ഷാധികാരി, രക്ഷാകർത്ത്യത്വം, സ്വാധീനം, നടത്തിപ്പ് കൗശലമുള്ള, കുശാഗ്രബുദ്ധിയായ

✦'Prabhas might look like an idiot, but he is absolutely shrewd': SS Rajamouli
പ്രഭാസ് ഒരു വിഡ്ഢിയെപ്പോലെയായിരിക്കാം, പക്ഷേ അദ്ദേഹം തികച്ചും കൗശലക്കാരനാണ്: എസ്എസ് രാജമൗലി.

## Discreet (adj)

🔊 /dɪs'kri:t/ (dih-SKREET): Careful and prudent in one's actions or speech, especially to avoid causing offense or to maintain privacy - വിവേകമുള്ള, വകതിരിവുള്ള.

✦The discreet charm of the subaltern godmen (Hindustan Times)
കീഴാള ആൾദൈവങ്ങളുടെ വിവേകപൂർണ്ണമായ ചാരുത.

<u>More Words:</u>
Cosy up - ബന്ധം സ്ഥാപിക്കുക, ചേർന്നുനിൽക്കുക.
Subaltern - കീഴാളനായ, താണ പദവിയിലുള്ള.

↳ *Practice Collocations (76)*

| വിവേകമുള്ള തീരുമാനം... | **Astute** decision... |
|---|---|
| സി.പി.എമ്മിനോട് ചേർന്നുനിന്ന പ്രതിഭാശാലിയായ കമ്മ്യൂണിസ്റ്റുകാരൻ. | The **astute** communist who cosied up to CPM. |
| ബിസിനസ്സ് മിടുക്ക്. | Business **acumen**. |
| അദ്ദേഹം തികച്ചും കൗശലക്കാരനാണ്. | He is absolutely **shrewd**. |
| കീഴാള ആൾദൈവങ്ങളുടെ വിവേകപൂർണ്ണമായ ചാരുത. | The **discreet** charm of the subaltern godmen. |

↳ *Reinforce the pronunciation*

| 1 | Astute | /ə'stju:t/ | uh-STOOT |
|---|---|---|---|
| 2 | Acumen | /'ə'kju:mən / | uh-KYOO-mən |
| 3 | Shrewd | /ʃru:d/ | shrood |
| 4 | Discreet | /dɪs'kri:t/ | dih-SKREET |

# 77. Orissa HC pulls up police for <u>inept</u> handling of cybercrimes (The Statesman)

"സൈബർ കുറ്റകൃത്യങ്ങളെ കഴിവുകെട്ട രീതിയിൽ കൈകാര്യം ചെയ്തതിന് ഒറീസ ഹൈക്കോടതി പോലീസിനെ ശാസിച്ചു."

**Inept:** Inept in this context means the Orissa High Court is criticizing the police for their incompetent or inadequate handling of cybercrimes.

☐ Inept
☐ Incompetent
☐ Inexpert
☐ Adept
☐ Veteran

## Inept (adj)

🔊 /ɪ'nɛpt/ (in-EPT): Means having or showing a lack of skill or competence; not capable or suitable for a particular purpose - കഴിവുകെട്ട, വൈദഗ്ദ്ധ്യമില്ലാത്ത.

✦Time to get rid of 'corrupt and inept' BRS govt.: Priyanka Gandhi. (The Hindu)
'അഴിമതിനിറഞ്ഞതും കഴിവുകെട്ടതുമായ' ബിആർഎസ് സർക്കാരിൽ നിന്ന് രക്ഷപ്പെടാനുള്ള സമയമാണിത്: പ്രിയങ്ക ഗാന്ധി.

## Incompetent (adj)

🔊 /ɪn'kɒmpɪtənt/ (in-KOM-pi-tuhnt): Means not having the necessary skills or abilities to do something effectively; lacking competence - കഴിവില്ലാത്ത, സാമർത്ഥ്യമില്ലാത്ത

✦BJP-led Centre incompetent to conduct NEET, says DMK's Annadurai (The Economic Times)
നീറ്റ് നടത്താൻ ബിജെപി നേതൃത്വം നൽകുന്ന കേന്ദ്രത്തിന് കഴിവില്ലെന്ന് ഡിഎംകെ നേതാവ് അണ്ണാദുരൈ.

## Inexpert (adj)

🔊 /ɪn'ɛkspərt/ (in-EK-spurt): Means lacking skill or knowledge in a particular area; not expert or experienced - വൈദഗ്ദ്ധ്യമില്ലാത്ത, കഴിവുകെട്ട.

✦Inexpert but conscientious efforts.
അറിവില്ലാത്തതും എന്നാൽ മനഃസാക്ഷിയുള്ളതുമായ ശ്രമങ്ങൾ.

## Adept (adj)

🔊 /ə'dɛpt/ (uh-DEPT): Highly skilled or proficient at something. - നിപുണനായ, സമർത്ഥനായ

✦Like an eagle, IAF now adept in swooping, soaring from war zones (Telegraph India)
ഒരു കഴുകനെപ്പോലെ, IAF ഇപ്പോൾ റാഞ്ചിയെടുക്കുന്നതിലും യുദ്ധമേഖലകളിൽ നിന്ന് കുതിച്ചുയരുന്നതിലും സമർത്ഥരാണ്.

## Veteran (adj)

🔊 /'vɛtərən/ (vet-er-an): Refers to a person with extensive experience in a particular field or activity - അനുഭവസമ്പത്തുള്ള, മുതിർന്ന.

✦ Veteran NC (National Conference) leader Abdul Rahim Rather elected Speaker of J&K Legislative Assembly (The Hindu)
മുതിർന്ന എൻ.സി നേതാവ് അബ്ദുൾ റഹീം റാത്തർ ജമ്മു കശ്മീർ നിയമസഭയുടെ സ്പീക്കറായി തിരഞ്ഞെടുക്കപ്പെട്ടു.

↳ *Practice Collocations (75)*

| | |
|---|---|
| പരീക്ഷ നടത്താൻ സർക്കാരിന് കഴിവില്ലെന്ന് കിഷൻ പറഞ്ഞു | Govt **inept** to hold exam, says Kishan |
| 'മണിപ്പൂർ യുദ്ധക്കളമായി മാറി... കഴിവില്ലാത്ത മുഖ്യമന്ത്രി': അക്രമത്തെക്കുറിച്ച് ഖാർഗെ. | 'Manipur turned into battlefield... **incompetent** CM': Kharge on violence. |
| അറിവില്ലാത്തതും എന്നാൽ മനഃസാക്ഷിയുള്ളതുമായ ശ്രമങ്ങൾ | **Inexpert** but conscientious efforts |
| മാധ്യമങ്ങളെ കൈകാര്യം ചെയ്യുന്നതിൽ അവൾ വളരെ സ മർത്ഥയാണ്. | She's very **adept** at dealing with the media. |
| മുതിർന്ന നാഷണൽ കോൺഫറൻസ് നേതാവ്... | **Veteran** National Conference leader... |

↳ *Reinforce the pronunciation*

| | | | |
|---|---|---|---|
| 1 | **Inept** | /ɪˈnɛpt/ | in-EPT |
| 2 | **Incompetent** | /ɪnˈkɒmpɪtənt/ | in-KOM-pi-tuhnt |
| 3 | **Inexpert** | /ɪnˈɛkspərt/ | in-EK-spurt |
| 4 | **Adept** | /əˈdɛpt/ | uh-DEPT |
| 5 | **Veteran** | /ˈvɛtərən/ | vet-er-an |

# 78. A Legal <u>Conundrum</u>: Can Daughters in a Muslim Family Receive Full Inheritance? (The Quint)

"ഒരു നിയമ പ്രശ്നം ഒരു മുസ്ലീം കുടുംബത്തിലെ പെൺമക്കൾക്ക് മുഴുവൻ അനന്തരാവകാശം ലഭിക്കുമോ?"

**Conundrum:** In this context refers to a perplexing or complicated legal issue regarding whether daughters in a Muslim family can inherit fully.

☐ Conundrum
☐ Dilemma

☐ Enigma
☐ Mystery
☐ Untold
☐ Confidential
☐ Unrevealed
☐ Undisclosed
☐ Clandestine
☐ Concealed
☐ Covert
☐ Sneaky
☐ Abstruse
☐ Furtive
☐ Recondite
☐ Esoteric
☐ Camouflaged
☐ Disguised
☐ Stealthy
☐ Opacity
☐ Opaque
☐ Lucid
☐ Behind closed doors

## Conundrum (n)

🔊 */kə'nʌndrəm/* *(kuh-NUN-druhm):* A conundrum is a confusing or difficult problem or question, often with no clear solution or answer. It can also refer to something that is puzzling or perplexing- **സമസ്യ, കുഴയ്ക്കുന്ന പ്രശ്നം, ആശയക്കുഴപ്പം**

✦Conundrum over Nipah confirmation; Minister Riyas flays Union health minister. (The Hindu)
നിപ സ്ഥിരീകരിച്ചതിൽ ആശയക്കുഴപ്പം; കേന്ദ്ര ആരോഗ്യമന്ത്രിക്കെതിരെ മന്ത്രി റിയാസ്.

## Dilemma (n)

🔊 */dɪ'lɛmaː/* *(dih-LEM-uh):* A situation in which a difficult choice must be made between two or more options, often with undesirable outcomes - **ആശയക്കുഴപ്പം, ധർമ്മസങ്കടം.**

✦Rahul expresses dilemma over Lok Sabha seats. (The Hindu)
ലോക്സഭാ സീറ്റുകളുടെ കാര്യത്തിൽ രാഹുൽ ആശയക്കുഴപ്പം പ്രകടിപ്പിച്ചു.

## Enigma (n)

🔊 */ɪ'nɪgmə/ (uh-NIG-muh):* Means something mysterious or puzzling, often difficult to understand or solve - **സമസ്യ, ഗൂഢപ്രശ്നം**
✦Enigma of increasing Indian peafowl count.
ഇന്ത്യൻ മയിലുകളുടെ എണ്ണം കൂടുന്നതിന്റെ സമസ്യ (രഹസ്യം)

## Mystery (n)

🔊 */'mɪstəri/ (MIS-tuh-ree):* Mystery refers to something that is difficult or impossible to understand or explain; an unexplained event or situation - **നിഗൂഢത, ദുരൂഹത**

✦Mystery over hundreds of inmates vanishing From Tamil Nadu ashram (The Hindu)
തമിഴ്നാട് ആശ്രമത്തിൽ നിന്ന് നൂറുകണക്കിന് അന്തേവാസികൾ അപ്രത്യക്ഷരായതിൽ ദുരൂഹത.

## Untold (adj)

🔊 */ʌn'toʊld/ (un-TOHLD):* Untold means not told or revealed; not expressed or communicated; often used to indicate something that is vast, enormous, or beyond measure - **പറയപ്പെടാത്ത**

✦The untold story of a silent revolution.
ഒരു നിശ്ശബ്ദ വിപ്ലവത്തിന്റെ പറയപ്പെടാത്ത കഥ.

## Confidential (adj)

🔊 */ˌkɑnfɪ'dɛnʃəl/ (kahn-fi-DEN-shuhl):* Means intended to be kept secret or private; not to be disclosed or revealed to others - **രഹസ്യമായ, സ്വകാര്യമായ.**

✦Please lock up these confidential reports.
ഈ രഹസ്യ റിപ്പോർട്ടുകൾ പൂട്ടിവെക്കുക.

## Unrevealed (adj)

🔊 */ˌʌnrɪ'viːld/ (un-ree-VEELD):* Means not disclosed or made known; something that has not been revealed or uncovered yet - **വെളിപ്പെടുത്താത്ത**

✦Explorers uncovered an unrevealed marvel deep within the Amazon rainforest
ഹൈദരാബാദ് രഹസ്യസ്വഭാവം: ഒടുവിൽ നഗരം വൻതോതിൽ വോട്ടുചെയ്യുമോ? ഒവൈസി ശക്തമായി തള്ളുന്നു.

## Undisclosed (adj)

🔊 */ˌʌndɪs'kloʊzd/ (un-di-SKLOHZD):* Means not revealed or made known; kept secret or hidden - **വെളിപ്പെടുത്താത്ത**

✦The artist has an undisclosed number of paintings in private collections.
കലാകാരന്റെ സ്വകാര്യ ശേഖരങ്ങളിൽ വെളിപ്പെടുത്താത്ത നിരവധി പെയിന്റിംഗുകൾ ഉണ്ട്.

## Clandestine (adj)

🔊 */klæn'dɛstɪn/ (klan-DES-tin):* means done secretly or kept secret; hidden from view or knowledge - **ഗൂഢമായ**

✦Influence of foreign powers, clandestine tactics and electoral politics (The Sunday Guardian Live)
വിദേശ ശക്തികളുടെ സ്വാധീനം, രഹസ്യ തന്ത്രങ്ങൾ, തിരഞ്ഞെടുപ്പ് രാഷ്ട്രീയം

## Concealed (adj)

/kən'sild/ (kun-SEELD): Concealed means hidden or kept from sight; not easily seen or noticed - മറച്ചുവെക്കപ്പെട്ട

✦Over 3cr brown sugar concealed in pumpkins seized in Manipur (Times of India)
മണിപ്പൂരിൽ മത്തങ്ങയിൽ ഒളിപ്പിച്ച മൂന്ന് കോടിയിലധികം ബ്രൗൺ ഷുഗർ പിടികൂടി.

## Covert (adj)

/'koʊvərt/ (KOH-vurt): Means hidden or secretive, not openly acknowledged or displayed - രഹസ്യമായ, ഗൂഢമായ, മറയ്ക്കപ്പെട്ട

✦Canada in covert talks with India over Nijjar's killing (The Hindu)
നിജ്ജാറിന്റെ കൊലപാതകത്തിൽ കാനഡ ഇന്ത്യയുമായി രഹസ്യ ചർച്ചയിൽ.

## Sneaky (adj)

/'sni:ki/ (SNEE-kee): Means behaving in a secretive or deceitful manner, often to achieve one's goals without being noticed or caught - മറച്ചുവച്ചുകൊണ്ടുള്ള, ഒളിഞ്ഞിരിക്കുന്ന

✦A sneaky look at Sara Annaiah's stylish lifestyle (Daily Pioneer)
സാറാ അന്നയ്യയുടെ സ്റ്റൈലിഷ് ലൈഫ്സ്റ്റൈലിലേക്ക് ഒരു ഒളിഞ്ഞുനോട്ടം.

## Abstruse (adj)

/əb'strus/ (uhb-STROOS): Means difficult to understand or comprehend; obscure or complex - ഗഹനമായ, നിഗൂഢമായ, ദുർഗ്രഹമായ

✦Deciphering the abstruse language of legal documents requires specialized training. (The Week)
നിയമപരമായ രേഖകളുടെ ദുർഗ്രഹമായ ഭാഷ മനസ്സിലാക്കുന്നതിന് പ്രത്യേക പരിശീലനം ആവശ്യമാണ്.

## Furtive (adj)

/'fɜrtɪv/ (FUR-tiv): Means attempting to avoid notice or attention, typically because of guilt or a desire to conceal something - രഹസ്യമായ, ഗൂഢമായ, കള്ളത്തരമായ

✦His furtive movements in the dark alley aroused suspicion. (Frontline)
ഇരുളടഞ്ഞ ഇടവഴിയിൽ അയാളുടെ ക്ള്ളത്തരം നിറഞ്ഞ ചലനങ്ങൾ സംശയം ജനിപ്പിച്ചു.

## Recondite (adj)

/'rekən,daɪt/ (REK-uhn-dite): Means difficult to understand; obscure or abstruse. - മറഞ്ഞിരിക്കുന്ന, ദുർഗ്രഹമായ, ഗൂഢാർത്ഥമായ

✦The recondite philosophy of existentialism challenged traditional ways of thinking. (The Hindu)
അസ്തിത്വവാദത്തിന്റെ ഗൂഢമായ തത്ത്വശാസ്ത്രം പരമ്പരാഗത ചിന്താരീതികളെ വെല്ലുവിളിച്ചു.

## Esoteric (adj)

/ˌɛsə'terɪk/ (ess-uh-TER-ik): Intended for or understood by only a small, specialized group; mysterious or obscure. - നിഗൂഢമായ , ഗോപ്യമായ, മറഞ്ഞിരിക്കുന്ന

✦Welcome to the Kumbh: The esoteric world of the Naga sadhus (India Today)
കുംഭത്തിലേക്ക് സ്വാഗതം: നാഗ സാധുക്കളുടെ നിഗൂഢ ലോകം.

## Camouflaged (adj)

/'kæməflaʒd/ (KAM-uh-flajd): Means Camouflaged means hidden or disguised to blend in with surroundings - ഒളിച്ചുവെയ്ക്കപ്പെട്ട, മറഞ്ഞിരിക്കുന്ന

✦Camouflaged means hidden or disguised to blend in with surroundings.
കഞ്ചാവ് ചെടികളുടെ ഉപഗ്രഹ നിരീക്ഷണത്തിൽ നിന്ന് രക്ഷപ്പെടാൻ മാവോയിസ്റ്റുകളുടെ മറച്ചുവെയ്ക്കൽ തന്ത്രം.

## Disguised (adj)

/dɪs'gaɪzd/ (dis-GUYZD): Means wearing a different appearance or identity to conceal true identity or intentions - പ്രച്ഛന്നമായ, മറച്ചുവെക്കപ്പെട്ട

✦ 'What is predominant in India is disguised unemployment' (Rediff)
'ഇന്ത്യയിൽ പ്രബലമായത് മറച്ചുവെച്ച തൊഴിലില്ലായ്മയാണ്'.

## Stealthy (adj)

🔊 /'stɛlθi/ *(STEL-thee)*: Means moving, proceeding, or acting in a covert or secretive manner; characterized by stealth or secrecy- കപടമായ, കള്ളമായ, ഒളിഞ്ഞിരിക്കുന്ന, രഹസ്യമായ.

✦Stealthy downsizing: All you need to know about silent layoffs happening across industries (The Week)
രഹസ്യമായ പിരിച്ചുവിടൽ : വ്യവസായങ്ങളിൽ ഉടനീളം നടക്കുന്ന നിശബ്ദ പിരിച്ചുവിടലുകളെ കുറിച്ച് നിങ്ങൾ അറിയേണ്ടതെല്ലാം.

## Opacity (n)

🔊 /oʊˈpæsɪti/ *(oh-PAS-uh-tee)*: Refer to the lack of clarity or difficulty in understanding something - മനസ്സിലാക്കാൻ പ്രയാസമുള്ള, അവ്യക്തത നിറഞ്ഞ.

✦His speech was filled with opacity (The Week)
അദ്ദേഹത്തിന്റെ പ്രസംഗം മനസ്സിലാക്കാൻ പ്രയാസമുള്ളതായിരുന്നു.

## Opaque (adj)

🔊 /oʊˈpeɪk/ *(oh-PAKE)*: Means, difficult to understand; not clear - ദുർഗ്രഹമായ, വ്യക്തമല്ലാത്ത, അതാര്യമായ.

✦Regulating political parties and opaque election finance (orfonline)
രാഷ്ട്രീയ പാർട്ടികളെയും അതാര്യമായ തിരഞ്ഞെടുപ്പ് ധനസ ഹായവും നിയന്ത്രിക്കുന്നു.

## Lucid (adj)

🔊 /ˈluːsɪd/ *(LOO-sid)*: Clear and easy to understand; expressed in a way that is readily comprehensible - ലളിതമായ, തെളിഞ്ഞ, സുഗ്രഹമായ, വ്യക്തമായ.

✦He gave a very lucid account of the events. (Oxford)
സംഭവങ്ങളെക്കുറിച്ച് അദ്ദേഹം വളരെ വ്യക്തമായ വിവരണം നൽകി.

## Behind closed doors (Phr)

🔊 /bɪ ˈhaɪnd kləʊzd dɔːz/ *(bi-HIND klozd DORZ)*: Means in secret or privately – സ്വകാര്യമായി.

✦ The deal was negotiated behind closed doors. (Cambridge)
ഇടപാട് സ്വകാര്യമായി ചർച്ച ചെയ്തു.

↳ *Practice Collocations (90)*

| | |
|---|---|
| ബെംഗളൂരു വിലെ ഭൂഗർഭ ജലപ്രശ്നം | Bengaluru's groundwater **conundrum**... |
| ലോക്സ്ഭാ സീറ്റുകളുടെ കാര്യത്തിൽ രാഹുൽ ആശയക്കുഴപ്പം പ്രകടിപ്പിച്ചു. | Rahul expresses **dilemma** over Lok Sabha seats. |
| വിമാന തിരോധാനത്തിന്റെ സമസ്യ (രഹസ്യം) | The **enigma** of the plane's disappearance. |
| ഇന്ത്യൻ മയിലുകളുടെ എണ്ണം കൂടുന്നതിന്റെ സമസ്യ (രഹസ്യം) | **Enigma** of increasing Indian peafowl count |
| തമിഴ്നാട് ആശ്രമത്തിൽ നിന്ന് നൂറുകണക്കിന് അന്തേവാസികൾ അപ്രത്യക്ഷരായതിൽ ദുരൂഹത | **Mystery** over hundreds of inmates vanishing From Tamil Nadu ashram (The Hindu) |
| ഒരു നിശ്ശബ്ദ വിപ്ലവത്തിന്റെ പറയപ്പെടാത്ത കഥ | The **untold** story of a silent revolution |
| രഹസ്യവിവരങ്ങൾ... | **Confidential** details |
| വെളിപ്പെടുത്താത്ത അത്ഭുതം | **Unrevealed** marvel |
| വെളിപ്പെടുത്താത്ത പരിക്ക് | **Undisclosed** injury |
| ഒരു രഹസ്യ യോഗം | A **clandestine** meeting |
| അവന്റെ മരണം അവളിൽ നിന്ന് മറച്ചുവച്ചു. | His death was **concealed** from her. |
| രഹസ്യ നിരീക്ഷണം | **Covert** surveillance |
| ഒളിഞ്ഞിരിക്കുന്ന തന്ത്രം! | A **sneaky** trick! |
| അയാളുടെ പെരുമാറ്റത്തിൽ എന്തോ ദുരൂഹതയുണ്ടായിരുന്നു. | There was something **furtive** about his behaviour. |
| ഗഹനമായ സിദ്ധാന്തങ്ങൾ | **Abstruse** theories. |
| ദുർഗ്രഹമായ തത്ത്വങ്ങൾ | **Recondite** principles. |

| | |
|---|---|
| നിഗൂഢമായ ദാർശനിക സംവാദങ്ങൾ | **Esoteric** philosophical debatse |
| മറഞ്ഞിരിക്കുന്ന പട്ടാളക്കാർ | **Camouflaged** soldiers. |
| രാജാവ് ഒരു കർഷകന്റെ വേഷത്തിലായിരുന്നു. | The king was **disguised** as a peasant. |
| ഒളിഞ്ഞിരിക്കുന്ന കാൽപ്പാടുകൾ... | **Stealthy** footsteps... |
| അദ്ദേഹത്തിന്റെ പ്രസംഗം മനസ്സിലാക്കാൻ പ്രയാസമുള്ളതായിരുന്നു. | His speech was filled with **opacity**. |
| അതാര്യമായ തിരഞ്ഞെടുപ്പ് ധനസഹായം... | **Opaque** election finance... |
| സംഭവങ്ങളെക്കുറിച്ച് അദ്ദേഹം വളരെ വ്യക്തമായ വിവരണം നൽകി. | He gave a very **lucid** account of the events. |
| ഇടപാട് സ്വകാര്യമായി ചർച്ച ചെയ്തു. | The deal was negotiated **behind closed doors**. |

↳ *Reinforce the pronunciation*

| | | | |
|---|---|---|---|
| 1 | Conundrum | /kəˈnʌndrəm/ | kuh-NUN-druhm |
| 2 | Dilemma | /dɪˈlɛmɑː/ | dih-LEM-uh |
| 3 | Enigma | /ɪˈnɪgmə/ | uh-NIG-muh |
| 4 | Mystery | /ˈmɪstəri/ | MIS-tuh-ree |
| 5 | Untold | /ʌnˈtoʊld/ | un-TOHLD |
| 6 | Confidential | /ˌkɑnfɪˈdɛnʃəl/ | kahn-fi-DEN-shuhl |
| 7 | Unrevealed | /ˌʌnrɪˈviːld/ | un-ree-VEELD |
| 8 | Undisclosed | /ˌʌndɪsˈkloʊzd/ | un-di-SKLOHZD |
| 9 | Clandestine | /klænˈdɛstɪn/ | klan-DES-tin |
| 10 | Concealed | /kənˈsiːld/ | kun-SEELD |
| 11 | Covert | /ˈkoʊvərt/ | KOH-vurt |
| 12 | Sneaky | /ˈsniːki/ | SNEE-kee |
| 13 | Abstruse | /əbˈstrus/ | uhb-STROOS |
| 14 | Furtive | /ˈfɜrtɪv/ | FUR-tiv |
| 15 | Recondite | /ˈrɛkənˌdaɪt/ | REK-uhn-dite |
| 16 | Esoteric | /ˌɛsəˈtɛrɪk/ | ess-uh-TER-ik |
| 17 | Camouflaged | /ˈkæməflɑʒd/ | KAM-uh-flajd |
| 18 | Disguised | /dɪsˈgaɪzd/ | dis-GUYZD |
| 19 | Stealthy | /ˈstɛlθi/ | STEL-thee |
| 20 | Opacity | /oʊˈpæsɪti/ | oh-PAS-uh-tee |
| 21 | Opaque | /oʊˈpeɪk/ | oh-PAKE |
| 22 | Lucid | /ˈluːsɪd/ | LOO-sid |
| 23 | Behind closed doors | /bɪˈhaɪnd kloʊzd dɔːz/ | bi-HIND klozd DORZ |

# 79. Chandy became a <u>scapegoat</u>, erring bigwigs escaped, reveals Saritha's former lawyer (Koumudi)

"ചാണ്ടി ബലിയാടായി, തെറ്റു ചെയ്ത വമ്പന്മാർ രക്ഷപ്പെട്ടു, സരിതയുടെ മുൻ അഭിഭാഷകൻ"

**Scapegoat:** In this context, the word "scapegoat" refers to a person who is unfairly blamed or punished for the mistakes or wrongdoing of others. Specifically, it suggests that Chandy was made to take the blame or face consequences for something that other influential or powerful individuals did wrong or escaped accountability for. It implies a situation where someone is used as a convenient target to deflect attention or responsibility away from others who are more influential or responsible.

☐ **Scapegoat**
☐ **Victim**
☐ **Convicted**
☐ **Guilty**
☐ **Indictment**
☐ **Reprieve**
☐ **Offender**

## Scapegoat (n)

🔊 /ˈskeɪpɡoʊt/ *(SKAYP-goht):* Means a person who is unfairly blamed or punished for the mistakes or wrongdoing of others - ബലിയാട്

✦Forest land grab: Only lower rung officials made scapegoats, says activist (Deccan Herald)
വനഭൂമി കൈയേറ്റം: താഴെത്തട്ടിലുള്ള ഉദ്യോഗസ്ഥർ മാത്രമാണ് ബലിയാടാക്കപ്പെടുന്നതെന്ന്ആക്ടിവിസ്റ്റ് പറയുന്നു.

## Victim (n)

🔊 /ˈvɪktɪm/ *(VIK-tim):* Refers to a person who has suffered harm, injury, or loss as a result of a crime, accident, or unfortunate situation - ഇര

✦Kerala minor girl rape-murder case: Relative of acquitted man attacks victim's kin (The New Indian Express)
കേരളത്തിൽ പ്രായപൂർത്തിയാകാത്ത പെൺകുട്ടിയെ ബലാത്സംഗം ചെയ്ത് കൊലപ്പെടുത്തിയ കേസിൽ കുറ്റവിമുക്തനായ യുവാവിന്റെ ബന്ധു ഇരയുടെ ബന്ധുക്കളെ ആക്രമിച്ചു.

## Convicted (adj)

🔊 /kənˈvɪktɪd/ *(kuhn-VIK-tid):* Means having been found guilty of a crime by a court of law - അപരാധിയായ, കുറ്റവാളിയായ (Convict (v/n) ശിക്ഷിക്കുക/ അപരാധി, കുറ്റവാളി)

✦ In 18 months, NIA gets over 100 accused convicted (Deccan Herald)
18 മാസത്തിനിടെ നൂറിലധികം പ്രതികളെ എൻഐഎ ശിക്ഷിച്ചു.

## Guilty (adj)

🔊 /ˈɡɪlti/ *(GIL-tee):* Means responsible for or having committed a wrongdoing or offense, especially in a legal context where it denotes being found or admitting to having committed a crime - കുറ്റക്കാരനായ

✦ Indian-origin man among 6 found guilty of smuggling migrants in mattresses, freezers into UK (mint)
യുകെയിലേക്ക് മെത്തകളിലും ഫ്രീസറുകളിലും കുടിയേറ്റക്കാരെ കടത്തിയ കേസിൽ ഇന്ത്യൻ വംശജരടക്കം 6 പേർ കുറ്റക്കാരാണെന്ന് കണ്ടെത്തി.

## Indictment (n)

🔊 /ɪnˈdaɪtmənt/ *(in-DYT-muhnt):* an official statement accusing somebody of a crime - കുറ്റപത്രം

✦ In Siddaramaiah's indictment, a warning for Revanth Reddy from Delhi: (Telugu360)
സിദ്ധരാമയ്യയുടെ കുറ്റപത്രത്തിൽ രേവന്ത് റെഡ്ഡിക്ക് ഡൽഹിയിൽ നിന്നുള്ള മുന്നറിയിപ്പ്:

## Reprieve (v)

🔊 /rɪˈpriːv/ *(ri-PREEV):* A temporary relief or delay from punishment, danger, or distress. - വിശ്രാന്തി, തൽക്കാലശമനം വരുത്തുക, ശിക്ഷ താമസിപ്പിക്കുക, ശിക്ഷ നിറുത്തിവെക്കൽ, ശിക്ഷാ ഇളവ് അനുവദിക്കുക.

✦ The governor granted a reprieve to the prisoner. (The Hindu)
തടവുകാരന് ഗവർണർ ഇളവ് അനുവദിച്ചു.

✦ Rain provides temporary reprieve from heat in Mysuru, wreaks damage (The Hindu)
മഴ മൈസൂരിലെ ചൂടിൽ നിന്ന് താൽക്കാലിക ആശ്വാസം നൽകുന്നു, നാശനഷ്ടങ്ങൾ ഉണ്ടാക്കുന്നു.

## Offender (n)

🔊 /əˈfɛndər/ *(uh-FEN-der):* A person who commits a crime or breaks a law. - കുറ്റവാളി.

✦The judge sentenced the offender to community service. (The Hindu)
ജഡ്ജി കുറ്റവാളിയെ സാമൂഹിക സേവനത്തിനായി വിധിച്ചു.

✦As a habitual offender, he was required to attend mandatory counseling. (The Hindu)
സ്ഥിരം കുറ്റവാളിയായതിനാൽ നിർബന്ധിത കൗൺസിലിംഗിൽ പങ്കെടുക്കാൻ നിർബന്ധിതനായി.

↳ *Practice Collocations (79)*

| ഉമ്മൻചാണ്ടി ബലിയാടായി, തെറ്റ് ചെയ്ത വമ്പന്മാർ രക്ഷപ്പെട്ടുവെന്ന് സരിതയുടെ മുൻ അഭിഭാഷകൻ | Oomman Chandy became a **scapegoat**, erring bigwigs escaped, reveals Saritha's former lawyer |
|---|---|
| വനഭൂമി കൈയ്യേറ്റം: താഴെത്തട്ടിലുള്ള ഉദ്യോഗസ്ഥർ മാത്രമാണ് ബലിയാടാക്കപ്പെടുന്നതെന്ന് ആക്ടിവിസ്റ്റ് പറയുന്നു. | Forest land grab: Only lower rung officials made **scapegoats**, says activist |
| കേരളത്തിൽ പ്രായപൂർത്തിയാകാത്ത പെൺകുട്ടിയെ ബലാത്സംഗം ചെയ്ത് കൊലപ്പെടുത്തിയ കേസിൽ കുറ്റവിമുക്തനായ യുവാവിന്റെ ബന്ധു ഇരയുടെ ബന്ധുക്കളെ ആക്രമിച്ചു. | Kerala minor girl rape-murder case: Relative of acquitted man attacks **victim's** kin. |
| മയക്കുമരുന്നു കേസിലെ കുറ്റവാളി കണ്ണൂർ ജയിലിൽ നിന്ന് രക്ഷപ്പെട്ടു. | Man **convicted** in drug case escapes from Kannur jail. |
| ആലുവയിൽ പെൺകുട്ടിയെ ബലാത്സംഗം ചെയ്ത് കൊലപ്പെടുത്തിയ കേസിൽ പ്രതി കുറ്റക്കാരനെന്ന് കണ്ടെത്തി. | Aluva child rape and murder: Accused found **guilty**. |
| സിദ്ധരാമയ്യയുടെ കുറ്റപത്രത്തിൽ രേവന്ത് റെഡ്ഡിക്ക് ഡൽഹിയിൽ നിന്നുള്ള മുന്നറിയിപ്പ്. | In Siddaramaiah's **indictment**, a warning for Revanth Reddy from Delhi. |
| മഴ മൈസൂരിലെ ചൂടിൽ നിന്ന് താൽക്കാലിക ആശ്വാസം നൽകുന്നു... | Rain provides temporary **reprieve** from heat in Mysuru... |
| ജഡ്ജി കുറ്റവാളിയെ സാമൂഹിക സേവനത്തിനായി വിധിച്ചു. | The judge sentenced the **offender** to community service. |

↳ *Reinforce the pronunciation*

| 1 | Scapegoat | /ˈskeɪpɡoʊt/ | SKAYP-goht |
|---|---|---|---|
| 2 | Victim | /ˈvɪktɪm/ | VIK-tim |
| 3 | Convicted | /kənˈvɪktɪd/ | kuhn-VIK-tid |
| 4 | Guilty | /ˈɡɪlti/ | GIL-tee |
| 5 | Indictment | /ɪnˈdaɪtmənt/ | in-DYT-muhnt |
| 6 | Reprieve | /rɪˈpriːv/ | ri-PREEV |
| 7 | Offender | /əˈfɛndər/ | uh-FEN-der |

# 80. In Punjab, rise in murders linked to <u>sacrilege</u> cases in recent years (The Indian Express)

"പഞ്ചാബിൽ, സമീപ വർഷങ്ങളിൽ ദൈവനിന്ദയുമായി ബന്ധപ്പെട്ട കൊലപാതക കേസുകളിൽ വൻ വർദ്ധനയുണ്ട്."

**Sacrilege**: In the context provided, "sacrilege" refers to the violation or disrespect of something considered sacred or holy, especially religious beliefs, practices, or objects. So, the rise in murders linked to sacrilege cases suggests that the murders are somehow connected to incidents or controversies involving disrespect or desecration of religious beliefs or symbols in Punjab.

☐ **Sacrilege**
☐ **Blasphemy**
☐ **Impiety**
☐ **Profanity**

## Sacrilege (n)

🔊 /ˈsæk.rɪ.lɪdʒ/ (SAK-ruh-lij): Refers to the disrespectful treatment or violation of something considered sacred or holy - ദൈവനിന്ദ, ദൈവദൂഷണം

✦Religious Tensions Rise After Sacrilege Incident in Maharashtra (The Hindu)
മഹാരാഷ്ട്രയിലെ ദൈവനിന്ദയുമായി ബന്ധപ്പെട്ട സംഭവത്തെത്തുടർന്ന്മതസ്പർദ്ധ രൂക്ഷമാകുന്നു.

## Blasphemy (n)

🔊 /ˈblæsfəmi/ (BLAS-fuh-mee): Refers to speech or actions that show disrespect or irreverence towards religious beliefs or sacred things - ഈശ്വരനിന്ദ, ദൈവദൂഷണം.

✦Pakistan: Four men sentenced to death on blasphemy charges. (WION)
പാകിസ്ഥാൻ: മതനിന്ദ ആരോപിച്ച് നാല് പേർക്ക് വധശിക്ഷ.

## Impiety (n)

🔊 /ɪmˈpaɪəti/ (im-PIE-uh-tee): Refers to lack of respect or reverence, especially towards religious beliefs or sacred things; it can also indicate irreverence towards authority or norms - ദൈവദൂഷണം

✦The young artist faced criticism for unintentional impiety in her artwork.
തന്റെ കലാസൃഷ്ടിയിൽ മനഃപൂർവമല്ലാത്ത ദൈവദൂഷണത്തിന്റെ പേരിൽ യുവ കലാകാരി വിമർശനം നേരിട്ടു.

## Profanity (n)

🔊 /prəˈfænɪti/ (pruh-FAN-i-tee): Refers to language or behavior that is considered vulgar, offensive, or disrespectful, especially in relation to religious beliefs or societal norms - ദൈവനിന്ദ, അഭക്തി.

**Profane (adj)** - അശുദ്ധമായ, പ്രാകൃതമായ.

✦Profanity not obscenity: SC quashes criminal charges against
അഭക്തി അശ്ലീലമല്ല: ക്രിമിനൽ കുറ്റങ്ങൾ സുപ്രീം കോടതി റദ്ദാക്കി.

↳ *Practice Collocations (80)*

| ദൈവനിന്ദാപരമായ ചെയ്തികൾ... | **sacrilegious** acts ... |
|---|---|
| പാകിസ്ഥാൻ: മതനിന്ദ ആരോപിച്ച് നാല് പേർക്ക് വധശിക്ഷ. | Pakistan: Four men sentenced to death on **blasphemy** charges. |
| തന്റെ കലാസൃഷ്ടിയിൽ മനഃപൂർവമല്ലാത്ത ദൈവദൂഷണത്തിന്റെ പേരിൽ യുവ കലാകാരി വിമർശനം നേരിട്ടു. | The young artist faced criticism for unintentional **impiety** in her artwork. |
| അശുദ്ധമായ ഭാഷ. | **Profane** language. |
| അഭക്തി അശ്ലീലമല്ല. | **Profanity** not obscenity. |
| ഒരു വിശുദ്ധ ഗ്രന്ഥത്തെ അശുദ്ധമാക്കുന്നത് ദൈവനിന്ദയായി കണക്കാക്കപ്പെടുന്നു. | To desecrate a holy text is considered **profanity**. |

↳ *Reinforce the pronunciation*

| 1 | Sacrilege | /ˈsæk.rɪ.lɪdʒ/ | SAK-ruh-lij |
| 2 | Blasphemy | /ˈblæsfəmi/ | BLAS-fuh-mee |
| 3 | Impiety | /ɪmˈpaɪəti/ | im-PIE-uh-tee |
| 4 | Profanity | /prəˈfænɪti/ | pruh-FAN-i-tee |

# 81. A <u>sneak peek</u> into Lalbagh flower show (The Hindu)

"ലാൽബാഗ് പുഷ്പമേളയുടെ ഒരു
എത്തിനോട്ടം/നേർക്കാഴ്ച."

**Sneak Peek**: In this context, "sneak peek" refers to a brief preview or glimpse of something that is not yet fully revealed or released. It typically implies a sneak preview of a product, event, or content that hasn't been made public or officially launched yet. It's like getting a quick look before the full unveiling or release.

☐ **Sneak Peek**
☐ **Preview**
☐ **Appetizer**
☐ **Glimpse**
☐ **Prelude**
☐ **Tip-off**

## Sneak Peek (n)

🗣 */sniːk piːk/ (SNEEK PEEK):* Means a brief or partial view of something that is not yet fully revealed or released, usually offered as a preview - പരസ്യ പ്രദർശനത്തിനു മുൻപുള്ള സ്വകാര്യ പ്രദർശനം, മുമ്പേ കാണൽ, പൂർവ്വദർശനം, എത്തിനോട്ടം, ഏകദേശ രൂപം, നേർക്കാഴ്ച.

✦Sneak Peek Inside the Ram Temple in Ayodhya Ahead of Consecration Ceremony (The Hindu)
പ്രതിഷ്ഠാ ചടങ്ങിനു മുന്നോടിയായി അയോധ്യയിലെ രാമക്ഷേത്രത്തിനുള്ളിള്ളിലെ ദർശനം.

## Preview (n)

🗣 */ˈpriːvjuː/ (PREE-vyoo):* Means a prior showing or display of something, such as a film, product, or event, before its official release or presentation to the public - പരസ്യ പ്രദർശനത്തിനു മുൻപുള്ള സ്വകാര്യ പ്രദർശനം, ഹ്യസ്വ ദൃശ്യം.

✦Preview of the upcoming play
വരാനിരിക്കുന്ന നാടകത്തിന്റെ ഹ്യസ്വ ദൃശ്യം.

## Appetizer (n)

🗣 */ˈæpɪˌtaɪzər/ (AP-i-ty-zer):* Refers to a small dish served before a meal to stimulate one's appetite - ഒരു കാര്യത്തോടുള്ള വിശപ്പ്-താൽപര്യം-പ്രചോദനം ജനിപ്പിക്കുന്നത്.

✦The mysterious prologue was an appetizer to read the entire story.
നിഗൂഢമായ ആമുഖം കഥ മുഴുവൻ വായിക്കാനുള്ള പ്രചോദനമായിരുന്നു .

## Glimpse (n)

🗣 */glɪmps/ (GLIMPS):* Means a quick or brief look or view of something - ഒറ്റ നോട്ടം, ക്ഷണപ്രഭ, അർദ്ധവീക്ഷണം.

✦PM Modi receives warm welcome in Kerala; thousands gathered to catch a glimpse.
പ്രധാനമന്ത്രി മോദിക്ക് കേരളത്തിൽ ഉജ്ജ്വല സ്വീകരണം; ഒരു നോക്ക് കാണാൻ ആയിരങ്ങൾ ഒത്തുകൂടി.

## Prelude (n)

🗣 */ˈprɛljuːd/ (PRELL-yood):* Means an introductory piece of music or an event that precedes and sets the stage for something more significant - നാന്ദി, തുടക്കം, പൂർവ്വരംഗം, അവതാരിക, മുഖവുര, ആമുഖം.

✦Ram Mandir Inauguration Marks Prelude to 2024 General Election Battle
2024ലെ പൊതുതിരഞ്ഞെടുപ്പ് പോരാട്ടത്തിന്റെ നാന്ദി കുറിക്കലാണ്രാമക്ഷേത്ര ഉദ്ഘാടനം.

## Tip-off (Phr.v.)

🗣 */ˈtɪpˌɒf/ (TIP-awf):* Refers to the beginning or start of something, especially a basketball game, or a piece of information that provides an initial clue or indication - രഹസ്യസൂചന നൽകൽ, രഹസ്യവിവരം.

✦Following a tip-off, a team from Kerala Forest department raided a hotel at Mananthavady where the accused stayed. (The Hindu)

രഹസ്യവിവരത്തെ തുടർന്ന് വനംവകുപ്പ് സംഘം പ്രതികൾ താമസിച്ചിരുന്ന മാനന്തവാടിയിലെ ഹോട്ടലിൽ റെയ്ഡ് നടത്തി.

↳ *Practice Collocations (81)*

| സിനിമയുടെ ട്രയിലർ ഇതിവൃത്തത്തിന്റെ ഒരു ഏകദേശ രൂപം നൽകി. | The movie trailer provided a **sneak peek** of the plot. |
|---|---|
| വരാനിരിക്കുന്ന നാടകത്തിന്റെ ഹ്രസ്വ ദൃശ്യം. | **Preview** of the upcoming play. |
| നിഗൂഢമായ ആമുഖം കഥ മുഴുവൻ വായിക്കാനുള്ള പ്രചോദനമായിരുന്നു. | The mysterious prologue was an **appetizer** to read the entire story. |
| പ്രധാനമന്ത്രി മോദിക്ക് കേരളത്തിൽ ഉജ്ജ്വല സ്വീകരണം; ഒരു നോക്ക് കാണാൻ ആയിരങ്ങൾ ഒത്തുകൂടി. | PM Modi receives warm welcome in Kerala; thousands gathered to catch a **glimpse**. |
| 2024ലെ പൊതുതിരഞ്ഞെടുപ്പ് പോരാട്ടത്തിന്റെ നാന്ദി കുറിക്കലാണ്‌രാമക്ഷേത്ര ഉദ്ഘാടനം. | Ram Mandir Inauguration Marks **Prelude** to 2024 General Election Battle. |
| രഹസ്യവിവരത്തെ തുടർന്ന് വനംവകുപ്പ് സംഘം പ്രതികൾ താമസിച്ചിരുന്ന മാനന്തവാടിയിലെ ഹോട്ടലിൽ റെയ്ഡ് നടത്തി. | Following a **tip-off**, a team from Kerala Forest department raided a hotel at Mananthavady where the accused stayed. |

↳ *Reinforce the pronunciation*

| 1 | **Sneak Peek** | /sniːk piːk/ | SNEEK PEEK |
|---|---|---|---|
| 2 | **Preview** | /ˈpriːvjuː/ | PREE-vyoo |
| 3 | **Appetizer** | /ˈæpɪˌtaɪzər/ | AP-i-ty-zer |
| 4 | **Glimpse** | /glɪmps/ | GLIMPS |
| 5 | **Prelude** | /ˈprɛljuːd/ | PRELL-yood |
| 6 | **Tip-off** | /ˈtɪpˌɔf/ | TIP-awf |

# 82. Annamalai a <u>novice</u>, chides Jayakumar (DT Next)

"അണ്ണാമലൈ ഒരു തുടക്കക്കാരൻ, ജയകുമാർ പരിഹസിക്കുന്നു."

**Novice:** In this context, "novice" refers to someone who is new to or inexperienced in a particular activity or field. Specifically, Annamalai is described as a novice, indicating that he lacks experience compared to Jayakumar. The headline suggests that Jayakumar is chiding (criticizing) Annamalai for his inexperience, despite Annamalai's attempts to assert himself.

☐ **Novice**
☐ **Apprentice**

☐ Neophyte
☐ Rookie
☐ Amateur
☐ Dilettante

## Novice (n)

🗣 */ˈnɒvɪs/ (NO-viss):* Refers to a person who is new and inexperienced in a particular skill, activity, or situation - നവാഗതൻ, തുടക്കക്കാരൻ, അനുഭവജ്ഞാനം കുറവുള്ള ആൾ.

✦BJP calls Sachin Pilot novice, outsider in Rajasthan (The Hindu)
സച്ചിൻ പൈലറ്റ് രാജസ്ഥാനിനു പുറത്തുനിന്നുള്ള നവാഗതൻ എന്ന് ബി.ജെ.പി

## Apprentice (n)

🗣 */əˈprɛntɪs/ (uh-PRENT-iss):* Refers to someone who is learning a trade or skill under the guidance of a skilled mentor or employer - മറ്റൊരാളുടെ കീഴിൽ തൊഴിൽ പരിശീലനം നടത്തുന്നവൻ, ശിഷ്യൻ.

✦Most of the work was done by apprentices.
ഭൂരിഭാഗം ജോലികളും ശിഷ്യൻമാരാണ് ചെയ്തിരുന്നത്.

## Neophyte (n)

🗣 */ˈniːəfaɪt/ (NEE-oh-fite):* Refers to a beginner or someone who is new to a particular belief, activity, or subject; they are typically inexperienced or just starting out - തുടക്കക്കാരൻ, നവാഗതൻ, പുതുതായി മതം സ്വീകരിച്ചവൻ.

✦A class suitable for neophytes and experts alike.

തുടക്കക്കാർക്കും വിദഗ്ദർക്കും ഒരുപോലെ ഉപകാരപ്പെടുന്ന ക്ലാസ്സ്.

## Rookie (n)

🗣 */ˈrʊki/ (ROO-kee):* Refers to a person who is new or inexperienced in a particular job, activity, or sport, especially a novice or beginner - പുതുമുഖം, പുതുതായി ചേർന്ന ആൾ.

✦These rookie cops don't know anything yet.
ഈ പുതുമുഖ പോലീസുകാർക്ക് ഇതുവരെ ഒന്നും അറിയില്ല.

## Amateur (n)

🗣 */ˈæmətər/ (AM-uh-ter):* Refers to a person who engages in an activity, especially a sport or hobby, for pleasure rather than for financial gain or as a profession. It can also imply someone who lacks skill or expertise compared to professionals in that field - തുടക്കക്കാരനായ, തുടക്കക്കാരനായ കലാകാരൻ.

✦She is an amateur in dancing.
അവൾ നൃത്തത്തിൽ ഒരു തുടക്കക്കാരി ആണ്.

## Dilettante (n)

🗣 */ˌdɪləˈtænti/ (DIL-i-tant):* Refers to a person who dabbles in a particular field or art, often superficially or without serious commitment, rather than being deeply knowledgeable or skilled - തുടക്കക്കാർ, ഗൗരവമില്ലാതെയോ മനസ്സിലാക്കാതെയോ ഒരു വിഷയമോ വിജ്ഞാനശാഖയോ പഠിക്കുന്നയാൾ.

✦There is now no room for the dilettante.
തുടക്കക്കാർക്ക് ഇടമില്ല.

↳ *Practice Collocations (82)*

| | |
|---|---|
| അദ്ദേഹം തീർത്തും ഒരു തുടക്കക്കാരനായിരുന്നു... | He was a perfect **novice**... |
| ഒരു തുടക്കക്കാരനായ ജ്യോതിശാസ്ത്രജ്ഞൻ | A **novice** astronomer... |
| ഭൂരിഭാഗം ജോലികളും ശിഷ്യൻമാരാണ് ചെയ്തിരുന്നത്. | Most of the work was done by **apprentices**. |
| തുടക്കക്കാർക്കും വിദഗ്ദർക്കും ഒരുപോലെ ഉപകാരപ്പെടുന്ന ക്ലാസ്സ്. | A class suitable for **neophytes** and experts alike. |
| ഈ പുതുമുഖ പോലീസുകാർക്ക് ഇതുവരെ ഒന്നും അറിയില്ല | These **rookie** cops don't know anything yet. |
| അവൾ നൃത്തത്തിൽ ഒരു തുടക്കക്കാരി ആണ്. | She is an **amateur** in dancing. |
| തുടക്കക്കാർക്ക് ഇടമില്ല. | There is now no room for the **dilettante**. |

| | | | |
|---|---|---|---|
| 1 | **Novice** | /ˈnɒvɪs/ | NO-viss |
| 2 | **Apprentice** | /əˈprɛntɪs/ | uh-PRENT-iss |
| 3 | **Neophyte** | /ˈniːəfaɪt/ | NEE-oh-fite |
| 4 | **Rookie** | /ˈrʊki/ | ROO-kee |
| 5 | **Amateur** | /ˈæmətər/ | AM-uh-ter |
| 6 | **Dilettante** | /ˌdɪləˈtænti/ | DIL-i-tant |

# 83. Happy Birthday Kapil Dev: Top moments from his <u>illustrious</u> career (Deccan Herald)

"ജന്മദിനാശംസകൾ കപിൽ ദേവ്: അദ്ദേഹത്തിന്റെ വിശിഷ്ടമായ കരിയറിലെ ഏറ്റവും മികച്ച നിമിഷങ്ങൾ."

**Illustrious:** In this context, "illustrious" means highly distinguished or renowned, indicating that Kapil Dev's career was filled with notable achievements and memorable moments. It emphasizes his impressive and celebrated career accomplishments.

- ☐ **Illustrious**
- ☐ **Celebrated**
- ☐ **Esteemed**
- ☐ **Eminent**
- ☐ **Distinguished**
- ☐ **Paramount**
- ☐ **Prominent**
- ☐ **Foremost**
- ☐ **Significant**
- ☐ **Reckon with**
- ☐ **Prestigious**
- ☐ **Influential**

- ☐ **Lionized**
- ☐ **Renowned**
- ☐ **Exalted**
- ☐ **Venerable**
- ☐ **Splendid**
- ☐ **Grand**

## Illustrious (adj)

🎙 */ɪˈlʌstriəs/ (ih-LUSS-tree-uhs):* Means highly distinguished or famous for great achievements - വിശിഷ്ടമായ, കേളികേട്ട, പുകൾപെറ്റ, പ്രമുഖ(മായ).

✦Renowned Kannada actress Leelavathi bids adieu to her illustrious life at 85 (The Hindu)
പ്രശസ്ത കന്നഡ നടി ലീലാവതി തന്റെ 85 - ാം വയസ്സിൽ തന്റെ വിശ്രുതമായ ജീവിതത്തോട് വിടപറയുന്നു.

## Celebrated (adj)

🎙 */ˈsɛlɪbreɪtɪd/ (SEL-uh-bray-tid):* Means widely recognized and admired, often due to achievements, qualities, or events that are highly praised or honored - പ്രസിദ്ധമായ, പ്രസിദ്ധനായ, പ്രശസ്തരായ.

✦ 8 Iconic Hotels Where Celebrated Authors Wrote Their Famous Books (The Hindu)
പ്രശസ്തരായ എഴുത്തുകാർ അവരുടെ പ്രശസ്തമായ പുസ്തകങ്ങൾ എഴുതിയ 8 വളരെ പ്രശസ്തമായ ഹോട്ടലുകൾ.

## Esteemed (adj)

🔊 /ɪˈstiːmd/ *(ih-STEEMD):* Means highly respected or regarded - ആദരണീയമായ.

✦ Gita Mehta, Esteemed Author and Documentary Filmmaker, Dies At 80 (The Hindu)
പ്രശസ്ത എഴുത്തുകാരിയും ഡോക്യുമെന്ററി സംവിധായികയുമായ ഗീതാ മേത്ത (80) അന്തരിച്ചു.

## Eminent (adj)

🔊 /ˈɛmɪnənt/ *(EM-uh-nuhnt):* Means famous, respected, or distinguished, especially within a particular field or profession - ശ്രേഷ്ഠമായ, മഹനീയമായ.

✦ Eminent writer Amitav Ghosh awarded Erasmus Prize. (Times of India)
പ്രശസ്ത എഴുത്തുകാരൻ അമിതാവ് ഘോഷിന് ഇറാസ്മസ് സമ്മാനം.

## Distinguished (adj)

🔊 /dɪˈstɪŋgwɪʃt/ *(dih-STING-gwisht):* Means recognized and respected for excellence, achievement, or contribution, often implying a high level of honor or prestige - വിശിഷ്ടമായ, ബഹുമാന്യനായ.

✦ She is a distinguished novelist and philosopher.
അവൾ ഒരു വിശിഷ്ട നോവലിസ്റ്റും തത്ത്വചിന്തകയുമാണ്.

## Paramount (adj)

🔊 /ˈpærəmaʊnt/ *(PAIR-uh-mount):* Means of supreme importance, top priority, or having the highest authority or significance in a particular context - പ്രബലമായ, പരമപ്രധാനമായ, മുഖ്യമായ. സർവ്വശ്രേഷ്ഠമായ

✦ 'Country's interests paramount': Congress backs Centre against Canada (India Today)
'രാജ്യത്തിന്റെ താൽപ്പര്യങ്ങൾ പരമപ്രധാനം': കാനഡയ്ക്കെതിരെ കേന്ദ്രത്തെ പിന്തുണച്ച് കോൺഗ്രസ്.

## Prominent (adj)

🔊 /ˈprɒmɪnənt/ *(PRAH-muh-nuhnt):* Means standing out or easily noticeable; it can also refer to someone who is well-known or influential in a particular field or context - പ്രധാനമായ, പ്രമുഖമായ, മുന്തിയ.

✦ Water Supply To Prominent Hospitals Affected As Delhi Faces Major Crisis Amid Scorching Heat (The Hindu)
കൊടും ചൂടിനിടയിലും ഡൽഹി വലിയ പ്രതിസന്ധിയെ അഭിമുഖീകരിക്കുമ്പോൾ, പ്രമുഖ ആശുപത്രികളിലേക്കുള്ള ജലവിതരണത്തെ ബാധിച്ചു.

## Foremost (adj)

🔊 /ˈfɔːməʊst/ *(FOR-mohst):* Means leading or most important in rank, position, or importance; it can also imply being at the forefront or ahead of others in a particular context - പരമപ്രധാനമായ, മികച്ച, ഉത്തമമായ

✦Terrorism foremost challenge facing SCO nations, says PM Modi (UNITED NEWS OF INDIA)
എസ്സിഒ രാജ്യങ്ങൾ നേരിടുന്ന പ്രധാന വെല്ലുവിളി ഭീകരതയാണെന്ന് പ്രധാനമന്ത്രി മോദി.

## Significant (adj)

🔊 /sɪgˈnɪfɪkənt/ *(sig-NIF-i-kuhnt):* Means important, notable, or having meaning and influence. It indicates something that is meaningful or impactful in a certain context - പ്രബലമായ, പ്രധാനമായ

✦ WhatsApp's Significant Revelation In The Delhi High Court : 'We Will Leave India If...' (Newsx)
വാട്ട്സ്ആപ്പിന്റെ സുപ്രധാന വെളിപ്പെടുത്തൽ: 'ഞങ്ങൾ ഇന്ത്യ വിടും...'

## Reckon with (adj)

🔊 /ˈrɛkən wɪð/ *(REK-uhn with):* To consider or treat somebody/something as a serious opponent, problem, etc. - ഗൗരവമായി കണക്കിലെടു ക്കേണ്ട, പരിഗണിക്കേണ്ട.

✦ We can't ignore the challenges we'll have to reckon with.
നാം കണക്കിലെടുക്കേണ്ട വെല്ലുവിളികളെ അവഗണിക്കാനാവില്ല.

## Prestigious (adj)

🔊 /prɪˈstɪdʒəs/ *(prih-STIJ-uhs):* Means having a high reputation or honor, often associated with excellence or distinction in a particular field or endeavor - അഭിമാനകരമായ, അന്തസ്സുള്ള, പ്രശസ്തനായ.

✦ Prestigious chef opens new restaurant in downtown.
പ്രശസ്ത ഷെഫ് നഗരമധ്യത്തിൽ പുതിയ റെസ്റ്റോറന്റ് തുറന്നു.

## Influential (adj)

🗣 /ɪnˈfluːənʃəl/ (in-FLOO-en-shuhl): Means having the power, authority, or ability to affect others or make an impact, especially in a significant or important way - സ്വാധീനമുള്ള.

✦ In his day, he was a very influential politician.
അദ്ദേഹത്തിന്റെ കാലത്ത് അദ്ദേഹം വളരെ സ്വാധീനമുള്ള ഒരു രാഷ്ട്രീയക്കാരനായിരുന്നു.

## Lionized (adj)

🗣 /ˈlaɪənaɪzd/ (LY-uh-nized): Means to treat someone as a celebrity or hero, often with great admiration and attention. It refers to the act of glorifying or praising someone excessively - പ്രമുഖമായ, വിഖ്യാതമായ.

✦ Once lionized health ministry now in tatters: G sudhakaran.
ഒരു കാലത്ത് വിഖ്യാതമായിരുന്ന ആരോഗ്യ മന്ത്രാലയം ഇപ്പോൾ ജീർണ്ണിച്ച അവസ്ഥയിലാണ്: ജി.സുധാകരൻ.

## Renowned (adj)

🗣 /rɪˈnaʊnd/ (ri-NOWND): Means widely known and highly esteemed, often due to achievements, abilities, or qualities that are widely recognized and respected - അറിയപ്പെടുന്ന, ഖ്യാതിയുള്ള, പേരുകേട്ട.

✦ The region is renowned for its outstanding natural beauty.
ഈ പ്രദേശം അതിമനോഹരമായ പ്രകൃതി സൗന്ദര്യത്തിന് പേരുകേട്ടതാണ്.

## Exalted (adj)

🗣 /ɪgˈzɔːltɪd/ (ig-ZAWL-tid): Means elevated in rank, position, or status, often with a sense of high honor or respect. It can also imply being held in high regard or esteemed highly - ഉന്നതമായ, ശ്രേഷ്ഠമായ.

↳ *Practice Collocations (83)*

✦ It had taken her years of hard work to reach her present exalted rank.
ഇപ്പോഴത്തെ ഉന്നത പദവിയിലെത്താൻ അവൾക്ക് വർഷങ്ങളുടെ കഠിനാധ്വാനം വേണ്ടിവന്നു.

## Venerable (adj)

🗣 /ˈvɛnərəbəl/ (VEN-uh-ruh-buhl): Means deserving respect and reverence due to age, wisdom, or character, especially in a religious or historical context. It suggests someone or something that is esteemed and honored - ആദരണീയമായ, പൂജനീയമായ, അഭിവന്ദ്യനായ.

✦ Venerable professor honored with lifetime achievement award. (The Hindu)
അഭിവന്ദ്യനായ പ്രൊഫസറെ ആജീവനാന്ത നേട്ടത്തിനുള്ള അവാർഡ് നൽകി ആദരിച്ചു.

## Splendid (adj)

🗣 /ˈsplɛndɪd/ (SPLEN-did): Means excellent, magnificent, or very impressive. It describes something that is exceptionally good or beautiful - ഗംഭീരമായ, പകിട്ടേറിയ, വിശിഷ്ടമായ, മനോഹരമായ. **Glorious** പ്രസിദ്ധമായ, മഹത്തായ.

✦ 'Assam tea popular all over the world': PM Modi enjoys visit to 'splendid' tea gardens (Times of India)
'ആസാം ചായ ലോകമെമ്പാടും ജനപ്രിയമാണ്': പ്രധാനമന്ത്രി മോദി 'മനോഹരമായ' തേയിലത്തോട്ടങ്ങൾ സന്ദർശിച്ചു.

## Grand (adj)

🗣 /grænd/ (grand): Means means impressive in size, appearance, or scope. It can also suggest something of great importance or significance - ശ്രേഷ്ഠമായ, പ്രൗഢമായ, മഹത്തായ, വലിയ.

✦ Delhi Government's Grand Plan to Revamp Unplanned Industrial Areas (The Hindu)
ആസൂത്രണം ചെയ്യാത്ത വ്യാവസായിക മേഖലകൾ നവീകരിക്കാനുള്ള ഡൽഹി സർക്കാരിന്റെ മഹത്തായ പദ്ധതി.

| | |
|---|---|
| അവൾ ഒരു പ്രമുഖ രാഷ്ട്രീയ കുടുംബത്തിൽ നിന്നാണ് വരുന്നത്... | She comes from an **illustrious** political family... |
| പ്രശസ്ത ഗണിതശാസ്ത്രജ്ഞൻ... | A **celebrated** mathematician... |
| വളരെ ആദരണീയരായ പണ്ഡിതന്മാർ... | Highly **esteemed** scholars... |
| ഒരു ശ്രേഷ്ഠനായ ശാസ്ത്രജ്ഞൻ. | An **eminent** scientist. |
| അവൾ ഒരു വിശിഷ്ട നോവലിസ്റ്റും തത്ത്വചിന്തകയുമാണ്. | She is a **distinguished** novelist and philosopher. |
| തൊഴിലില്ലായ്മയായിരുന്നു തിരഞ്ഞെടുപ്പിലെ പ്രധാന വിഷയം. | Unemployment was the **paramount** issue in the election. |
| രാജ്യത്തിന്റെ താൽപ്പര്യങ്ങൾ പരമപ്രധാനം. | Country's interest's **paramount**. |
| അദ്ദേഹം ഒരു പ്രമുഖ എഴുത്തുകാരനാണ് | He is a **prominent** writer. |
| സുരക്ഷയാണ് അവരുടെ പരമപ്രധാനമായ വിഷയം/ഉത്കണ്ഠ. | Safety is their **foremost** concern. |
| ഒരു പ്രധാന ദിവസം. | A **significant** day. |
| നാം കണക്കിലെടുക്കേണ്ട വെല്ലുവിളികളെ അവഗണിക്കാനാവില്ല. | We can't ignore the challenges we'll have to **reckon with**. |
| ഒരു അഭിമാനകരമായ പുരസ്കാരം. | A **prestigious** award. |
| അദ്ദേഹത്തിന്റെ കാലത്ത് അദ്ദേഹം വളരെ സ്വാധീനമുള്ള ഒരു രാഷ്ട്രീയക്കാരനായിരുന്നു. | In his day, he was a very **influential** politician. |
| ഒരു കാലത്ത് വിഖ്യാതമായിരുന്ന ആരോഗ്യ മന്ത്രാലയം ഇപ്പോൾ ജീർണ്ണിച്ച അവസ്ഥയിലാണ്: ജി.സുധാകരൻ | Once **lionized** health ministry now in tatters: G sudhakaran. |
| ഈ പ്രദേശം അതിമനോഹരമായ പ്രകൃതി സൗന്ദര്യത്തിന് പേരുകേട്ടതാണ്. | The region is **renowned** for its outstanding natural beauty. |
| ഇപ്പോഴത്തെ ഉന്നത പദവിയിലെത്താൻ അവൾക്ക് വർഷങ്ങളുടെ കഠിനാധ്വാനം വേണ്ടിവന്നു | It had taken her years of hard work to reach her present **exalted** rank. |
| ആദരണീയമായ പാരമ്പര്യം. | **Venerable** tradition. |
| ഭക്ഷണം ഗംഭീരമായിരുന്നു | The meal was **splendid**. |
| നമ്മുടെ രാജ്യത്തിന് മഹത്തായ ഒരു ഭൂതകാലമുണ്ട്. | Our country has a **glorious** past. |
| വലിയ പർവത ദൃശ്യങ്ങൾ. | **Grand** mountain sceneries. |

↳ *Reinforce the pronunciation*

| | | | |
|---|---|---|---|
| 1 | **Illustrious** | /ɪˈlʌstriəs/ | ih-LUSS-tree-uhs |
| 2 | **Celebrated** | /ˈsɛlɪbreɪtɪd/ | SEL-uh-bray-tid |
| 3 | **Esteemed** | /ɪˈstimd/ | ih-STEEMD |
| 4 | **Eminent** | /ˈɛmɪnənt/ | EM-uh-nuhnt |
| 5 | **Distinguished** | /dɪˈstɪŋgwɪʃt/ | dih-STING-gwisht |
| 6 | **Paramount** | /ˈpærəmaʊnt/ | PAIR-uh-mount |
| 7 | **Prominent** | /ˈprɒmɪnənt/ | PRAH-muh-nuhnt |
| 8 | **Foremost** | /ˈfɔːməʊst/ | FOR-mohst |
| 9 | **Significant** | /sɪgˈnɪfɪkənt/ | sig-NIF-i-kuhnt |
| 10 | **Reckon with** | /ˈrɛkən wɪð/ | REK-uhn with |
| 11 | **Prestigious** | /prɪˈstɪdʒəs/ | prih-STIJ-uhs |
| 12 | **Influential** | /ɪnˈfluːənʃəl/ | in-FLOO-en-shuhl |
| 13 | **Lionized** | /ˈlaɪənaɪzd/ | LY-uh-nized |
| 14 | **Renowned** | /rɪˈnaʊnd/ | ri-NOWND |
| 15 | **Exalted** | /ɪgˈzɔːltɪd/ | ig-ZAWL-tid |
| 16 | **Venerable** | /ˈvɛnərəbəl/ | VEN-uh-ruh-buhl |
| 17 | **Splendid** | /ˈsplɛndɪd/ | SPLEN-did |
| 18 | **Grand** | /grænd/ | grand |

# 84. Blockades and protests do not <u>intimidate</u> me: Kerala Governor (The Statesman)

"ഉപരോധങ്ങളും പ്രതിഷേധങ്ങളും എന്നെ ഭയപ്പെടുത്തുന്നില്ല: കേരള ഗവർണർ."

**Intimidate:** In this context, "intimidate" means to make someone feel frightened or threatened, typically in order to make them do something or to deter them from taking certain actions. The statement suggests that the Kerala Governor is not deterred or frightened by blockades and protests, implying that they will not change his stance or actions.

☐ Intimidate
☐ Daunt
☐ Scare
☐ Threaten
☐ Bully
☐ Diffidence

## Intimidate (v)

🔊 /ɪnˈtɪdəˌmeɪt/ *(in-TID-uh-mayt):* Means to make someone feel afraid or frightened, often to influence their behavior or actions - വിരട്ടുക, ഭയപ്പെടുത്തുക, ഭീഷണിപ്പെടുത്തുക

✦Blockades and protests do not intimidate me: Kerala Governor (The Statesman)
ഉപരോധങ്ങളും പ്രതിഷേധങ്ങളും എന്നെ ഭയപ്പെടുത്തുന്നില്ല: കേരള ഗവർണർ.

## Daunt (v)

🔊 /dɔːnt/ *(dawnt):* Means to make someone feel intimidated or discouraged, typically through fear or difficulty - വിരട്ടുക, ഭയപ്പെടുത്തുക.

✦Rebel trouble continues to daunt BJP, Congress in Karnataka (Times of India).
കർണാടകയിൽ വിമത പ്രശ്നങ്ങൾ ബിജെപിയെയും കോൺഗ്രസിനെയും ഭയപ്പെടുത്തുന്നു.

## Scare (v/n)

🔊 /skɛər/ *(skair):* Means to cause fear or alarm in someone, often to make them feel anxious or frightened - ഭയപ്പെടുത്തുക, ഭീതി

✦Nipah scare: Karnataka and Tamil Nadu heighten border checks amid Nipah virus outbreak in Kerala (The Hindu)
നിപ ഭീതി: കേരളത്തിൽ നിപ വൈറസ് ബാധ പടരുന്ന സാഹചര്യത്തിൽ കർണാടക, തമിഴ്‌നാട് അതിർത്തിയിൽ പരിശോധന ശക്തമാക്കി.

## Threaten (v)

🔊 /ˈθrɛtən/ *(THRET-n):* To cause fear or warning - ഭയപ്പെടുത്തുക, ഭീഷണിപ്പെടുത്തുക.

✦Central agencies threatening me using middlemen: Tamil Nadu Assembly Speaker (The Hindu)
ഇടനിലക്കാരെ ഉപയോഗിച്ച് കേന്ദ്ര ഏജൻസികൾ എന്നെ ഭീഷണിപ്പെടുത്തുന്നു: തമിഴ്‌നാട് നിയമസഭാ സ്പീക്കർ.

## Bully (v/n)

🔊 /ˈbʊli/ *(BOOL-ee):* A person who intimidates, harasses, or mistreats others, especially those who are weaker or vulnerable.-ഭീഷണിപ്പെടുത്തുക, മറ്റുള്ളവരെ ഭയപ്പെടുത്തി ഭരിക്കാൻ സ്വന്തം ശക്തി ഉപയോഗിക്കുന്നവൻ (n).

✦"CM Pinarayi Vijayan is a 'bully'": Kerala governor Arif Mohammad Khan (Times of India)
കേരളമുഖ്യമന്ത്രി പിണറായി വിജയൻ 'മറ്റുള്ളവരെ ഭയപ്പെടുത്തി ഭരിക്കുന്ന ആൾ' : കേരള ഗവർണർ ആരിഫ് മുഹമ്മദ് ഖാൻ.

## Diffidence (n)

🗣 */ˈdɪfɪdəns/ (DIFF-uh-duns):* Lack of confidence - ആത്മവിശ്വാസക്കുറവ്.

**Diffident (n)** ആശങ്കയുള്ള, ആത്മവിശ്വാസമില്ലാത്ത.

✦The end of diffidence: India has moved from restrained to robust deterrence of terror. Can it sustain this shift? (Times of India)

ആത്മവിശ്വാസമില്ലായ്മയുടെ അവസാനം: ഇന്ത്യ സംയമനത്തിൽ നിന്ന് ഭീകരതയെ ശക്തമായി തടയുന്നതിലേക്ക് മാറി. ഈ മാറ്റം നിലനിർത്താൻ കഴിയുമോ?.

↳ *Practice Collocations (84)*

| | |
|---|---|
| ഭീഷണിപ്പെടുത്തൽ തന്ത്രങ്ങൾ | **'Intimidation** tactics' |
| ഉപരോധങ്ങളും പ്രതിഷേധങ്ങളും എന്നെ ഭയപ്പെടുത്തുന്നില്ല: കേരള ഗവർണർ. | Blockades and protests do not **intimidate** me: Kerala Governor. |
| കടുത്ത വെല്ലുവിളി നേരിടുന്നു. | Faces a **daunting** challenge. |
| വെല്ലുവിളി നിറഞ്ഞ ദൗത്യം | A **daunting** task |
| കർണാടകയിൽ വിമത പ്രശ്നങ്ങൾ ബിജെപിയെയും കോൺഗ്രസിനെയും ഭയപ്പെടുത്തുന്നു. | Rebel trouble continues to daunt BJP, Congress in Karnataka. |
| നിപ ഭീതി: കേരളത്തിൽ നിപ വൈറസ് ബാധ പടരുന്ന സാഹചര്യത്തിൽ കർണാടക, തമിഴ്‌നാട് അതിർത്തിയിൽ പരിശോധന ശക്തമാക്കി. | Nipah **scare**: Karnataka and Tamil Nadu heighten border checks amid Nipah virus outbreak in Kerala. |
| ഇടനിലക്കാരെ ഉപയോഗിച്ച് കേന്ദ്ര ഏജൻസികൾ എന്നെ ഭീഷണിപ്പെടുത്തുന്നു: തമിഴ്‌നാട് നിയമസഭാ സ്പീക്കർ. | Central agencies **threatening** me using middlemen: Tamil Nadu Assembly Speaker. |
| കേരളമുഖ്യമന്ത്രി പിണറായി വിജയൻ 'മറ്റുള്ളവരെ ഭയപ്പെടുത്തി ഭരിക്കുന്ന ആൾ': കേരള ഗവർണർ ആരിഫ് മുഹമ്മദ് ഖാൻ. | "CM Pinarayi Vijayan is a **'bully'**": Kerala governor Arif Mohammad Khan. |
| ചാണ്ടി പ്രതീക്ഷയിൽ, ചെന്നിത്തല ആശങ്കയിൽ. | Chandy hopeful, Chennithala **diffident**. |

↳ *Reinforce the pronunciation*

| | | | |
|---|---|---|---|
| 1 | Intimidate | /ɪnˈtɪdəˌmeɪt/ | in-TID-uh-mayt |
| 2 | Daunt | /dɔːnt/ | dawnt |
| 3 | Scare | /skɛər/ | skair |
| 4 | Threaten | /ˈθrɛtən/ | THRET-n |
| 5 | Bully | /ˈbʊli/ | BOOL-ee |
| 6 | Diffidence | /ˈdɪfɪdəns/ | DIFF-uh-duns |

# 85. ... it may <u>tantamount</u> to contempt of court (The Hindu)

*"അത് കോടതിയലക്ഷ്യമായി സമാനമാണ്."*

**Tantamount**: In this context, "tantamount" means that the action or behavior being discussed is considered equivalent to or virtually the same as contempt of court in terms of seriousness or consequence. It implies that the action could be seen as having the same gravity or legal implications as contempt of court.

☐ **Tantamount**
☐ **Akin**
☐ **Resembling**

## □ Identical

## Tantamount (adj)

🔊 /ˈtæntəˌmaʊnt/ *(TAN-tuh-mount):* Equivalent in value, meaning, or effect. - ഒരേവിധമായ, സമാനാർത്ഥകമായ, തുല്യമായ, Equivalent.

✦'Surendran alleged that this action is tantamount to defrauding the hard-earned savings of poor expatriates.' (The Statesan)
പാവപ്പെട്ട പ്രവാസികളുടെ സമ്പാദ്യം കബളിപ്പിക്കുന്നതിന് തുല്യമാണ് ഈ നടപടിയെന്ന് സുരേന്ദ്രൻ ആരോപിച്ചു.

## Akin (adj)

🔊 /əˈkɪn/ *(uh-KIN):* Means similar or related in some way, often used to describe things that have a familial or close relationship - തുല്യമായ.

✦Chief minister has said that the UDF and the congress seem to have adopted an anti-kerala attitude akin to the BJP to ruin the state.

കേരളത്തെ തകർക്കാൻ യു.ഡി.എഫും കോൺഗ്രസും ബി.ജെ.പി.ക്ക് തുല്യമായ കേരള വിരുദ്ധ സമീപനമാണ് സ്വീകരിച്ചിരിക്കുന്നതെന്ന് മുഖ്യമന്ത്രി പറഞ്ഞു.

## Resembling (adj)

🔊 /rɪˈzɛmbəlɪŋ/ *(ri-ZEM-buh-ling):* Means to be similar in appearance or characteristics to something else; it indicates a likeness or similarity between two things - സാമ്യമുള്ളത്.

✦Resembling the imprint of a man's foot. (The Week)
ഒരു മനുഷ്യന്റെ കാലിന്റെ മുദ്രയോട് സാമ്യമുള്ളത്.

## Identical (adj)

🔊 /aɪˈdɛntɪkəl/ *(eye-DEN-ti-kul):* Means exactly alike or the same in every detail; having no difference - അതുതന്നെയായ, സമാനമായ.

✦7 Hollywood Actors Who Look Almost Identical (Zee News)
ഏതാണ്ട് സമാനമായി കാണപ്പെടുന്ന 7 ഹോളിവുഡ് അഭിനേതാക്കൾ

↳ *Practice Collocations (85)*

| അത് കോടതിയലക്ഷ്യത്തിന് തുല്യമായേക്കാം. | It may **tantamount** to contempt of court. |
|---|---|
| അവളുടെ മൗനം സമ്മതത്തിന് തുല്യമായിരുന്നു. | Her silence was **tantamount** to agreement. |
| ബിജെപിക്ക് തുല്യമായ... | **Akin** to the BJP... |
| ഒരു മനുഷ്യന്റെ കാലിന്റെ മുദ്രയോട് സാമ്യമുള്ളത്. | **Resembling** the imprint of a man's foot. |
| കഴിഞ്ഞ വർഷം ഞങ്ങൾ താമസിച്ച അതേ മുറിയാണിത്. | This is the **identical** room we stayed in last year. |

↳ *Reinforce the pronunciation*

| 1 | Tantamount | /ˈtæntəˌmaʊnt/ | TAN-tuh-mount |
|---|---|---|---|
| 2 | Akin | /əˈkɪn/ | uh-KIN |
| 3 | Resembling | /rɪˈzɛmbəlɪŋ/ | ri-ZEM-buh-ling |
| 4 | Identical | /aɪˈdɛntɪkəl/ | eye-DEN-ti-kul |

# 86. Chikkajala, now the most-polluted <u>suburb</u> of Bengaluru (The Hindu)

"ചിക്കജല, ഇപ്പോൾ ബെംഗളൂരുവിലെ ഏറ്റവും മലിനമായ പ്രാന്തപ്രദേശമാണ്."

**Suburbs:** In this context, "suburb" refers to a residential area or community located on the outskirts or periphery of a city, in this case, Bengaluru. It typically implies an area that is somewhat removed from the city center but still considered part of the metropolitan area.

- ☐ Suburb
- ☐ Slum
- ☐ Hovel
- ☐ Shack
- ☐ Outskirts
- ☐ Townships
- ☐ Premises
- ☐ Ghetto
- ☐ Downtown
- ☐ Amenities

## Suburb (n)

🔊 /ˈsʌbɜrb/ (SUHB-urb): Refer to outlying residential areas of a city - പ്രാന്തപ്രദേശം, അതിർത്തി.

✦Suburbs of Mumbai, Nearby Areas Receive Unseasonal Rain (NDTV)
മുംബൈയുടെ പ്രാന്തപ്രദേശങ്ങളിലും സമീപ പ്രദേശങ്ങളിലും അകാല (കാലാനുസൃതമല്ലാത്ത) മഴ ലഭിച്ചു.

## Slum (n)

🔊 /slʌm/ (SLUM): Refers to a highly populated urban area characterized by poor living conditions, typically lacking in basic amenities such as clean water, sanitation, and proper housing infrastructure - ചേരി.

✦Basic amenities still a pipe dream for relocated slum-dwellers in Bengaluru (The Hindu)
പുനരധിവസിപ്പിക്കപ്പെട്ട ബംഗളൂരുവിലെ ചേരി നിവാസികൾക്ക് അടിസ്ഥാന സൗകര്യങ്ങൾ ഇപ്പോഴും യാഥാർത്ഥ്യമാകാത്ത സ്വപ്നം.

## Hovel (n)

🔊 /ˈhʌvəl/ (HAHV-uhl): Refers to a small, miserable dwelling, typically in poor condition and lacking in comfort or amenities - ചെറ്റപ്പുര, ചെറ്റക്കുടിൽ.

✦V.S. Achudanandhan, an elderly man, affectionately invited a monstrous bulldozer to demolish his own hovel. (The Telegraph)
വി.എസ്. അച്യുദാനന്ദൻ എന്ന വയോധികൻ തന്റെ സ്വന്തം ചെറ്റക്കുടിൽ പൊളിക്കാൻ ഒരു ഭീകരമായ ബുൾഡോസറിനെ സ്നേഹപൂർവ്വം ക്ഷണിച്ചു.

## Shack (n)

🔊 /ʃæk/ (SHAK): Refers to a small, crudely built and often temporary shelter or dwelling, usually of a poor or rough construction - ചെറ്റക്കുടിൽ, താല്ക്കാലികഷെഡ്ഡ്.

✦My house was a shack...
എന്റെ വീട് ഒരു ചെറ്റക്കുടിലായിരുന്നു.

## Outskirts (n)

🔊 /ˈaʊtˌskɜːts/ (OUT-skurts): Refers to the outer edges or boundaries of a town or city, typically where urban development meets rural or undeveloped land - പ്രാന്തപ്രദേശം, അതിർത്തി.

✦Search operation launched in Jammu outskirts following reports of suspicious movement (Statetimes)
സംശയാസ്പദമായ നീക്കം റിപ്പോർട്ട് ചെയ്തതിനെ തുടർന്ന് ജമ്മു പ്രാന്തപ്രദേശത്ത് തിരച്ചിൽ ആരംഭിച്ചു.

## Townships (n)

🔊 */'taʊnʃɪps/ (TOWN-ships):* Refers to a small administrative division or a designated area within a larger region, often associated with local governance and community planning - ചെറുപട്ടണം.

✦The small township nestled at the foot of the mountains was a picturesque haven.
പർവതങ്ങളുടെ അടിവാരത്ത് സ്ഥിതി ചെയ്യുന്ന ചെറിയ പട്ടണം മനോഹരമായ ഒരു സങ്കേതമായിരുന്നു.

## Premises (n)

🔊 */'prɛmɪsɪz/ (PREM-iss):* A building and its surrounding property. - പരിസരം.

✦Security beefed up on assembly premises.
നിയമസഭാ പരിസരത്ത് സുരക്ഷ ശക്തമാക്കി. സങ്കേതമായിരുന്നു.

## Ghetto (n)

🔊 */'gɛtəʊ/ (GET-oh):* A part of a city where a specific group of people live, often due to social, economic, or legal restrictions. - ദരിദ്ര വസിക്കുന്ന ചേരി.

✦She lived in one of Mumbai's poorest ghettos.
↳ *Practice Collocations (86)*

മുംബൈയിലെ ഏറ്റവും ദരിദ്രമായ ചേരികളിലൊന്നിലാണ് അവൾ താമസിച്ചിരുന്നത്.

## Downtown (n)

🔊 */ˌdaʊnˈtaʊn/ (DOWN-town):* The central business district of a city or town, typically characterized by commercial and often cultural activities - നഗര മധ്യം, നഗരത്തിലെ പ്രധാന വ്യവസായ കേന്ദ്രം.

✦Metro train collides with bus in downtown Los Angeles, injuring more than 50 (The Indian Express)
ലോസ് ആഞ്ചലസ് നഗര മധ്യത്തിൽ മെട്രോ ട്രെയിൻ ബസുമായി കൂട്ടിയിടിച്ച് 50ലധികം പേർക്ക് പരിക്കേറ്റു.

## Amenities (n)

🔊 */əˈmɛnɪtiz/ (uh-MEN-ih-teez):* Comforts or facilities that make a place more convenient or pleasant, such as parks, gyms, or Wi-Fi. - സൗകര്യങ്ങൾ, സുഖസൗകര്യങ്ങൾ.

✦ ₹2.9-crore project to improve amenities around Edakkal Caves (The Hindu)
എടക്കൽ ഗുഹകൾക്ക് ചുറ്റുമുള്ള സൗകര്യങ്ങൾ മെച്ചപ്പെടുത്താൻ 2.9 കോടി രൂപയുടെ പദ്ധതി.

| | |
|---|---|
| മുംബൈയിലും പ്രാന്തപ്രദേശങ്ങളിലും കനത്ത മഴ തുടരുകയാണ്. | Heavy rain continues in Mumbai and **suburbs.** |
| പുനരധിവസിപ്പിക്കപ്പെട്ട ബംഗളൂരുവിലെ ചേരി നിവാസികൾക്ക് അടിസ്ഥാന സൗകര്യങ്ങൾ ഇപ്പോഴും യാഥാർത്ഥ്യമാകാത്ത സ്വപ്നം. | Basic amenities still a pipe dream for relocated **slum**-dwellers in Bengaluru. |
| എന്റെ വീട് ഒരു ചെറ്റക്കുടിലായിരുന്നു... | My house was a **hovel**... |
| എന്റെ വീട് ഒരു ചെറ്റക്കുടിലായിരുന്നു... | My house was a **shack**... |
| ജമ്മു അതിർത്തിയിൽ പോലീസ് കസ്റ്റഡിയിൽ ഒരാൾ മരിച്ചു. | Man dies in police custody on Jammu **outskirts.** |
| പർവതങ്ങളുടെ അടിവാരത്ത് സ്ഥിതി ചെയ്യുന്ന ചെറിയ പട്ടണം മനോഹരമായ ഒരു സങ്കേതമായിരുന്നു. | The small **township** nestled at the foot of the mountains was a picturesque haven. |
| നിയമസഭാ പരിസരത്ത് സുരക്ഷ ശക്തമാക്കി. | Security beefed up on assembly **premises.** |
| മുംബൈയിലെ ഏറ്റവും ദരിദ്രമായ ചേരികളിലൊന്നിലാണ് അവൾ താമസിച്ചിരുന്നത് | She lived in one of Mumbai's poorest **ghettos.** |
| ലോസ് ആഞ്ചലസ് നഗര മധ്യത്തിൽ മെട്രോ ട്രെയിൻ ബസുമായി കൂട്ടിയിടിച്ച് 50ലധികം പേർക്ക് പരിക്കേറ്റു | Metro train collides with bus in **downtown** Los Angeles, injuring more than 50. |
| എടക്കൽ ഗുഹകൾക്ക് ചുറ്റുമുള്ള സൗകര്യങ്ങൾ മെച്ചപ്പെടുത്താൻ 2.9 കോടി രൂപയുടെ പദ്ധതി. | ₹2.9-crore project to improve **amenities** around Edakkal Caves. |

↳ *Reinforce the pronunciation*

| 1 | **Suburbs** | /ˈsʌbərbs/ | SUHB-urbs |
|---|---|---|---|

| 2 | Slum | /slʌm/ | SLUM |
| 3 | Hovel | /ˈhɒvəl/ | HAHV-uhl |
| 4 | Shack | /ʃæk/ | SHAK |
| 5 | Outskirts | /ˈaʊtˌskɜːts/ | OUT-skurts |
| 6 | Townships | /ˈtaʊnʃɪps/ | TOWN-ships |
| 7 | Premises | /ˈprɛmɪsɪz/ | PREM-iss |
| 8 | Ghetto | /ˈgɛtəʊ/ | GET-oh |
| 9 | Downtown | /ˌdaʊnˈtaʊn/ | DOWN-town |
| 10 | Amenities | /əˈmɛnɪtiz/ | uh-MEN-ih-teez |

# 87. Excise sleuths in Karnataka bust inter-state <u>illicit</u> liquor racket, 3 held (The Hindu)

"കർണാടകയിലെ എക്സൈസ് ഉദ്യോഗസ്ഥർ (കുറ്റാന്വേഷകൻ) അന്തർസംസ്ഥാന അനധികൃത മദ്യ റാക്കറ്റിനെ പിടികൂടി, മൂന്നുപേർ പിടിയിൽ."

**Illicit:** In this context, "illicit" means illegal or unlawful. So, the phrase "inter-state illicit liquor racket" refers to an illegal operation involving the sale or distribution of liquor across state borders in a manner that violates the law or regulations governing such activities.

☐ **Illicit**
☐ **Unlawful**
☐ **Illegitimate**
☐ **Legitimate**
☐ **Statutory**

## Illicit (adj)

🗣 /ɪˈlɪsɪt/ *(il-LIS-it):* Means illegal or forbidden by law or rules - നിയമവിരുദ്ധമായ, വ്യാജമായ, illegal.

✦CPM's 'illicit bond' with BJP helped LDF return to power in Kerala: Congress (Hindustan Times)
ബി.ജെ.പിയുമായുള്ള സി.പി.എമ്മിന്റെ 'അവിഹിതബന്ധം' കേരളത്തിന്റെ എൽ.ഡി.എഫി.നെ വീണ്ടും അധികാരത്തിലെത്തിക്കാൻ സഹായിച്ചു: കോൺഗ്രസ്.

## Unlawful (adj)

🗣 /ʌnˈlɔːfʊl/ *(un-LAW-fuhl):* Means not allowed by law; illegal or against the law - നിയമവിരുദ്ധമായ, നിയമാനുസാരമല്ലാത്ത.

✦ Penalities to kick in for unlawful borewells (The Times of India)
നിയമവിരുദ്ധമായ കുഴൽക്കിണറുകൾക്ക് പിഴ ചുമത്തും.

## Illegitimate (adj)

🗣 /ɪlɪˈdʒɪtɪmət/ *(il-i-JIT-uh-mit):* Means not authorized by law; unlawful or not recognized as lawful, especially in terms of birth or parentage - നിയമാനുസൃതമല്ലാത്ത, അവിഹിതമായത്.

✦Supreme Court examines if illegitimate child has right over ancestral property (Times of India)
നിയമാനുസൃതമല്ലാത്ത കുട്ടിക്ക് പൂർവ്വിക സ്വത്തിൽ അവകാശമുണ്ടോ എന്ന് സുപ്രീം കോടതി പരിശോധിക്കുന്നു.

## Legitimate (adj)

🗣 /lɪˈdʒɪtɪmət/ *(lih-JIT-uh-mit):* Conforming to the law or to rules; lawful. It can also mean valid or justifiable, or recognized as genuine and acceptable. - നിയമാനുസൃതമായ.

**Legitimise** (v) - നിയമസാധുത നൽകുക, നിയമാനുസൃതമാക്കുക.

✦The company's claim was backed by legitimate evidence. (Times of India)
കമ്പനിയുടെ അവകാശവാദം നിയമാനുസൃതമായ തെളിവുകളുടെ പിന്തുണയോടെയാണ്.

✦Can't legitise illegal buildings, raze them: SC (Times of India)
അനധികൃത കെട്ടിടങ്ങൾക്ക് നിയമസാധുത നൽകാനാവില്ല, അവ പൊളിച്ചു കളയുക, സുപ്രീം കോടതി.

## Statutory (adj)

🔊 /ˈstætʃʊˌtɔːri/ (STAT-yoo-tor-ee): Related to, or required by a statute or law; established by legislation - **നിയമപ്രകാരമുള്ള, നിയമപരമായ.**

✦She received statutory benefits after her injury. (Times of India)
പരിക്കിന് ശേഷം അവൾക്ക് നിയമപരമായ ആനുകൂല്യങ്ങൾ ലഭിച്ചു.

↳ *Practice Collocations (87)*

| | |
|---|---|
| ബിജെപിയുമായുള്ള സി.പി.എമ്മി'ന്റെ 'അവിഹിതബന്ധം'... | CPM's '**illicit** bond'... |
| നിയമാനുസൃതമായ നടപടിക്രമങ്ങൾ പാലിക്കാതെ വഴിയോരക്കച്ചവടക്കാരെ ഒഴിപ്പിക്കുന്നത് നിയമവിരുദ്ധമാണ്. | It is **unlawful** to evict street vendors without following proper legal procedures. |
| നിയമാനുസൃതമല്ലാത്ത കുട്ടി... | **Illegitimate** child... |
| കമ്പനിയുടെ അവകാശവാദം നിയമാനുസൃതമായ തെളിവുകളുടെ പിന്തുണയോടെയാണ്. | The company's claim was backed by **legitimate** evidence. |
| പരിക്കിന് ശേഷം അവൾക്ക് നിയമപരമായ ആനുകൂല്യങ്ങൾ ലഭിച്ചു. | She received **statutory** benefits after her injury. |

↳ *Reinforce the pronunciation*

| | | | |
|---|---|---|---|
| 1 | **Illicit** | /ɪˈlɪsɪt/ | il-LIS-it |
| 2 | **Unlawful** | /ʌnˈlɔːfʊl/ | un-LAW-fuhl |
| 3 | **Illegitimate** | /ɪlɪˈdʒɪtɪmət/ | il-i-JIT-uh-mit |
| 4 | **Legitimate** | /lɪˈdʒɪtɪmət/ | lih-JIT-uh-mit |
| 5 | **Statutory** | /ˈstætʃʊˌtɔːri/ | STAT-yoo-tor-ee |

# 88. Kenyan <u>sleuth</u> finds missing children, reunites families (The Washington Post)

*"കെനിയൻ കുറ്റാന്വേഷകൻ കാണാതായ കുട്ടികളെ കണ്ടെത്തി, കുടുംബങ്ങളെ ഒന്നിപ്പിച്ചു."*

**Sleuth**: In this context, "sleuth" refers to a detective or investigator. So, "Kenyan sleuth finds missing children" means a Kenyan detective or investigator successfully located missing children and reunited them with their families.

☐ Sleuth
☐ Private eye
☐ Sleuth-hound
☐ Sniffer dog

## Sleuth (n)

🔊 /sluːθ/ (slooth): Refers to a detective or investigator who is skilled at solving mysteries or finding information - കുറ്റാന്വേഷകൻ, Detective.

✦Sethurama Iyer returns on May 1. With his trademark mannerisms, measured way of speaking, composure and quick thinking, the sleuth is Kerala's most famous crime investigator on screen. (The Hindu)

മെയ് 1-ന് സേതുരാമയ്യർ തിരിച്ചെത്തുന്നു. തന്റെ തനതു സ്വഭാവമായ പെരുമാറ്റരീതികൾ, അളന്നുമുറിച്ച സംസാരരീതി, സംയമനം, പെട്ടെന്നുള്ള ചിന്ത എന്നിവയാൽ സ്ക്രീനിലെ കേരളത്തിലെ ഏറ്റവും പ്രശസ്തനായ ക്രൈം ഇൻവെസ്റ്റിഗേറ്ററാണ് ഈ കുറ്റാന്വേഷകൻ.

## Private eye (n)

🔊 /ˈpraɪvət aɪ/ (PRY-vut eye): Refers to a private investigator, someone who is hired to conduct investigations and gather information, often for legal or personal reasons - Private detective, സ്വകാര്യ കുറ്റാന്വേഷകൻ.

✦She hired a private eye to investigate her husband's disappearance.

ഭർത്താവിന്റെ തിരോധാനം അന്വേഷിക്കാൻ അവർ ഒരു സ്വകാര്യ കുറ്റാന്വേഷകനെ നിയമിച്ചു.

## Sleuth-hound (n)

🔊 /sluːθ-haʊnd/ (slooth-hound): Refers to a skilled or keen investigator, often implying someone who is like a detective or a person with a knack for uncovering information or solving mysteries - കുറ്റാന്വേഷകൻ, നായാട്ടിനുപയോഗിക്കുന്ന നായ, കുറ്റാന്വേഷക നായ.

✦The sleuth hound sniffed the ground...

കുറ്റാന്വേഷക നായ നിലം മണത്തു...

## Sniffer dog (n)

🔊 /ˈsnɪfər dɔg/ (SNIH-fur dawg): A trained dog used by law enforcement to detect drugs, explosives, or other substances through its sense of smell. - മണം പിടിപ്പിക്കുന്ന നായ, പോലീസ് നായ.

✦'Shocking postmortem report'; More mystery in Police sniffer dog Kalyani's death (Kerala Kaumudi)

'ഞെട്ടിപ്പിക്കുന്ന പോസ്റ്റ്മാർട്ടം റിപ്പോർട്ട്'; പോലീസ് നായ കല്യാണിയുടെ മരണത്തിൽ കൂടുതൽ ദുരൂഹത.

↳ *Practice Collocations (88)*

| | |
|---|---|
| നിഗൂഢനായ കുറ്റാന്വേഷകൻ രഹസ്യ ഇടനാഴിയിലൂടെ സഞ്ചരിച്ചു. | The labyrinthine **sleuth** navigated secret passageways. |
| ഭർത്താവിന്റെ തിരോധാനം അന്വേഷിക്കാൻ അവർ ഒരു സ്വകാര്യ കുറ്റാന്വേഷകനെ നിയമിച്ചു. | She hired a **private eye** to investigate her husband's disappearance. |
| കുറ്റാന്വേഷക നായ നിലം മണത്തു... | The **sleuth hound** sniffed the ground... |
| 'ഞെട്ടിപ്പിക്കുന്ന പോസ്റ്റ്മാർട്ടം റിപ്പോർട്ട്'; പോലീസ് നായ കല്യാണിയുടെ മരണത്തിൽ കൂടുതൽ ദുരൂഹത. | 'Shocking postmortem report'; More mystery in Police **sniffer dog** Kalyani's death |

↳ *Reinforce the pronunciation*

| | | | |
|---|---|---|---|
| 1 | **Sleuth** | /sluːθ/ | slooth |
| 2 | **Private eye** | /ˈpraɪvət aɪ/ | PRY-vut eye |
| 3 | **Sleuth-hound** | /sluːθ-haʊnd/ | slooth-hound |
| 4 | **Sniffer dog** | /ˈsnɪfər dɔg/ | SNIH-fur dawg |

# 89. Poonam Pandey fake death: What are the legal <u>ramifications</u> of such an act? (India Times)

"പൂനം പാണ്ഡെയുടെ വ്യാജ മരണം: അത്തരമൊരു പ്രവൃത്തിയുടെ നിയമപരമായ അനന്തരഫലങ്ങൾ എന്തൊക്കെയാണ്?"

**Ramification:** In this context, "ramifications" refers to the legal consequences or implications that arise from the act of spreading false information about Poonam Pandey's death. It suggests the potential legal repercussions, such as charges for spreading misinformation, causing public distress or panic, and any other legal actions that may follow as a result of the hoax.

☐ **Ramification**
☐ **Upshot**
☐ **Aftermath**
☐ **Implications**

## Ramification (n)

🔊 /ˌræmɪfɪˈkeɪʃən/ (RAM-uh-fi-KAY-shən): A consequence or result of an action, often complex or unintended. - സങ്കീർണ്ണമോ അല്ലെങ്കിൽ അനിഷ്ടകരമോ ആയ ഒരു പ്രവൃത്തിയുടെ അല്ലെങ്കിൽ സംഭവത്തിന്റെ അനന്തരഫലം, consequence.

✦Rahul's disqualification has many ramifications, may have to vacate official bungalow (The Economic Times)
രാഹുലിന്റെ അയോഗ്യതയ്ക്ക് നിരവധി പ്രത്യാഘാതങ്ങളുണ്ട്, ഔദ്യോഗിക ബംഗ്ലാവ് ഒഴിയേണ്ടി വന്നേക്കാം.

↳ *Practice Collocations (89)*

## Upshot (n)

🔊 /ˈʌp ʃɒt/ (UP-shot): Refers to the final result or outcome of a series of events or actions. It often indicates the conclusion or consequence that follows from something else, especially as a culmination or summary of preceding events - പരിണതഫലം, ഫലം, പര്യവസാനം.

✦Kerala: Close triangular contest makes poll upshot in Attingal unpredictable (The New Indian Express)
കേരളം: ഇഞ്ചോടിഞ്ച് ത്രികോണ മത്സരം ആറ്റിങ്ങലിലെ തിരഞ്ഞെടുപ്പ് ഫലം പ്രവചനാതീതമാക്കി.

## Aftermath (n)

🔊 /ˈæftərmæθ/ (AF-tər-math): The consequences or results following a significant event, often negative or disastrous. - അനന്തരഫലങ്ങൾ.

✦Kerala: Close triangular contest makes poll upshot in Attingal unpredictable (The New Indian Express)
കേരളം: ഇഞ്ചോടിഞ്ച് ത്രികോണ മത്സരം ആറ്റിങ്ങലിലെ തിരഞ്ഞെടുപ്പ് ഫലം പ്രവചനാതീതമാക്കി.

## Implications (n)

🔊 /ˌɪmplɪˈkeɪʃənz/ (im-pli-KAY-shənz): Possible effects or consequences of an action or decision, often indirect or not immediately obvious. - പ്രത്യാഘാതങ്ങൾ, വിവക്ഷ.

✦India-Canada rift: Assessing the implications
ഇന്ത്യ-കാനഡ അകൽച്ച: പ്രത്യാഘാതങ്ങൾ വിലയിരുത്തുന്നു.

| | |
|---|---|
| വ്യാപകമായ പ്രത്യാഘാതങ്ങൾ ഉണ്ടാക്കാൻ സാധ്യതയുള്ള സുപ്രീം കോടതി വിധി ഇന്ന്. | Supreme Court verdict with likely wide **ramifications** today. |
| പിരിച്ചുവിടൽ ഉണ്ടാകില്ല എന്നതാണ് ചർച്ചകളുടെ ഫലം. | The **upshot** of the discussions is that there will be no layoffs. |
| കേരളത്തിലെ പ്രളയത്തിന്റെ അനന്തരഫലം : നഗരം വൃത്തിയാക്കാൻ പാമ്പുകളോടും മലിനജലത്തോടും പോരാടുന്നു | Kerala flood **aftermath**: Battling snakes and sewage to clean the city. |
| ഇന്ത്യ-കാനഡ അകൽച്ച: പ്രത്യാഘാതങ്ങൾ വിലയിരുത്തുന്നു | India-Canada rift: Assessing the **implications** |

↳ *Reinforce the pronunciation*

| | | | |
|---|---|---|---|
| 1 | Ramification | /ˌræmɪfɪˈkeɪʃən/ | RAM-uh-fi-KAY-shən |
| 2 | Upshot | /ˈʌpˌʃɒt/ | UP-shot |
| 3 | Aftermath | /ˈæftərmæθ/ | AF-tər-math |
| 4 | Implications | /ˌɪmplɪˈkeɪʃənz/ | im-pli-KAY-shənz |

# 90. <u>Nepotism</u> affected India's growth: PM Narendra Modi (The New Indian Express)

"സ്വജനപക്ഷപാതം ഇന്ത്യയുടെ വളർച്ചയെ ബാധിച്ചു: പ്രധാനമന്ത്രി നരേന്ദ്ര മോദി.''

**Nepotism**: In this context, "nepotism" refers to the practice of favoring relatives or close associates, especially in granting positions of authority or giving opportunities, such as jobs or promotions, based on familial relationships rather than merit. Prime Minister Narendra Modi's statement suggests that the practice of nepotism has had a negative impact on India's growth, implying that it may have hindered fairness, efficiency, or meritocracy in various sectors.

☐ Nepotism
☐ Bias
☐ Patronage
☐ Favoritism

## Nepotism (n)

🔊 /ˈnɛpəˌtɪzəm/ (NEP-ə-tiz-əm): Means favoritism shown to relatives or friends, especially in hiring or promotions. - സ്വജനപക്ഷപാതം സ്വന്തക്കാർക്ക് അനർഹമായ ആനുകൂല്യങ്ങൾ അനുവദിക്കുന്ന അഴിമതി.

✦Congress symbol of corruption, nepotism and appeasement: PM Modi (Times of India)
അഴിമതിയുടെയും സ്വജനപക്ഷപാതത്തിന്റെയും പ്രീണനത്തിന്റെയും പ്രതീകമാണ് കോൺഗ്രസ്: പ്രധാനമന്ത്രി മോദി.

## Bias (n)

🔊 /ˈbaɪəs/ (BY-əs): An unfair preference or prejudice for or against something or someone. - പക്ഷപാതം.

✦Reporters must be impartial and not show political bias.
റിപ്പോർട്ടർമാർ നിഷ്പക്ഷരായിരിക്കണം, രാഷ്ട്രീയ പക്ഷപാതം കാണിക്കരുത്.

## Patronage (n)

🔊 /ˈpeɪtrənɪdʒ/ (PAY-truh-nij): Support, sponsorship, or financial backing provided by an individual or organization, often in a political, artistic, or commercial context. - പരിലാളനം, രക്ഷാധികാരി, രക്ഷാകർത്ത്യത്വം, സ്വാധീനം, നടത്തിപ്പ്

✦Recruits are selected on merit, not through political patronage.
റിക്രൂട്ട് ചെയ്യുന്നവരെ തിരഞ്ഞെടുക്കുന്നത് മെറിറ്റിലാണ്, രാഷ്ട്രീയ സ്വാധീനത്തിലൂടെയല്ല.

### Favoritism (n)

/ˈfeɪvərɪtɪzəm/ *(FAY-vuh-rih-tiz-uhm):* The practice of giving unfair preferential treatment to one person or group over others. - പക്ഷപാതം.

↳ *Practice Collocations (90)*

| | |
|---|---|
| സ്വജനപക്ഷപാതം ഇന്ത്യയുടെ വളർച്ചയെ ബാധിച്ചു: പ്രധാനമന്ത്രി നരേന്ദ്ര മോദി | **Nepotism** affected india's growth: PM narendra modi |
| റിപ്പോർട്ടർമാർ നിഷ്പക്ഷരായിരിക്കണം, രാഷ്ട്രീയ പക്ഷപാതം കാണിക്കരുത്. | Reporters must be impartial and not show political **bias.** |
| റിക്രൂട്ട് ചെയ്യുന്നവരെ തിരഞ്ഞെടുക്കുന്നത് മെറിറ്റിലാണ്, രാഷ്ട്രീയ സ്വാധീനത്തിലൂടെയല്ല. | Recruits are selected on merit, not through political **patronage** |
| മോശം നടത്തിപ്പ്കാരണം പ്രത്യേക ട്രെയിൻ റദ്ദാക്കി | Special train cancelled due to poor **patronage** |
| പക്ഷപാതം ഏതൊരു സംഘടനയിലുമുള്ള വിശ്വാസവും മനോവീര്യവും ഹനിക്കുന്നു. | **Favoritism** undermines trust and morale in any organization. |

↳ *Reinforce the pronunciation*

|  |  |  |  |
|---|---|---|---|
| 1 | **Nepotism** | /ˈnɛpəˌtɪzəm/ | NEP-ə-tiz-əm |
| 2 | **Bias** | /ˈbaɪəs/ | BY-əs |
| 3 | **Patronage** | /ˈpeɪtrənɪdʒ/ | PAY-truh-nij |
| 4 | **Favoritism** | /ˈfeɪvərɪtɪzəm/ | FAY-vuh-rih-tiz-uhm |

✦Favoritism undermines trust and morale in any organization.
പക്ഷപാതം ഏതൊരു സംഘടനയിലുമുള്ള വിശ്വാസവും മനോവീര്യവും ഹനിക്കുന്നു.

# 91. Tharoor slams Pak for 'vituperative mudslinging' on Kashmir issue at IPU (Business Standard)

"ഇന്റർ പാർലമെന്ററി യൂണിയനിൽ കശ്മീർ വിഷയത്തിൽ പാകിസ്ഥാൻ നടത്തുന്ന ചെളിവാരിയെറിയലിനെതിരെ രൂക്ഷ വിമർശനവുമായി തരൂർ.''

**Mudslinging:** In this context, "mudslinging" refers to the act of making malicious or slanderous attacks against someone or something. When Shashi Tharoor criticizes Pakistan for "vituperative mudslinging" on the Kashmir issue at the IPU (Inter-Parliamentary Union), he is accusing Pakistan of engaging in aggressive and derogatory criticism or propaganda against India regarding the Kashmir dispute. Essentially, he is condemning Pakistan for using inflammatory and hostile language to attack India's stance on Kashmir.

- ☐ **Mudslinging**
- ☐ **Name-calling**
- ☐ **Defamation**
- ☐ **Smearing**
- ☐ **Slander**
- ☐ **Vilification**
- ☐ **Vituperation**
- ☐ **Disparage**
- ☐ **Backbite**
- ☐ **Slur**
- ☐ **Calumny**
- ☐ **Slag someone off**
- ☐ **Denigrate**
- ☐ **Gossip**
- ☐ **Scandal**
- ☐ **Derogatory**
- ☐ **Obnoxious**
- ☐ **Distasteful**
- ☐ **Unsavoury**
- ☐ **Obscene**
- ☐ **Malign**
- ☐ **Defame**
- ☐ **Belittle**
- ☐ **Demean**
- ☐ **Affront**

## Mudslinging (n)

🔊 /ˈmʌdˌslɪŋɪŋ/ (MUD-sling-ing): Means making malicious or slanderous attacks against someone or something, often involving harsh and derogatory criticism - ദുരാരോപണം ഉന്നയിക്കൽ, ചെളിവാരിയെറിയൽ.

✦ 'Mudslinging Against PM Oli': Nepal Cable Distributors Block Indian News Channels (The Wire)
'പിഎം ഒലിക്കെതിരെ ദുരാരോപണം ഉന്നയിക്കൽ: നേപ്പാൾ കേബിൾ വിതരണക്കാർ ഇന്ത്യൻ വാർത്താ ചാനലുകളെ തടഞ്ഞു.

## Name-calling (n)

🔊 /ˈneɪmˌkɔːlɪŋ/ (NAYM-kawl-ing): The act of using rude or offensive words about somebody, insulting someone by calling

them rude names, or using abusive language or insults.- തെറി പറയൽ, അസഭ്യം പറയൽ.

✦ HD Deve Gowda voiced his displeasure about the shouting, name-calling and sloganeering that are marring parliamentary proceedings these days (The Hindu)
ഇപ്പോഴുള്ള പാർലമെന്റ് നടപടികളെ തടസ്സപ്പെടുത്തുന്ന ആക്രോഷം, അസഭ്യം പറച്ചിൽ, മുദ്രാവാക്യം വിളി എന്നിവയിൽ എച്ച്. ഡി. ദേവഗൗഢ അതൃപ്തി രേഖപ്പെടുത്തി.

## Defamation (n)

🔊 /ˌdɛfəˈmeɪʃən/ (DEF-uh-MAY-shun): Refers to the act of damaging someone's reputation through false statements or slanderous remarks - അപകീർത്തിപ്പെടുത്തൽ.

✦ Calcutta HC restrains Mamata from making defamatory statement against Guv (Business Standard)
ഗവർണർക്കെതിരെ അപകീർത്തികരമായ പ്രസ്താവന നടത്തുന്നതിൽ നിന്ന് മമതയെ ഹൈക്കോടതി തടഞ്ഞു.

## Smearing (n)

🔊 /smɪərɪŋ/ (SMEER-ing): Refers to spreading false or damaging information about someone or something in order to harm their reputation - അപവാദം പറയുന്ന, ദുർ വ്യാഖ്യാനം ചെയ്യുന്ന, ദുർ പ്രചരണമായ.

✦ Welfare pension protest: Octogenarian woman to approach HC against CPM's smear campaign
ക്ഷേമ പെൻഷൻ പ്രതിഷേധം: സിപിഎമ്മിന്റെ കുപ്രചരണത്തിനെതിരെ എൺപതുകാരി ഹൈക്കോടതിയെ സമീപിക്കും.

## Slander (v/n/adj)

🔊 /ˈslændər/ (SLAN-der): Refers to making false spoken statements that damage someone's reputation - അപഖ്യാതി, അപവാദം, ദുർ പ്രചരണമായ, അപവാദം പറയുക.

✦ CPI(M) rallies to defend CM against 'slander campaign'
കുപ്രചരണത്തിനെതിരെ മുഖ്യമന്ത്രിയെ പ്രതിരോധിക്കാൻ സിപിഐഎ എം റാലി.

## Vilification (n)

🔊 /ˌvɪlɪfɪˈkeɪʃən/ (vi-li-fi-KAY-shən): Means the act of unfairly criticizing or making malicious statements about someone to damage their reputation - അപകീർത്തിപ്പെടുത്തൽ, ദോഷാരോപണം, അധിക്ഷേപം.

✦ India: vilification and threats against writer and journalist Rana Ayyub (PEN International)
ഇന്ത്യ: എഴുത്തുകാരിയും മാധ്യമപ്രവർത്തകയുമായ റാണ അയ്യൂബിന് നേരെയുള്ള അധിക്ഷേപവും ഭീഷണിയും.

## Vituperation (n)

🔊 /vɪˌtjuːpəˈreɪʃən/ (vai-TOO-puh-RAY-shən): Refers to harsh and abusive language used to criticize or condemn someone severely - അധിക്ഷേപം, ശകാരം, നിന്ദ.

✦ Modi's Campaign Showcases His Reputation and Capacity for Vituperative Rhetoric (The Wire)
മോദിയുടെ പ്രചരണം അദ്ദേഹത്തിന്റെ ഖ്യാതിയും അധിക്ഷേപ വാചാടോപത്തിനുള്ള കഴിവും പ്രദർശിപ്പിക്കുന്നു.

## Disparage (v)

🔊 /dɪˈspærɪdʒ/ (di-SPAR-ij): Means to criticize or belittle someone or something, usually unfairly or disrespectfully - ഇടിച്ചു പറയുക, അവമതിക്കുക, അപമാനിക്കുക
**Disparagement (n)** നിന്ദിക്കൽ, പരിഹാസവചനം, അപകീർത്തി.

✦Maldives suspends 3 officials for disparaging India (NBC News)
ഇന്ത്യയെ അപമാനിച്ചതിന് മൂന്ന് ഉദ്യോഗസ്ഥരെ മാലദ്വീപ് സസ്പെൻഡ് ചെയ്തു.

## Backbite (v)

🔊 /ˈbækˌbaɪt/ (BAK-bite): Means to speak negatively about someone behind their back; to gossip or criticize someone in a malicious or spiteful manner when they are not present - ഏഷണി പറയുക, പരദൂഷണം പറയുക

✦ 'No outside gossip, no backbiting' – Ashish Nehra on MS Dhoni's attitude of keeping away from controversial talks (CricTracker)
'പുറത്തെ അപവാദമില്ല, പരദൂഷണവുമില്ല' - വിവാദ ചർച്ചകളിൽ നിന്ന് വിട്ടുനിൽക്കുന്ന എംഎസ് ധോണിയുടെ മനോഭാവത്തെക്കുറിച്ച് ആശിഷ് നെഹ്റ.

## Slur (v/n)

🔊 /slɜːr/ (slur): To speak indistinctly or to make a disparaging remark about someone or something - കളങ്കപ്പെടുത്തക, കളങ്കം, അപവാദം പറയുക, ദൂഷണം, അധിക്ഷേപം

✦ Rishi Sunak condemns racist slur from Reform campaigner: It hurts, makes me angry (India Today)
നവോത്ഥാന പ്രചാരകനിൽ നിന്നുള്ള വംശീയ അധിക്ഷേപത്തെ റിഷി സുനക് അപലപിച്ചു: ഇത് എന്നെ വേദനിപ്പിക്കുന്നു, എന്നെ ദേഷ്യം പിടിപ്പിക്കുന്നു.

## Calumny (n)

🔊 /ˈkæləmni/ (KAL-uhm-nee): Refers to the making of false and malicious statements intended to damage someone's reputation. It's essentially slander or defamation - ഏഷണി, ദുരാരോപണം.

✦ I am used to calumny, which I fold and sink into my mental bathtub, says Mallika Sarabhai (The Hindu)
ഏഷണിയോട് ഞാൻ പൊരുത്തപ്പെട്ടു (ശീലമായി), ഞാനത് മടക്കി മനസ്സിന്റെ ബാത്ത് ടബ്ബിൽ മുക്കും, മല്ലിക സാരാഭായ് പറയുന്നു.

## Slag (someone) off (v)

🔊 /slæg ɒf/ (slag off): This means to criticize someone harshly or speak negatively about them - കുറ്റംപറയുക.

✦ People have been slagging me off.
ആളുകൾ എന്നെ കുറ്റം പറയുകയായിരുന്നു.

## Denigrate (v)

🔊 /ˈdɛnɪgreɪt/ (DEN-i-grayt): Means to criticize unfairly or disparage someone or something, often damaging their reputation. - അപകീർത്തിപ്പെടുത്തുക

✦ No difference with Kani Kusruti, some trying to denigrate India's Cannes achievement: Sajin Baabu (Mathrubhumi English)
കനി കുസൃതിയുമായി അഭിപ്രായവ്യത്യാസമില്ല, ഇന്ത്യയുടെ കാൻ നേട്ടത്തെ അപകീർത്തിപ്പെടുത്താൻ ചിലർ ശ്രമിക്കുന്നു: സജിൻ ബാബു.

# Gossip (v)

🔊 /ˈɡɒsɪp/ (GOS-ip): Refers to casual or idle talk, often about other people's private affairs or personal lives, especially when it involves spreading rumors or unverified information. - അപവാദം, പരദൂഷണം.

✦ He loved gossip and scandal.
അദ്ദേഹം പരദൂഷണത്തെയും അപവാദങ്ങളെയും ഇഷ്ടപ്പെട്ടു.

# Scandal (v)

🔊 /ˈskændl̩/ (SKAN-dl): Refers to an event or action that causes public outrage due to its perceived immorality, dishonesty, or improper conduct - അപവാദം, അഴിമതി, തട്ടിപ്പ്.

✦ An insightful probe into a murky scandal (Deccan Herald)
ദുരൂഹമായ ഒരു അഴിമതിയെക്കുറിച്ചുള്ള ഉൾക്കാഴ്ചയുള്ള അന്വേഷണം.

# Derogatory (adj)

🔊 /dɪˈrɒɡətəri/ (dih-ROG-uh-tuh-ree): Means showing a critical or disrespectful attitude towards someone or something, often through language that belittles or disparages - **മോശമായിട്ടുള്ള, ഇടിച്ചുതാഴ്ത്തുന്ന, വിലകുറയ്ക്കുന്ന, അപകീർത്തിപ്പെടുത്തുന്ന.**

✦ On derogatory words on PM Modi, Maldives minister says, 'Won't happen again' (Hindustan Times)
പ്രധാനമന്ത്രി മോദിയെ അപകീർത്തിപ്പെടുത്തുന്ന വാക്കുകളിൽ 'ഇനി ആവർത്തിക്കില്ല' എന്ന് മാലിദ്വീപ് മന്ത്രി.

✦ BJP slams DMK after Tamil Nadu minister's derogatory remarks against PM (India Today)
പ്രധാനമന്ത്രിക്കെതിരെ തമിഴ്നാട് മന്ത്രിയുടെ അപകീർത്തികരമായ പരാമർശത്തിന് പിന്നാലെ ഡിഎംകെയ്ക്കെതിരെ ബിജെപി ആഞ്ഞടിച്ചു.

# Obnoxious (adj)

🔊 /əbˈnɒkʃəs/ (uhb-NOK-shuhs): Extremely unpleasant or offensive; irritating or annoying - നിന്ദ്യമായ, മോശമായ, അശ്ലീലമായ.

✦ Shakti row: BJP complains to EC, says Rahul Gandhi's 'obnoxious' remarks 'hurt religious sentiments' (Times of India)
ശക്തി തർക്കം: രാഹുൽ ഗാന്ധിയുടെ അശ്ലീല പരാമർശം മതവികാരം വ്രണപ്പെടുത്തിയെന്ന് ബിജെപി തെരഞ്ഞെടുപ്പ് കമ്മീഷനിൽ പരാതി നൽകി.

# Distasteful (adj)

🔊 /dɪsˈteɪstfl/ (dis-TAYST-fuhl): Unpleasant, offensive, or causing a feeling of dislike or disgust - അപ്രിയമായ, അനിഷ്ടമുള്ള.

✦ A distasteful remark and a half-hearted apology (Deccan Herald)
അപ്രിയമായ ഒരു പരാമർശവും പാതി മനസ്സോടെയുള്ള ക്ഷമാപണവും.

# Unsavoury (adj)

🔊 /dɪsˈteɪstfl/ (dis-TAYST-fuhl): Unpleasant, offensive, or causing a feeling of dislike or disgust. - അപ്രിയമായ, അസഹ്യമായ, അനിഷ്ടമുള്ള, അസുഖകരമായ, വെറുപ്പിക്കുന്ന.

✦ Sam Pitroda's reappointment Congress's endorsement to his 'unsavoury' remarks: BJP (Deccan Herald)
സാം പിത്രോഡയുടെ പുനർനിയമനം അദ്ദേഹത്തിന്റെ 'അപ്രിയമായ' പരാമർശങ്ങൾക്ക് കോൺഗ്രസിന്റെ അംഗീകാരം: ബി.ജെ.പി.

# Obscene (adj)

🔊 /əbˈsiːn/ (uhb-SEEN): Offensive or disgusting by accepted standards of morality or decency, often referring to explicit or indecent content. - അശ്ലീലമായ, വൃത്തികെട്ട, അസഭ്യമായ.

✦ Maharashtra: Akola school teacher shows obscene videos to 6 girls, molests them; arrested (Deccan Herald)
മഹാരാഷ്ട്ര: അകോല സ്കൂൾ അധ്യാപിക 6 പെൺകുട്ടികളെ അശ്ലീല വീഡിയോ കാണിച്ച് പീഡിപ്പിച്ചു; അറസ്റ്റ് ചെയ്തു.

# Malign (v)

🔊 /məˈlaɪn/ (muh-LYNE): To speak harmful or false things about someone; to defame or slander. - അപകീർത്തിപ്പെടുത്തുക.

✦ Monthly payoff controversy was intended to malign Chief Minister: CPM on verdict (Mathrubhumi English)

മാസപ്പടി വിവാദം മുഖ്യമന്ത്രിയെ അപകീർത്തിപ്പെടുത്താൻ ഉദ്ദേശിച്ചുള്ളതാണെന്ന് വിധിയിൽ സി.പി.എം.

## Defame (v)

🕮 /dɪˈfeɪm/ (dih-FAYM): Means to damage the reputation of someone or something by spreading false or malicious statements about them - **അപകീർത്തിപ്പെടുത്തുക.**

✦ 'Mass political campaign to defame Kerala': Minister KN Balagopal (Newslaundry)

കേരളത്തെ അപകീർത്തിപ്പെടുത്താൻ വൻ രാഷ്ട്രീയ പ്രചാരണം: മന്ത്രി കെഎൻ ബാലഗോപാൽ.

## Belittle (v)

🕮 /bɪˈlɪtəl/ (bih-LIT-ul): To make someone or something seem unimportant or insignificant; to demean or criticize. - **താഴ്ത്തികെട്ടുക, ഇടിച്ചുകാണിക്കുക, കൊച്ചാക്കുക, ഇകഴ്ത്തുക**

✦ 'Rahul Gandhi Must Apologise for Belittling India, Justifying Terror: BJP (NDTV)

ഭീകരതയെ ന്യായീകരിച്ച് ഇന്ത്യയെ ഇകഴ്ത്തിയതിന് രാഹുൽ ഗാന്ധി മാപ്പ് പറയണം: ബിജെപി.

## Demean (v)

🕮 /dɪˈmiːn/ (dih-MEEN): Means to lower or degrade someone's dignity or standing, often through words or actions that make them feel less respected or valued - **നിന്ദിക്കുക, അപമാനിക്കുക, മാനക്കേടു വരുത്തുക, അന്തസ്സു കുറയ്ക്കുക**

✦ Won't allow anyone to demean India: Amit Shah (NDTV)

ഇന്ത്യയെ അപമാനിക്കാൻ ആരെയും അനുവദിക്കില്ല: അമിത് ഷാ.

## Affront (v)

🕮 /əˈfrʌnt/ (uh-FRUNT): Means n action or remark that causes outrage or offense. - **അധി ക്ഷേപം, അവഹേളനം, വെല്ലുവിളി.**

✦ Denying overtime wages affront to worker's right to life: SC quashes Gujarat govt's order (Hindustan Times)

അതിക സമയ ജോലിക്കുള്ള വേതനം നിഷേധിക്കുന്നത് തൊഴിലാളിയുടെ ജീവിക്കാനുള്ള അവകാശത്തോടുള്ള പര സ്വമായ അവഹേളനമാണ് (വെല്ലുവിളിയാണ്): ഗുജറാത്ത് സർക്കാരിന്റെ ഉത്തരവ് സുപ്രീം കോടതി റദ്ദാക്കി.

↳ *Practice Collocations (91)*

| | |
|---|---|
| ചെളിവാരിയെറിയലും കള്ളപ്രചാരണവും. | **Mudslinging** and false propaganda. |
| ഇപ്പോഴുള്ള പാർലമെന്റ് നടപടികളെ തടസ്സപ്പെടുത്തുന്ന ആക്രോഷം, അസഭ്യം പറച്ചിൽ, മുദ്രാവാക്യം വിളി എന്നിവയിൽ എച്ച്. ഡി. ദേവഗൗഡ അതൃപ്തി രേഖപ്പെടുത്തി. | HD Deve Gowda voiced his displeasure about the shouting, **name-calling** and sloganeering that are marring parliamentary proceedings these days |
| അധമമായ അപകീർത്തിപ്പെടുത്തൽ | Vicious **defamation.** |
| ക്ഷേമ പെൻഷൻ പ്രതിഷേധം: സിപിഎമ്മിന്റെ കുപ്രചരണത്തിനെതിരെ എൺപതുകാരി ഹൈക്കോടതിയെ സമീപിക്കും | Welfare pension protest: Octogenarian woman to approach HC against CPM's **smear** campaign |
| ഓൺലൈൻ അപവാദ പ്രചരണത്തിന് മറുപടിയുമായി അച്ചു ഉമ്മൻ. | Achu Oommen responds to online **smear** campaign. |
| കുപ്രചരണത്തിനെതിരെ മുഖ്യമന്ത്രിയെ പ്രതിരോധിക്കാൻ സിപിഐ എം റാലി. | CPI(M) rallies to defend CM against '**slander** campaign' |
| സിപിഎം സ്ത്രീകളെ അപകീർത്തിപ്പെടുത്തിയതിന് കേരള ബിജെപി അധ്യക്ഷനെതിരെ യൂത്ത് കോൺഗ്രസ് നേതാവ് പരാതി നൽകി. | Youth Congress leader files complaint against Kerala BJP chief for **slander** of CPM women. |
| രാഷ്ട്രീയക്കാരുടെ വ്യാപകമായ അധിക്ഷേപം | The widespread **vilification** of politicians. |

| | |
|---|---|
| വിദ്യാഭ്യാസരംഗത്തോടുള്ളല ചാൻസലറുടെ അധിക്ഷേപം, വ്യാഖ്യാനം എന്തുതന്നെ ആയാലും, സർവ്വകലാശാലകളുടെ പ്രതിച്ഛായ പരിഹരിക്കാനാവാത്ത വിധം കളങ്കപ്പെടുത്തി. | The chancellor's **vituperation** on the academia, whatever the rationale, has irreparably tarnished the image of universities. |
| അമുൽ അപകീർത്തി കേസിൽ അയർലൻഡ് ജുഡീഷ്യറിയുടെ സഹായം തേടുന്നത് ഡൽഹി ഹൈക്കോടതി പരിഗണിച്ചു. | Delhi High Court considers seeking help from Ireland judiciary in Amul **disparagement** case. |
| അദ്ദേഹമാണ് ഏഷണി പറയുന്ന വ്യക്തി. | He is the person who **backbites**. |
| അത്തരത്തിലുള്ള ഒരു അപവാദവും അനുവദനീയമല്ല. | No such **slur** is permitted. |
| അയാൾ ദുരാരോപണത്തിന്റെ ഇരയായിരുന്നു. | He was the victim of **calumny**. |
| ആളുകൾ എന്നെ കുറ്റം പറയുകയായിരുന്നു. | People have been **slagging me off**. |
| അവളുടെ നേട്ടങ്ങളെ അപകീർത്തിപ്പെടുത്താൻ ഞാൻ ഉദ്ദേശിച്ചിരുന്നില്ല. | I didn't intend to **denigrate** her achievements. |
| അദ്ദേഹം പരദൂഷണത്തെയും അപവാദങ്ങളെയും ഇഷ്ടപ്പെട്ടു. | He loved **gossip** and scandal. |
| എയർ ഇന്ത്യ അഴിമതിയിൽ അന്വേഷണം... | Investigation in air India **scandal**... |
| അപകീർത്തികരമായ പരാമർശങ്ങൾ... | **Derogatory** remarks... |
| രാഹുൽ ഗാന്ധിയുടെ അശ്ലീല പരാമർശം മതവികാരം വ്രണപ്പെടുത്തി... | Rahul Gandhi's '**obnoxious**' remarks 'hurt religious sentiments... |
| അപ്രിയമായ ഒരു പരാമർശവും പാതി മനസ്സോടെയുള്ള ക്ഷമാപണവും. | A **distasteful** remark and a half-hearted apology. |
| അപ്രിയമായ പരാമർശം... | **Unsavoury**' remarks... |
| അശ്ലീല വീഡിയോകൾ... | **Obscene** videos... |
| മുഖ്യമന്ത്രിയെ അപകീർത്തിപ്പെടുത്താൻ ഉദ്ദേശിച്ചുള്ള... | Intended to **malign** chief minister... |
| കേരളത്തെ അപകീർത്തിപ്പെടുത്താൻ വൻ രാഷ്ട്രീയ പ്രചാരണം | Mass political campaign to **defame** Kerala |
| ഭീകരതയെ ന്യായീകരിച്ച് ഇന്ത്യയെ ഇകഴ്ത്തിയതിന് രാഹുൽ ഗാന്ധി മാപ്പ് പറയണം: ബിജെപി. | 'Rahul Gandhi Must Apologise for **Belittling** India, Justifying Terror: BJP |
| ഇന്ത്യയെ അപമാനിക്കാൻ ആരെയും അനുവദിക്കില്ല. | Won't allow anyone to **demean** India. |
| ജനാധിപത്യത്തോടുള്ള അവഹേളനം. | An **affront** to democracy. |

↳ *Reinforce the pronunciation*

| | | | |
|---|---|---|---|
| 1 | **Mudslinging** | /ˈmʌdˌslɪŋɪŋ/ | MUD-sling-ing |
| 2 | **Name-calling** | /ˈneɪmˌkɔːlɪŋ/ | NAME-calling |
| 3 | **Defamation** | /ˌdɛfəˈmeɪʃən/ | DEF-uh-MAY-shən |
| 4 | **Smearing** | /ˈsmɪərɪŋ/ | SMEER-ing |
| 5 | **Slander** | /ˈslændər/ | SLAN-der |
| 6 | **Vilification** | /vɪˌlɪfɪˈkeɪʃən/ | vi-li-fi-KAY-shən |
| 7 | **Vituperation** | /vaɪˌtjuːpəˈreɪʃən/ | vai-TOO-puh-RAY-shən |
| 8 | **Disparage** | /dɪˈspærɪdʒ/ | di-SPAR-ij |
| 9 | **Backbite** | /ˈbækˌbaɪt/ | BAK-bite |
| 10 | **Slur** | /slɜːr/ | slur |
| 11 | **Calumny** | /ˈkæləmni/ | KAL-uhm-nee |
| 12 | **Slag off** | /slæg ɒf/ | slag off |
| 13 | **Denigrate** | /ˈdɛnɪgreɪt/ | DEN-i-grayt |
| 14 | **Gossip** | /ˈgɒsɪp/ | GOS-ip |
| 15 | **Scandal** | /ˈskændl/ | SKAN-dl |
| 16 | **Derogatory** | /dɪˈrɒgətəri/ | di-ROG-uh-tuh-ree |

| 17 | Obnoxious | /əbˈnɒkʃəs/ | uhb-NOK-shuhs |
| 18 | Distasteful | /dɪsˈteɪstfl/ | dis-TAYST-fuhl |
| 19 | Unsavoury | /dɪsˈteɪstfl/ | dis-TAYST-fuhl |
| 20 | Obscene | /əbˈsiːn/ | uhb-SEEN |
| 21 | Malign | /məˈlaɪn/ | muh-LYNE |
| 22 | Defame | /dɪˈfeɪm/ | dih-FAYM |
| 23 | Belittle | /bɪˈlɪtəl/ | bih-LIT-ul |
| 24 | Demean | /dɪˈmiːn/ | dih-MEEN |
| 25 | Affront | /əˈfrʌnt/ | uh-FRUNT |

# 92. UP is currently 'number 1' in spending on 'false propaganda': Akhilesh Yadav (India TV)

"വ്യാജപ്രചാരണങ്ങൾക്കായി ചെലവഴിക്കുന്നതിൽ യുപി നിലവിൽ ഒന്നാംസ്ഥാനത്താണ്: അഖിലേഷ് യാദവ്."

**Propaganda:** In this context, "propaganda" refers to information, especially biased or misleading information, used to promote or publicize a particular political cause or point of view. Akhilesh Yadav is suggesting that Uttar Pradesh (UP) is leading in spending on spreading false or misleading information to influence public opinion in favor of a specific agenda or political stance.

☐ Propaganda
☐ Backing
☐ Campaign

## Propaganda (n)

🔊 /ˌprɒpəˈɡændə/ (PROP-uh-GAN-duh): Refers to information, especially of a biased or misleading nature, used to promote or publicize a particular political cause, ideology, or point of view - പ്രചാരണം

✦6 Maoists tasked with putting up propaganda banners held in Chhattisgarh (The Print)
പ്രചരണ ബാനറുകൾ സ്ഥാപിച്ചതിന് ഉത്തരവാദികളായ ആറ് മാവോയിസ്റ്റുകളെ ഛത്തീസ്ഗഢിൽ അധികൃതർ കസ്റ്റഡിയിലെടുത്തു.

## Backing (n)

🔊 /ˈbækɪŋ/ (BAK-ing): Refers to support or endorsement given to someone or something, typically in the form of financial support, encouragement, or approval - പിന്തുണ.

✦Trans community in Tamil Nadu seeks state backing.
തമിഴ്‌നാട്ടിലെ ഭിന്നലിംഗക്കാർ സംസ്ഥാന പിന്തുണതേടുന്നു.

## Campaign (n)

🔊 /kæmˈpeɪn/ (kam-PAYN): Refers to a series of organized activities or efforts, often for a specific purpose such as promoting a cause, marketing a product, or pursuing a political office - പ്രചാരണം

✦Actor Asif Ali urges supporters to refrain from hate campaign against musician Ramesh Narayan (The Hindu)

സംഗീതജ്ഞൻ രമേഷ് നാരായനെതിരായ വിദ്വേഷ പ്രചാരണത്തിൽ നിന്ന് പിന്മാറണമെന്ന് നടൻ ആസിഫ് അലി അനുയായികളോട് അഭ്യർത്ഥിച്ചു.

↳ *Practice Collocations (92)*

| പ്രധാനമന്ത്രി മോദിക്ക് വേണ്ടിയുള്ള പ്രചരണം... | **Propaganda** for PM modi... |
|---|---|
| തമിഴ്‌നാട്ടിലെ ഭിന്നലിംഗക്കാർ സംസ്ഥാന പിന്തുണതേടുന്നു. | Trans community in tamilnadu seeks state **backing**. |
| സംഗീതജ്ഞൻ രമേഷ് നാരായണനെതിരെ വിദ്വേഷ പ്രചാരണം. | Hate **campaign** against musician Ramesh Narayan. |

↳ *Reinforce the pronunciation*

| | | | |
|---|---|---|---|
| 1 | **Propaganda** | /ˌprɒpəˈɡændə/ | PROP-uh-GAN-duh |
| 2 | **Backing** | /ˈbækɪŋ/ | BAK-ing |
| 3 | **Campaign** | /kæmˈpeɪn/ | kam-PAYN |

# 93. 'BJP's apathy, <u>blatant</u> disregard': DK Shivakumar on Sakshi Malik retirement (Hindustan Times)

"'ബിജെപിയുടെ നിസ്സംഗതയും നഗ്നമായ അവഗണനയും': സാക്ഷി മാലിക് വിരമിക്കലിനെ കുറിച്ച് ഡികെ ശിവകുമാർ "

**Blatant:** In this context, "blatant" means very obvious and deliberate, often in a way that is considered offensive or disrespectful. DK  Shivakumar is likely expressing that the BJP's disregard for Sakshi Malik's retirement was not just neglectful but was also clear and unashamed. The word suggests that the BJP's actions or lack thereof were conspicuously evident and without attempting to conceal their disregard.

☐ Blatant
☐ Flagrant
☐ Glaring
☐ Overt
☐ Palpable

☐ Manifestly
☐ Demonstrably
☐ Conspicuous
☐ Tangible

## Blatant (adj)

🔊 /ˈbleɪtənt/ (BLAYT-nt): Means very obvious or conspicuous, often in a way that is brazen or flagrant, lacking any attempt to hide or disguise - പ്രകടമായ, നഗ്നമായ, ശബ്ദബഹുലമായ, ഒച്ചപ്പാടുനിറഞ്ഞ.

◆"Blatant violation to secular nature...": IMA Kerala objects to NMC's logo depicting Hindu deity (ANI)

'മതേതര സ്വഭാവത്തോടുള്ള നഗ്നമായ ലംഘനം...': ഹിന്ദു ദൈവത്തെ ചിത്രീകരിക്കുന്ന എൻഎംസിയുടെ ലോഗോയ് ക്കെതിരെ ഐഎംഎ കേരള

## Flagrant (adj)

🔊 /ˈfleɪɡrənt/ *(FLAY-gruhnt):* Means conspicuously offensive, blatant, or glaringly obvious, often in a negative sense. It describes something that is clearly and unmistakably wrong or offensive, without attempt to conceal it - പ്രത്യക്ഷമായ, നഗ്നമായ.

✦The Act implemented by the Union government is a flagrant violation of the Constitution. (The Hindu)
കേന്ദ്രസർക്കാർ നടപ്പാക്കിയ നിയമം ഭരണഘടനയുടെ നഗ്നമായ ലംഘനമാണ്.

## Glaring (adj)

🔊 /ˈɡlɛərɪŋ/ *(GLAIR-ing):* Extremely obvious or noticeable; harshly bright or intense. - പ്രത്യക്ഷമായ, പ്രകടമായ, വ്യക്തമായ.

✦Driving tests in Kerala: AG's audit report exposes glaring deficiencies (Mathrubhumi English)
കേരളത്തിലെ ഡ്രൈവിംഗ് ടെസ്റ്റുകൾ: എജിയുടെ ഓഡിറ്റ് റിപ്പോർട്ട് വ്യക്തമായ പോരായ്മകൾ തുറന്നുകാട്ടുന്നു.

## Overt (adj)

🔊 /ˈoʊvərt/ *(OH-vurt):* Done openly and not hidden; obvious or apparent. - പ്രത്യക്ഷമായ.

✦Laws exist to protect individuals from overt discrimination based on race, gender, or religion. (The Hindu)
വംശം, ലിംഗഭേദം അല്ലെങ്കിൽ മതം എന്നിവയെ അടിസ്ഥാനമാക്കിയുള്ള പ്രത്യക്ഷമായ വിവേചനത്തിൽ നിന്ന് വ്യക്തികളെ സംരക്ഷിക്കാൻ നിയമങ്ങൾ നിലവിലുണ്ട്.

## Palpable (adj)

🔊 /ˈpælpəbəl/ *(PAL-puh-buhl):* Easily noticeable or perceptible; so intense that it feels almost tangible. - പ്രത്യക്ഷമായ, പ്രകടമായ.

✦Palpable anger among farmers against BJP as Punjab heads to polls (The Economic Times)
പഞ്ചാബ് തെരഞ്ഞെടുപ്പിലേക്ക് നീങ്ങുമ്പോൾ ബിജെപിക്കെതിരെ കർഷകർക്കിടയിൽ പ്രകടമായ രോഷം.

## Manifestly (adv)

🔊 /ˈmænɪfɛstli/ *(MAN-uh-fest-lee):* Clearly or obviously evident. – വ്യക്തമായ.

✦"Palpably wrong, manifestly erroneous and demonstrably unsustainable" (madras HC)
പ്രത്യക്ഷമായ അബദ്ധം, വ്യക്തമായ പിഴവ്, പ്രത്യക്ഷമായി നിലനിൽക്കാത്തത്..

## Demonstrably (adv)

🔊 /ˈdemənstrəbli/ *(DEM-uhn-struh-bly):* In a way that is clearly evident or provable. - പ്രത്യക്ഷമായി.

✦The benefits of the new policy were manifestly clear to all employees. (The Hindu)
പുതിയ നയത്തിന്റെ നേട്ടങ്ങൾ എല്ലാ ജീവനക്കാർക്കും പ്രത്യക്ഷത്തിൽ വ്യക്തമായിരുന്നു.

## Conspicuous (adj)

🔊 /kənˈspɪkjʊəs/ *(kuhn-SPIK-yoo-uhs):* Means easily noticeable or standing out, often attracting attention due to being prominent, visible, or striking - സുവ്യക്തമായ, പ്രകടമായ, എളുപ്പം കാണത്തക്ക, അനായാസം കണ്ണിൽ പെടുന്ന.

✦A tower conspicuous at a great distance
വളരെ അകലെ, വ്യക്തമായി കാണാവുന്ന ഒരു ഗോപുരം.

## Tangible (adj)

🔊 /ˈtændʒɪbəl/ *(TAN-juh-buhl):* Something real, concrete, or perceptible by touch. - സുവ്യക്തമായ, പ്രകടമായ.

✦US: No tangible proof of India deepening ties with Russia (Times of India)
യുഎസ്: ഇന്ത്യ റഷ്യയുമായുള്ള ബന്ധം ശക്തമാക്കുന്നതിന്റെ വ്യക്തമായ തെളിവുകളൊന്നുമില്ല.

↳ *Practice Collocations (93)*

| | |
|---|---|
| അദ്ദേഹത്തിന്റെ പരാമർശങ്ങളിലെ പ്രകടമായ വർഗ്ഗീയത എന്നെ ഞെട്ടിച്ചു. | I was shocked by the **blatant** racism of his remarks. |
| അതൊരു പച്ചക്കള്ളമായിരുന്നു. | It was a **blatant** lie. |
| പ്രകടമായ ജാതി അധിക്രമങ്ങൾ... | **Blatant** caste atrocities... |

| നഗ്നമായ ലംഘനങ്ങൾ | **Flagrant** violations |
|---|---|
| പ്രകടമായ അസാന്നിധ്യം | **Glaring** absence |
| വ്യക്തമായ പിശകുകൾ | **Glaring** errors |
| പ്രത്യക്ഷമോ രഹസ്യമോ ആയ ഭീകരപ്രവർത്തനങ്ങൾ | **Overt** or covert terror acts |
| പ്രത്യക്ഷമായ അബദ്ധം, വ്യക്തമായ പിഴവ്, പ്രത്യക്ഷമായി നിലനിൽക്താത്തത്.. | "**Palpably** wrong, manifestly erroneous and demonstrably unsustainable" (madras HC) |
| ഒരു പ്രകടമായ പിശക്. | A **conspicuous** error. |
| പ്രകടമായ മാറ്റങ്ങൾ. | **Conspicuous** changes. |
| വളരെ അകലെ, വ്യക്തമായി കാണാവുന്ന ഒരു ഗോപുരം. | A tower **conspicuous** at a great distance. |
| വ്യക്തമായ തെളിവ്... | **Tangible** proof... |

↳ *Reinforce the pronunciation*

| 1 | Blatant | /ˈbleɪtənt/ | BLAYT-nt |
|---|---|---|---|
| 2 | Flagrant | /ˈfleɪgrənt/ | FLAY-gruhnt |
| 3 | Glaring | /ˈgleərɪŋ/ | GLAIR-ing |
| 4 | Overt | /ˈoʊvərt/ | OH-vurt |
| 5 | Palpable | /ˈpælpəbəl/ | PAL-puh-buhl |
| 6 | Manifestly | /ˈmænɪfestli/ | MAN-uh-fest-lee |
| 7 | Demonstrably | /ˈdemənstrəbli/ | DEM-uhn-struh-bly |
| 8 | Conspicuous | /kənˈspɪkjʊəs/ | kuhn-SPIK-yoo-uhs |
| 9 | Tangible | /ˈtændʒɪbəl/ | TAN-juh-buhl |

# 94. No govt <u>sanction</u> yet for AIIMS Kozhikode (The Hindu)

"കോഴിക്കോട് എയിംസിന് ഇതുവരെ സർക്കാർ അനുമതിയില്ല."

**Sanction:** In this context, the word "sanction" means official approval or authorization from the government. The headline suggests that the government has not yet given the official approval or authorization required for AIIMS Kozhikode to proceed with its plans or operations.

☐ Sanction
☐ Endorse
☐ Consent
☐ Assent
☐ Consensus

## Sanction (n/v)

🔊 /ˈsæŋkʃən/ (SANK-shuhn): An official approval or permission for an action; can also mean a penalty imposed for breaking a rule or law. - **അനുമതി/ ഉപരോധം.**

◆Kerala Alleges Centre Imposing Financial Sanctions (Deccan Chronicle)
കേന്ദ്രം സാമ്പത്തിക ഉപരോധം ഏർപ്പെടുത്തുന്നതായി കേരളം ആരോപിക്കുന്നു.

## Endorse (v)

🔊 /ɪnˈdɔːrs/ (in-DOHRS): To publicly approve, support, or recommend something or someone.- **അംഗീകരിക്കുക** (Endorsement (n) **അംഗീകാരം).**

◆The report was endorsed by the college (The Hindu)
റിപ്പോർട്ട് കോളേജ് അംഗീകരിച്ചു.

## Consent (n)

🗣 */kən'sɛnt/ (kuhn-SENT):* Means to give permission or agreement for something to happen. It involves voluntarily agreeing to or approving of a proposal, request, or action - **സമ്മതം, അനുമതി, അംഗീകാരം**

✦Sabari rail project: State yet to issue consent letter

ശബരി റെയിൽ പദ്ധതി: സംസ്ഥാനം ഇതുവരെ സമ്മതപത്രം നൽകിയിട്ടില്ല.

## Assent (n)

🗣 */ə'sɛnt/ (uh-SENT):* Means to express agreement or approval, often by nodding or saying "yes." It indicates consent or acceptance of something, especially a proposal, decision, or opinion - **സമ്മതം, അനുമതി.**

✦Bill to make Punjab CM chancellor of state universities returned by President without assent (The Indian Express)

പഞ്ചാബ് മുഖ്യമന്ത്രിയെ സംസ്ഥാന സർവകലാശാലകളുടെ ചാൻസലറാക്കാനുള്ള ബിൽ രാഷ്ട്രപതിയുടെ അനുമതിയില്ലാതെ തിരിച്ചയച്ചു.

## Consensus (n)

🗣 */kən'sɛnsəs/ (kuhn-SEN-suhs):* General agreement or a collective opinion among a group. - **പൊതുസമ്മതം, അഭിപ്രായെക്യം.**

✦ "Consensus Very Important...": PM As BJP's Coalition Government Starts Term (Telegraph India)

'അഭിപ്രായെക്യം വളരെ പ്രധാനമാണ്...': ബിജെപിയുടെ കൂട്ടുകക്ഷി സർക്കാർ കാലാവധി ആരംഭിക്കുമ്പോൾ പ്രധാനമന്ത്രി.

↳ *Practice Collocations (94)*

| | |
|---|---|
| കോഴിക്കോട് എയിംസിന് ഇതുവരെ സർക്കാർ അനുമതിയില്ല. | No govt **sanction** yet for AIIMS Kozhikode. |
| കേന്ദ്രം സാമ്പത്തിക ഉപരോധം ഏർപ്പെടുത്തുന്നതായി കേരളം ആരോപിക്കുന്നു. | Kerala alleges center imposing financial **sanctions.** |
| റിപ്പോർട്ട് കോളേജ് അംഗീകരിച്ചു | The report was **endorsed** by the college |
| ശബരി റെയിൽ പദ്ധതി: സംസ്ഥാനം ഇതുവരെ സമ്മതപത്രം നൽകിയിട്ടില്ല | Sabari rail project: State yet to issue **consent** letter |
| രാഷ്ട്രപതിയുടെ അനുമതിക്കായി മാറ്റിവയ്ക്കുന്നു... | Reserves for presidential **assent...** |
| അഭിപ്രായെക്യം വളരെ പ്രധാനമാണ്... | **Consensus** Very Important... |

↳ *Reinforce the pronunciation*

| | | | |
|---|---|---|---|
| 1 | **Sanction** | /'sæŋkʃən/ | SANK-shuhn |
| 2 | **Endorse** | /ɪn'dɔːrs/ | in-DOHRS |
| 3 | **Consent** | /kən'sɛnt/ | kuhn-SENT |
| 4 | **Assent** | /ə'sɛnt/ | uh-SENT |
| 5 | **Consensus** | /kən'sɛnsəs/ | kuhn-SEN-suhs |

# 95. Won't merge panchayats with urban local bodies before <u>tenure</u> ends: Min Nehru (The Hindu)

*"കാലാവധി കഴിയുന്നതിന് മുമ്പ് പഞ്ചായത്തുകളെ നഗര തദ്ദേശ സ്ഥാപനങ്ങളുമായി ലയിപ്പിക്കില്ല: മിന് നെഹ്റു."*

**Tenure:** In this context, "tenure" refers to the period of time during which someone holds a particular position or office. Specifically, it means the duration of Minister Nehru's current term or term of office. The statement suggests that Minister Nehru does not intend to merge panchayats (village councils) with urban local bodies (municipalities or city councils) before his current term in office is completed.

☐ **Tenure**
☐ **Incumbency**
☐ **Era**
☐ **Epoch**
☐ **Regime**
☐ **Envoy**

## Tenure (n)

🔊 */ˈtɛnjər/ (TEN-yur):* The period of holding a position. - ഭരണകാലം, അധികാരകാലം.

✦Ramadoss slams TN govt for extending tenure of assembly secretary K Srinivasan (Times of India)
നിയമസഭാ സെക്രട്ടറി കെ ശ്രീനിവാസന്റെ കാലാവധി നീട്ടിയതിന് തമിഴ്നാട് സർക്കാരിനെതിരെ രൂക്ഷ വിമർശനവുമായി രാംദാസ്.

## Incumbency (n)

🔊 */ɪnˈkʌmbənsi/ ( in-KUM-buhn-see):* The period during which someone holds an official position. - ഭരണകാലം, ഔദ്യോഗിക നിർവ്വഹണകാലം.

✦CPM central committee evaluates poll defeat, acknowledges anti-incumbency sentiment (The Hindu)

സി.പി.എം കേന്ദ്ര കമ്മിറ്റി തെരഞ്ഞെടുപ്പ് പരാജയം വിലയിരുത്തി, ഭരണവിരുദ്ധ വികാരം അംഗീകരിച്ചു.

## Era (n)

🔊 */ˈɪərə/ (EER-uh):* A long and distinct period marked by particular events or characteristics. - കാലം, കാലഘട്ടം, യുഗം.

✦His death marked the end of an era.
അദ്ദേഹത്തിന്റെ മരണം ഒരു യുഗത്തിന്റെ അന്ത്യം കുറിച്ചു.

## Epoch (n)

🔊 */ˈɛpək/ (EP-uhk):* A significant period in history or a person's life. - യുഗം, കാലഘട്ടം.

✦India's 2024 elections may bring a new political epoch (East Asia Forum)
2024 ലെ ഇന്ത്യയിലെ തിരഞ്ഞെടുപ്പ് ഒരു പുതിയ രാഷ്ട്രീയ യുഗം കൊണ്ടുവന്നേക്കാം.

## Regime (n)

🔊 */reɪˈʒiːm/ (ray-ZHEEM):* A system of government or rule, often authoritarian. - ഭരണ വ്യവസ്ഥ, ഭരണകൂടം

✦Power of Constitution can defeat 'dictatorial regime's arrogance' (Hindustan Times)
ഭരണഘടനയുടെ അധികാരത്തിന് 'സ്വേച്ഛാധിപത്യ ഭരണകൂടത്തിന്റെ ധാർഷ്ട്യത്തെ' പരാജയപ്പെടുത്താൻ കഴിയും.

## Envoy (n)

🔊 */ˈɛnvɔɪ/ (EN-voy):* A messenger or representative, often a diplomat sent on a special mission or to represent a government - നയതന്ത്രപ്രതിനിധി

✦Indian Envoy Hails PM Modi's Historic Visit To Poland As 'Exciting And Important' (Newsx)
പ്രധാനമന്ത്രി മോദിയുടെ ചരിത്രപരമായ പോളണ്ട് സന്ദർശനം ആവേശകരവും പ്രാധാന്യമർഹിക്കുന്നതുമാണെന്ന് ഇന്ത്യൻ പ്രതിനിധി പ്രശംസിച്ചു.

✦P Harish to be India's next envoy to UN in New York (The Hindu)

ന്യൂയോർക്കിലെ യുഎന്നിലെ ഇന്ത്യയുടെ അടുത്ത പ്രതിനിധിയായി പി ഹരീഷ്.

↳ *Practice Collocations (95)*

| | |
|---|---|
| അദ്ദേഹം പ്രധാനമന്ത്രിയായിരുന്ന കാലത്ത്... | During his **tenure** as PM... |
| ഭരണവിരുദ്ധ വികാരം... | Anti-**Incumbency** Sentiment... |
| തെലങ്കാന തിരഞ്ഞെടുപ്പ്: ഭരണവിരുദ്ധ വികാരം തടയാൻ ബിആർഎസിന് കഴിയുമോ? | Telangana Polls: Can BRS Fend Off Anti-**Incumbency** Sentiment? |
| അയാളുടെ ഭരണകാലത്ത് നിരവധി മാറ്റങ്ങൾ കൊണ്ടുവന്നു. | During his **incumbency** several changes were introduced. |
| അദ്ദേഹത്തിന്റെ മരണം ഒരു യുഗത്തിന്റെ അന്ത്യം കുറിച്ചു. | His death marked the end of an **era**. |
| ഒരു യുഗത്തിന്റെ അവസാനം. | The end of an **epoch**. |
| ഭരണഘടനയുടെ അധികാരത്തിന് സ്വേച്ഛാധിപത്യ ഭരണകൂടത്തിന്റെ ധാർഷ്ട്യം... | Dictatorial **regime's** arrogance... |
| ന്യൂയോർക്കിലെ യുഎന്നിലെ ഇന്ത്യയുടെ അടുത്ത പ്രതിനിധിയായി പി ഹരീഷ്. | P Harish to be India's next **envoy** to UN in New York. |

↳ *Reinforce the pronunciation*

| | | | |
|---|---|---|---|
| 1 | **Tenure** | /ˈtɛnjər/ | TEN-yur |
| 2 | **Incumbency** | /ɪnˈkʌmbənsi/ | in-KUM-buhn-see |
| 3 | **Era** | /ˈɪərə/ | EER-uh |
| 4 | **Epoch** | /ˈɛpək/ | EP-uhk |
| 5 | **Regime** | /reɪˈʒiːm/ | ray-ZHEEM |
| 6 | **Envoy** | /ˈɛnvɔɪ/ | EN-voy |

# 96. Ayodhya's Real Estate: A <u>lucrative</u> investment amidst historic developments (The Financial Express)

"അയോധ്യയിലെ റിയൽ എസ്റ്റേറ്റ്: ചരിത്രപരമായ സംഭവവികാസങ്ങൾക്കിടയിലുള്ള ലാഭകരമായ നിക്ഷേപം."

**Lucrative:** In this context, "lucrative" means highly profitable or potentially yielding significant financial gain. The phrase suggests that investing in Ayodhya's real estate could be very profitable due to ongoing historic developments in the area, which may increase property values or attract lucrative business opportunities.

☐ **Lucrative**
☐ **Moneymaking**
☐ **Solvent**

## Lucrative (adj)

🗣 /ˈluːkrətɪv/ (LOO-kruh-tiv): Means producing a lot of profit or financial gain; something that is very profitable or advantageous in terms of money - ലാഭകരമായ, ആദായകരമായ.

✦Property owners seek to entice tenants with lucrative offers in Bengaluru (Time of India)

പ്രോപ്പർട്ടി ഉടമകൾ ബെംഗളൂരുവിൽ ലാഭകരമായ ഓഫറുകൾ നൽകി വാടകക്കാരെ വശീകരിക്കാൻ ശ്രമിക്കുന്നു.

## Moneymaking (adj)

🗣 */ˈmʌniˌmeɪkɪŋ/ (MUN-ee-may-king):* Refers to something that is designed or intended to make a profit or generate income, often implying a focus on financial gain or profitability- ലാഭകരമായ, പണമുണ്ടാക്കുന്ന.

✦Launching successful money-making ventures requires careful planning and market research. (The Financial Express) വിജയകരമായ പണം സമ്പാദിക്കുന്ന സംരംഭങ്ങൾ ആരംഭിക്കുന്നതിന് കൃത്യമായ ആസൂത്രണവും വിപണി ഗവേഷണവും ആവശ്യമാണ്.

↳ *Practice Collocations (96)*

## Solvent (adj)

🗣 */ˈsɒlvənt/ (SAHL-vuhnt):* Refers to the ability of a person or organization to pay off debts or meet financial obligations; it can also describe a substance capable of dissolving other substances - ലാഭകരമായ, കടം വീട്ടാൻ പണമുള്ള.

✦The company is now solvent. കമ്പനി ഇപ്പോൾ ലാഭകരമാണ്.

| ഇൻഡോർ ഒരു ലാഭകരമായ വസ്ത്ര നിർമ്മാണ കേന്ദ്രമാണ്. | Indore is a **lucrative** garment manufacturing hub. |
|---|---|
| പണമുണ്ടാക്കുന്ന സംരംഭങ്ങൾ. | **Money-making** ventures. |
| കമ്പനി ഇപ്പോൾ ലാഭകരമാണ്. | The company is now **solvent**. |

↳ *Reinforce the pronunciation*

| 1 | Lucrative | /ˈluːkrətɪv/ | LOO-kruh-tiv |
|---|---|---|---|
| 2 | Moneymaking | /ˈmʌniˌmeɪkɪŋ/ | MUN-ee-may-king |
| 3 | Solvent | /ˈsɒlvənt/ | SAHL-vuhnt |

# 97. 'Operation Ajay' set to <u>evacuate</u> Indian nationals from Israel (The Hindu)

"ഇസ്രായേലിൽ നിന്ന് ഇന്ത്യൻ പൗരന്മാരെ ഒഴിപ്പിക്കാൻ 'ഓപ്പറേഷൻ അജയ്' ഒരുങ്ങുന്നു."

**Evacuate:** In this context, "evacuate" means to systematically and safely remove Indian nationals from Israel to ensure their safety and well-being, especially in response to a potentially hazardous or threatening situation. It typically involves organized efforts by authorities to transport people away from danger zones or areas affected by crises such as conflicts, natural disasters, or other emergencies.

☐ **Evacuate**

☐ **Displace**
☐ **Vacate**
☐ **Rehabilitate**

## Evacuate (v)

🗣 */ɪˈvækjueɪt/ (ih-VAK-yoo-ayt):* Means to move people out of a dangerous or threatened place to ensure their safety - ഒഴിപ്പിക്കുക.

✦Operation Kaveri: India starts evacuating citizens from Sudan (BBC) ഓപ്പറേഷൻ കാവേരി: സുഡാനിൽ നിന്ന് ഇന്ത്യ പൗരന്മാരെ ഒഴിപ്പിക്കാൻ തുടങ്ങി.

## Displace (v)

🗣 /dɪsˈpleɪs/ (dis-PLAYS): Means to force someone or something out of its usual or original position, typically due to a change or disturbance - സ്ഥലം മാറ്റുക, കുടിയിറക്കുക.

✦Landslides kill at least 15, displace millions, in Bangladesh and India (Al Jazeera)

ബംഗ്ലാദേശിലും ഇന്ത്യയിലും മണ്ണിടിച്ചിലിൽ കുറഞ്ഞത് 15 പേർകൊല്ലപ്പെടുകയും ദശലക്ഷക്കണക്കിന് ആളുകളെ മാറ്റിപ്പാർപ്പിക്കുകയും ചെയ്യുന്നു.

## Vacate (v)

🗣 /vəˈkeɪt/ (vuh-KAYT): Means to leave or empty a place, especially by a legal order or agreement - സ്ഥലം ഒഴിയുക, സ്ഥാനം ഒഴിവാക്കുക.

✦Dhaka University closed indefinitely; students asked to vacate dorms amid violence over job quota (Tribune India)

ധാക്ക സർവകലാശാല അനിശ്ചിതകാലത്തേക്ക് അടച്ചു; തൊഴിൽ ക്വോട്ടയെച്ചൊല്ലിയുള്ള അക്രമങ്ങൾക്കിടയിലാണ് വിദ്യാർത്ഥികളോട് താമസസ്ഥലം ഒഴിയാൻ ആവശ്യപ്പെട്ടത്.

## Rehabilitate (v)

🗣 /ˌriːhəˈbɪleɪt/ (ree-huh-BIL-ayt): "Rehabilitate" means to restore or improve someone or something to a better state. - പുനരധിവസിപ്പിക്കുക, നല്ലനിലയിലാക്കുക.

**Rehabilitation** - പുനരധിവാസം.

✦ Kerala government to rehabilitate landslide-hit people in 3 phases (Hindustan Times)

ഉരുൾപൊട്ടലിൽ നാശനഷ്ടം സംഭവിച്ചവരെ 3 ഘട്ടങ്ങളിലായി പുനരധിവസിപ്പിക്കാൻ കേരള സർക്കാർ.

↳ *Practice Collocations (97)*

| | |
|---|---|
| ഇസ്രായേലിൽ നിന്ന് ഇന്ത്യൻ പൗരന്മാരെ ഒഴിപ്പിക്കാൻ 'ഓപ്പറേഷൻ അജയ്' ഒരുങ്ങുന്നു. | 'Operation Ajay' set to **evacuate** Indian nationals from Israel. |
| അബ്ബാസ്: ഗാസക്കാരെ ബലം പ്രയോഗിച്ച് കുടിയിറക്കാനാണ് ഇസ്രായേൽ ലക്ഷ്യമിടുന്നത് | Abbas: Israel aims to forcibly **displace** Gazans |
| ഭൂലേശ്വർ പരിസരത്തെ വാടകക്കാർ സ്ഥലം ഒഴിയണം: ഹൈക്കോടതി. | HC: Tenants must **vacate** premises in Bhuleshwar |
| ഉരുൾപൊട്ടലിൽ നാശനഷ്ടം സംഭവിച്ചവരെ 3 ഘട്ടങ്ങളിലായി പുനരധിവസിപ്പിക്കാൻ കേരള സർക്കാർ. | Kerala government to **rehabilitate** landslide-hit people in 3 phases. |
| പുനരധിവാസത്തിനുള്ള ഭൂമി ഏറ്റെടുക്കൽ വേഗത്തിലാക്കണം... | Land acquisition for **rehabilitation** to be expedited... |

↳ *Reinforce the pronunciation*

| | | | |
|---|---|---|---|
| 1 | **Evacuate** | /ɪˈvækjueɪt/ | ih-VAK-yoo-ayt |
| 2 | **Displace** | /dɪsˈpleɪs/ | dis-PLAYS |
| 3 | **Vacate** | /vəˈkeɪt/ | vuh-KAYT |
| 4 | **Rehabilitate** | /ˌriːhəˈbɪleɪt/ | ree-huh-BIL-ayt |

# 98. 3 new IAS officers <u>allocated</u> Manipur Cadre (The Hindu)

**"3 പുതിയ ഐ.എ.എസ് ഉദ്യോഗസ്ഥർക്ക് മണിപ്പൂർ കേഡർ അനുവദിച്ചു."**

**Allocate:** In this context "allocated" means that three new IAS officers have been officially assigned or designated to serve in the Manipur Cadre. It implies that these officers will now be working in administrative roles within the Manipur state government as part of their duties as civil servants.

☐ Allocate
☐ Allot
☐ Assign
☐ Dispense

## Allocate (v)

🗣 /ˈælə.keɪt/ (AL-uh-kayt): To distribute or assign resources, duties, or tasks. - നീക്കി വയ്ക്കുക, മാറ്റി വയ്ക്കുക, നിയോഗിക്കുക, നൽകുക, അനുവദിക്കുക.

✦Kerala Chief Minister leads Left Front's protest over funds allocation in Delhi (India Today)
ഡൽഹിയിൽ ഫണ്ട് വിനിയോഗത്തിൽ ഇടതുമുന്നണിയുടെ പ്രതിഷേധത്തിന് നേതൃത്വം നൽകുന്നത് കേരള മുഖ്യമന്ത്രിയാണ്.

## Allot (v)

🗣 /əˈlɒt/ (uh-LOT): Means to assign or distribute something to someone or something, typically in a fair or appropriate manner - നൽകുക, അനുവദിച്ചുകൊടുക്കുക.

✦Allot permits to gold mines where prospecting done.
നിരീക്ഷണം നടത്തിയ സ്വർണ്ണ ഖനികൾക്ക് 'പെർമിറ്റുകൾ' അനുവദിക്കുക.

## Assign (v)

🗣 /əˈsaɪn/ (uh-SYNE): Means to allocate or designate a task, duty, or role to someone- നിയമിക്കുക, തീരുമാനിക്കുക.

✦Gov issues ultimatum to varsities to assign representatives...
പ്രതിനിധികളെ നിയമിക്കാൻ സർവകലാശാലകൾക്ക് സർക്കാർ അന്ത്യശാസനം നൽകി...

## Dispense (v)

🗣 /dɪˈspɛns/ (dih-SPENS): Means to distribute or provide something, especially items, services, or information, usually in a systematic or controlled manner - വിതരണം ചെയ്യുക, നൽകുക.

✦Automatic liquor dispensing machine
ഓട്ടോമാറ്റിക് മദ്യ വിതരണ യന്ത്രം.

More words:
Ultimatum - അന്ത്യശാസനം

↳ *Practice Collocations (98)*

| | |
|---|---|
| ബിജെപി ജനസേനയ്ക്ക് ആറ് സീറ്റ് നൽകുമോ? | BJP to **allocate** six seats to jana sena? |
| നിരീക്ഷണം നടത്തിയ സ്വർണ്ണ ഖനികൾക്ക് 'പെർമിറ്റുകൾ' അനുവദിക്കുക. | **Allot** permits to gold mines where prospecting done.(*Prospecting - search for mineral deposits, especially by drilling and excavation*) |
| പ്രതിനിധികളെ നിയമിക്കാൻ സർവകലാശാലകൾക്ക് സർക്കാർ അന്ത്യശാസനം നൽകി... | Gov issues ultimatum to varsities to **assign** representatives... |
| ഓട്ടോമാറ്റിക് മദ്യ വിതരണ യന്ത്രം. | Automatic liquor **dispensing** machine |
| 100 രൂപ നോട്ടുകൾ നൽകാത്തതിനെ തുടർന്ന് തമിഴ്നാട് യുവാവ് എടിഎം തകർത്തു. | Tamil Nadu youth breaks ATM as it fails to **dispense** Rs 100 notes. |

| 1 | Allocate | /ˈæləˌkeɪt/ | AL-uh-kayt |
| 2 | Allot | /əˈlɒt/ | uh-LOT |
| 3 | Assign | /əˈsaɪn/ | uh-SYNE |
| 4 | Dispense | /dɪˈspɛns/ | dih-SPENS |

# 99. The culture of <u>machismo</u> is strong in some countries. (The Week)

"ചില രാജ്യങ്ങളിൽ പുരുഷ അഭിമാന ബോധ സംസ്കാരം ശക്തമാണ്."

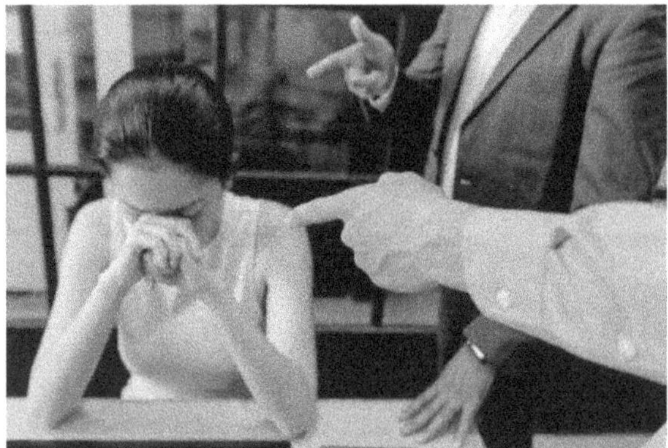

**Machismo:** In this context, "machismo" refers to a cultural attitude or belief that emphasizes traditional masculine characteristics such as strength, toughness, dominance, and aggressiveness, often to the point of exaggeration or excess. It can also imply a sense of male superiority and the expectation that men should display these traits prominently in their behavior and interactions within society.

☐ **Machismo**
☐ **Macho**
☐ **Masculinity**
☐ **Chauvinism**
☐ **Virility**
☐ **Prowess**

## Machismo (n)

🗣 /məˈtʃiˌzmoʊ/ *(muh-CHEEZ-moh):* Refers to exaggerated or aggressive masculinity, often emphasizing dominance and toughness - പുരുഷ അഭിമാന ബോധം, പൗരുഷം.

✦Machismo Culture and Women's Empowerment in Nicaragua (The Borgen Project)
നിക്കരാഗ്വയിലെ പുരുഷ അഭിമാന സംസ്കാരവും സ്ത്രീ ശാക്തീകരണവും.

## Macho (n)

🗣 /ˈmɑːtʃoʊ/ *(MAH-choh):* Describes a strong or assertive masculine demeanor, often characterized by toughness, strength, and a lack of sensitivity or emotional vulnerability - പുരുഷബോധം, ആണത്തം

✦He thinks it's macho to drink a lot and get into fights.
ധാരാളം കുടിച്ച് വഴക്കുണ്ടാക്കുന്നത് ആണത്തമാണെന്ന് അവൻ കരുതുന്നു.

## Masculinity (n)

🗣 /mæskjəˈlɪnəti/ *(mas-kyuh-LIN-i-tee):* Refers to the qualities, behaviors, and characteristics traditionally associated with being male or masculine in a particular culture or society - പൗരുഷം.

✦Unmasking the detrimental effects of toxic masculinity on men (Times of India)

പുരുഷന്മാരിൽ വിഷലിപ്തമായ പൗരുഷത്തിന്റെ ദോഷകരമായ ഫലങ്ങൾ അനാവരണം ചെയ്യുന്നു.

# Chauvinism (n)

🔊 /ˈʃoʊvɪnɪzəm/ (SHOH-vuh-niz-uhm): Means excessive loyalty or belief in the superiority of one's own group, often accompanied by hostility towards others - **സങ്കുചിതമായ വർഗ്ഗ സ്നേഹം, പുരുഷ മേൽക്കോയ്മ അതിരുകടന്ന ദേശഭക്തി**

✦'Animal' to 'Dabangg', films that have glorified male chauvinism (Times of India)
'ആനിമൽ' മുതൽ 'ദബാംഗ്' വരെ, പുരുഷ മേൽക്കോയ്മയെ മഹത്വവത്കരിച്ച സിനിമകൾ.

# Virility (n)

🔊 /vəˈrɪləti/ (vuh-RIL-uh-tee): Refers to the quality or state of being masculine, especially in terms of strength, vigor, and sexual potency - **പുരുഷത്വം, ആണ്മ.**

✦Tamil Nadu: Youth dies after Siddha treatment for virility; 'doc' chops the body and buries it in his backyard (The New Indian Express).
തമിൽനാട്: പൗരുഷത്തിന് വേണ്ടിയുള്ള സിദ്ധ ചികിത്സയിൽ യുവാവ് മരിച്ചു; ഡോക്ടർ മൃതദേഹം അരിഞ്ഞ് വീട്ടുമുറ്റത്ത് കുഴിച്ചിട്ടു.

# Prowess (n)

🔊 /ˈpraʊɪs/ (PROW-is): Refers to exceptional skill or ability, especially in a particular field or activity, often implying strength, bravery, or accomplishment - ശൗര്യം, വീരസാഹസികത്വം.

✦Mangalureans mesmerised by canine prowess (Times of India)
നായകളുടെ വീരസാഹസികത്വത്തിൽ വശീകരിക്കപ്പെട്ട് മാംഗ്ലൂരുകാർ....

# Patriarchy (n)

🔊/ˈpeɪ.tri.ɑːr.ki/(PAY-tree-AHR-kee): Patriarchy is a social system where men hold primary power and dominate leadership and authority. - പുരുഷാധിപത്യം, പുരുഷ നിയന്ത്രിതമായ സമൂ ഹമോ വ്യവസ്ഥിതിയോ.

✦What we need is an Anti-Patriarchy Day (Hindustan Times)
നമുക്ക് വേണ്ടത് പുരുഷാധിപത്യ വിരുദ്ധ ദിനമാണ്.

More words:
    Detrimental – ദോഷകരമായ.
    Toxic – വിഷലിപ്തമായ.
    Canine - നായയുമായി ബന്ധപ്പെട്ട.

↳ *Practice Collocations (99)*

| | |
|---|---|
| പുരുഷത്വത്തിന്റെ സത്ത... | The quintessence of **machismo**... |
| ധാരാളം കുടിച്ച് വഴക്കുണ്ടാക്കുന്നത് ആണത്തമാണെന്ന് അവൻ കരുതുന്നു. | He thinks it's **macho** to drink a lot and get into fights. |
| പുരുഷന്മാരിൽ വിഷലിപ്തമായ പൗരുഷത്തിന്റെ ദോഷകരമായ ഫലങ്ങൾ അനാവരണം ചെയ്യുന്നു. | Unmasking the detrimental effects of toxic **masculinity** on men. |
| പുരുഷ മേൽക്കോയ്മ. | Male **chauvinism**. |
| അവൻ തന്റെ പുരുഷത്വം തെളിയിച്ചു. | He proved his **virility**. |
| നായകളുടെ വീരസാഹസികത്വത്തിൽ വശീകരിക്കപ്പെട്ട് മാംഗ്ലൂരുകാർ... | Mangalureans mesmerised by canine **prowess**... |
| നമുക്ക് വേണ്ടത് പുരുഷാധിപത്യ വിരുദ്ധ ദിനമാണ്. | What we need is an Anti-**Patriarchy** Day. |

↳ *Reinforce the pronunciation*

| | | | |
|---|---|---|---|
| 1 | Machismo | /məˈtʃizmoʊ/ | muh-CHEEZ-moh |
| 2 | Macho | /ˈmɑːtʃoʊ/ | MAH-choh |
| 3 | Masculinity | /ˌmæskjəˈlɪnəti/ | mas-kyuh-LIN-i-tee |
| 4 | Chauvinism | /ˈʃoʊvɪnɪzəm/ | SHOH-vuh-niz-uhm |
| 5 | Virility | /vɪˈrɪlɪti/ | vuh-RIL-i-tee |
| 6 | Prowess | /ˈpraʊɪs/ | PROW-is |

| 7 | Patriarchy | /ˈpeɪ.tri.ɑːr.ki/ | PAY-tree-AHR-kee |
|---|---|---|---|

---

# 100. Visakhapatnam: <u>Miraculous</u> Escape in Car Mishap (Deccan Chronicle)

*"വിശാഖപട്ടണം: വാഹനാപകടത്തിൽ അത്ഭുതകരമായ രക്ഷപ്പെടൽ."*

**Miraculous**: In the context provided, "miraculous" means something highly improbable or remarkable, as if it were a miracle. It suggests that the escape from the car mishap was unexpected, fortunate, and possibly even appearing miraculous or divine in nature due to the severity of the situation.

☐ **Miraculous**
☐ **Supernatural**
☐ **Superhuman**
☐ **Inexplicable**
☐ **Unaccountable**
☐ **Fantastic**
☐ **Uncanny**
☐ **Magical**
☐ **Prodigious**

## Miraculous (adj)

🔊 */mɪˈrækjələs/ (mi-RAK-yuh-luhs):* Means something extremely fortunate or extraordinary, often suggesting an event that appears to defy natural or rational explanation, akin to a miracle — അത്ഭുതകരമായ.

✦10 Miraculous Temples of Goddess Saraswati in India (Jagaran TV)
ഇന്ത്യയിലെ സരസ്വതി ദേവിയുടെ 10 അത്ഭുത ക്ഷേത്രങ്ങൾ.

## Supernatural (adj)

🔊 */ˌsuːpərˈnætʃərəl/ (soo-per-HYOO-muhn):* Refers to phenomena, beings, or powers that are beyond the laws of nature or scientific understanding, often associated with the mystical, paranormal, or magical - അമാനുഷികമായ.

✦She is said to have supernatural powers and to be able to communicate with the dead.
അവൾക്ക് അമാനുഷിക ശക്തിയുണ്ടെന്നും മരിച്ചവരുമായി ആശയവിനിമയം നടത്താൻ കഴിയുമെന്നും പറയപ്പെടുന്നു.

## Superhuman (adj)

🔊 */ˌsuːpərˈhjuːmən/ (soo-per-HYOO-muhn):* Describes abilities, qualities, or actions that exceed typical human capabilities, often suggesting extraordinary strength, intelligence, or endurance beyond normal human limits - അമാനുഷികമായ, അമാനുഷം.

✦I'll never get all this work done in a week - I'm not superhuman!
ഒരാഴ്ചക്കുള്ളിൽ ഈ ജോലികളെല്ലാം എനിക്ക് ഒരിക്കലും ചെയ്യാൻ കഴിയില്ല - ഞാൻ അമാനുഷികനല്ല!

## Inexplicable (adj)

🔊 */ˌɪnɪkˈsplɪkəbəl/ (in-ik-SPLIK-uh-bul):* Means unable to be explained or understood through normal reasoning or logic; something that defies explanation or is mysterious - എന്തുകൊണ്ടെന്നു പറയാൻ കഴിയാത്ത, വിശദീകരിക്കാനൊക്കാത്ത.

✦Unraveling the mystery of Celia's inexplicable disease.
സീലിയയുടെ പറയാൻ കഴിയാത്ത രോഗത്തിന്റെ രഹസ്യം അനാവരണം ചെയ്യുന്നു.

## Unaccountable (adj)

🔊 */ˌʌnəˈkaʊntəbəl/ (un-uh-KOUN-tuh-bul):* Means not able to be explained or understood; lacking a clear reason or justification - വിശദീകരിക്കാനൊക്കാത്ത, പറയാൻ പറ്റാത്ത.

✦For some unaccountable reason, he keeps his wallet in his underwear.
പറയാൻ പറ്റാത്ത ചില കാരണങ്ങളാൽ, അവൻ തന്റെ പേഴ്സ് അടിവസ്ത്രത്തിൽ സൂക്ഷിക്കുന്നു.

## Fantastic (adj)

🔊 /fæn'tæstɪk/ (fan-TAS-tik): Means extraordinarily good or impressive; excellent or superb. It can also refer to something imaginative, fanciful, or unreal - മികച്ച, അസാധാരണമായ, അത്ഭുതകരമായ.

✦It was a fantastic achievement.
അതൊരു അത്ഭുതകരമായ നേട്ടമായിരുന്നു.

## Uncanny (adj)

🔊 /ʌn'kæni/ (uhn-KAN-ee): Means strange or mysterious, often in a way that is unsettling or difficult to explain. It describes something that evokes a sense of eeriness or unnaturalness. - അപൂർവ്വമായ, അസാധാരണമായ.

✦Indian vendor goes viral for uncanny resemblance with Indian PM Modi (Pakistan Today)
ഇന്ത്യൻ പ്രധാനമന്ത്രി മോദിയുമായുള്ള അപൂർവ്വമായ സാമ്യത്തിന്റെ പേരിൽ ഇന്ത്യൻ കച്ചവടക്കാരൻ വൈറലാകുന്നു.

## Magical (adj)

🔊 /'mædʒɪkəl/ (MAJ-i-kuhl): Refers to something related to magic or having qualities associated with magic, such as enchanting, extraordinary, or seemingly supernatural. It can also denote something wonderful or delightful, as if it were produced by magic - മാന്ത്രികമായ.

✦Her words had a magical effect on us.
അവളുടെ വാക്കുകൾ ഞങ്ങളിൽ മാന്ത്രികമായ സ്വാധീനം ചെലുത്തി.

## Prodigious (adj)

🔊 /prə'dɪdʒəs/ (pruh-DIJ-us): Means remarkably or impressively great in size, extent, or degree. It can also describe something extraordinary or impressive in talent, skill, or achievement - മഹത്തായ, മികച്ച, വലിയ.

✦What a prodigious opportunity you have missed.
എത്ര മഹത്തായ അവസരമാണ് നിങ്ങൾ നഷ്ടപ്പെടുത്തിയത്.

↳ *Practice Collocations (100)*

| | |
|---|---|
| ഹൃദ്രോഗത്തിൽ നിന്ന് അദ്ദേഹം അത്ഭുതകരമായി സുഖം പ്രാപിച്ചു. | He made a **miraculous** recovery from heart disease. |
| അവൾക്ക് അമാനുഷിക ശക്തിയുണ്ടെന്ന് പറയപ്പെടുന്നു ... | She is said to have **supernatural** powers... |
| ഞാൻ അമാനുഷികനല്ല! | I'm not **superhuman**! |
| സീലിയയുടെ പറയാൻ കഴിയാത്ത രോഗത്തിന്റെ രഹസ്യം... | The mystery of Celia's **inexplicable** disease... |
| ചില വിശദീകരിക്കാനൊക്കാത്ത കാരണത്താൽ... | For some **unaccountable** reason... |
| അതൊരു അത്ഭുതകരമായ നേട്ടമായിരുന്നു. | It was a **fantastic** achievement. |
| അപൂർവ്വമായ സാമ്യം... | **Uncanny** resemblance... |
| അവളുടെ വാക്കുകൾ ഞങ്ങളിൽ മാന്ത്രികമായ സ്വാധീനം ചെലുത്തി. | Her words had a **magical** effect on us. |
| എന്തൊരു മഹത്തായ അവസരം... | What a **prodigious** opportunity ... |

↳ *Reinforce the pronunciation*

| 1 | **Miraculous** | /mɪˈrækjələs/ | mi-RAK-yuh-luhs |
| 2 | **Supernatural** | /ˌsuːpərˈnætʃərəl/ | soo-per-NAT-choo-ruhl |
| 3 | **Superhuman** | /ˌsuːpərˈhjuːmən/ | soo-per-HYOO-muhn |
| 4 | **Inexplicable** | /ˌɪnɪkˈsplɪkəbəl/ | in-ik-SPLIK-uh-buhl |
| 5 | **Unaccountable** | /ˌʌnəˈkaʊntəbl/ | un-uh-KOWN-tuh-buhl |
| 6 | **Fantastic** | /fænˈtæstɪk/ | fan-TAS-tik |
| 7 | **Uncanny** | ʌnˈkæni/ | uhn-KAN-ee |
| 8 | **Magical** | /ˈmædʒɪkəl/ | MAJ-i-kuhl |
| 9 | **Prodigious** | /prəˈdɪdʒəs/ | pruh-DIJ-uhs |